एका मनस्वी संशोधकाच्या समुद्रशोधाची विलक्षण कथा

# समुद्रशोध

श्रीकांत कार्लेकर

डायमंड पब्लिकेशन्स

समुद्रशोध
श्रीकांत कार्लेकर

Samudrashodh
Shrikant Karlekar

प्रथम आवृत्ती 'माझा समुद्रशोध' या नावाने
डिसेंबर, २००६ साली प्रकाशित झाली होती.
विस्तारित द्वितीय आवृत्ती : जुलै, २०१६

ISBN : 978-81-8483-684-4

© डायमंड पब्लिकेशन्स

मुखपृष्ठ
शाम भालेकर

अक्षरजुळणी
'अक्षरवेल', सी १८ प्लॉट नं. ५७२ दत्तवाडी, पुणे ३०


प्रकाशक
डायमंड पब्लिकेशन्स
२६४/३ शनिवार पेठ, ३०२ अनुग्रह अपार्टमेंट
ओंकारेश्वर मंदिराजवळ, पुणे–४११ 030
☎ 020–२४४५२३८७, २४४६६६४२
info@diamondbookspune.com

ऑनलाईन पुस्तक खरेदीसाठी भेट द्या
www.diamondbookspune.com

प्रमुख वितरक
डायमंड बुक डेपो
६६१ नारायण पेठ, अप्पा बळवंत चौक
पुणे–४११ 030 ☎ 020–२४४८०६७७

# प्रथम आवृत्तीची प्रस्तावना

हिंडण्याचं वेड फार वाईट. एकदा का हे वेड लागलं की ते वाढतंच जातं. निसर्ग हा जणू एक प्रचंड चुंबकच आहे. वनस्पती, पशू, पक्षी, आकाशातील ग्रह-तारे आणि चांदण्या, जमिनीवरील नवलस्थाने, हिमालय, समुद्र अशी अनेक आकर्षणे निसर्गात आहेत.

डॉ. श्रीकांत कार्लेकर ह्या उत्साही प्राध्यापकाला सागरकिनाऱ्यांनं असंच झपाटलं आहे. इथल्या पुळणी, खडक, सागरतीर, सागरकडे, त्यातील गुहा-भेगा आणि अशाच अनेक गोष्टींकडे त्यांनी विज्ञानाचा चष्मा लावून पाहिलं. त्यांना त्यामुळे त्या सर्वांची जडणघडण कळली. त्यांचं शास्त्रीय महत्त्व जाणवलं. कार्लेकर सरांचं वैशिष्ट्य हे की, त्यांनी जनसामान्यांसाठी हे सारं आपल्या माय मराठीतून लिहिलं. वृत्तपत्रीय लिखाण खूप प्रसिद्धी मिळवून देतं. पण त्याचं आयुष्य थोडकं. म्हणूनच आता त्यांनी पुस्तकांच्या रूपात आपली 'अनुभव श्रीमंती' शब्दबद्ध करायला सुरुवात केली आहे.

त्यांच्या समुद्रशोधात खरं तर त्यांनी सागरकिनाऱ्याच्या शोधात जे जे गवसलं ते साध्या-सोप्या मराठीत अक्षरबद्ध करून आपल्यासाठी सादर केलं आहे. शास्त्रीय अवघड शब्द न वापरता सर्वांना कळेल अशा भाषेत लिहिणं, खरोखर अवघड काम आहे. पण, हे शिवधनुष्य त्यांनी लीलया पेललं आहे.

महाराष्ट्राच्या सागरकिनाऱ्यांची त्यांना स्वत:च्या तळहातांवरील रेषांइतकी माहिती आहे. त्यामुळे हर्णे-आंजर्ले-भोगवे आदी अपरिचित ठिकाणं ते सहजरीत्या सांगतात. पुस्तकात उल्लेखलेल्या ह्या साऱ्याच ठिकाणांचं नकाशात दर्शन घडवलं आहे त्यामुळे ते अधिक सोईस्कर ठरलं आहे.

खांदेरी किल्ल्यावरचा धातुनाद ऐकवणारा खडक, सुवर्णदुर्गाशी असणारा सपाट - कातीव कातळमंच, हरिहरेश्वरची सिंकिंग सँड, बाणकोट जवळच्या वेळासच्या वाटेवरच्या कातळभिंतीतील घर्षण छिद्रे, कोकण किनाऱ्यावर अनेक ठिकाणी आढळणाऱ्या लिग्नाईटचं शास्त्रीय महत्त्व, समुद्रपुळणींवरच्या मऊशार रेतींच्या विविध रंगांची माहिती, काही ठिकाणी आढळणारे मडबॉल्स किंवा चिखलांचे गोळे यामागील शास्त्रीय गोष्टी

खुलासेवार लिहिताना पृष्ठसंख्येची मर्यादा जाणवली असणार.

सागर किनाऱ्याची एक अनामिक ओढ लेखक महाशयांना आहे. या आंतरिक ओढीला वैज्ञानिक दृष्टिकोनाची जोड मिळाल्याने त्यांच्या हातून ही वैज्ञानिक नवलस्थानांची संशोधकी उकल झाली. या वैज्ञानिक ठेव्याकडे होत असलेलं शासनाचं, जनतेचं आणि तुमचं-आमचं, सर्वांचं दुर्लक्ष याची खंत त्यांच्या लिखाणात जाणवते. केळशीची अद्भुत टेकडी वाचवण्याच्या त्यांच्या अथक परिश्रमांनंतर पदरी पडलेली हतबलताही, ते आपल्यासमोर मांडतात.

आपल्या विद्यार्थ्यांच्या संशोधनांमध्ये मनापासून समरस होऊन सामील होणारे मार्गदर्शक प्राध्यापकपण त्यांच्या लिखाणात कायमच डोकावताना दिसते. भूशास्त्रीय किंवा भूरूपशास्त्रीय आविष्कार मुळातून समजावून घेण्याजोगे आहेत. हे त्यांनी समुद्रशोधात वारंवार सांगितले आहे.

ज्याला 'क'ची बाराखडी येते, त्याला सारं काही समजतं, असं म्हणतात. म्हणजे क, का, कि, की, कु, कू .... ही अक्षरं नाहीत. तर का? कधी? कशावरून? कशासाठी? हे प्रश्न ज्यांना पडतात, आणि त्यांची उत्तरं मिळवण्यासाठी जे धडपडतात, त्यांना निसर्गवेत्ते - शास्त्रज्ञ होता येतं. ही सारी धडपड डॉ. श्रीकांत कार्लेकर सरांनी आपल्या अनुभवांतून सोप्या भाषेत आपल्यापुढे मांडली आहे. मर्यादित पानांच्या या पुस्तकात हे सारं बसवण्याचं अवघड कामही त्यांनी केलं आहे, त्यामुळे ते अभिनंदनास निश्चितपणे पात्र आहेत.

मराठी साहित्य विश्वात अशा तऱ्हेच्या वेगळ्या लिखाणाला सुबकपणे सादर करणारे 'डायमंड पब्लिकेशन्स'चे श्री. दत्तात्रेय पाष्टे यांचेही कौतुक यानिमित्ताने करायला हवे.

हा समुद्रशोध संपणारा नाही, हे लेखक महोदययांनी शेवटच्या प्रकरणात सांगितले आहेच. त्यामुळे अशाच प्रकारच्या माहितीपर - ज्ञानदायी पुस्तकांचं विश्व आपल्या समर्थ शब्दांत डॉ. श्रीकांत कार्लेकरांनी निर्माण करावं. त्यासाठी अजूनही मराठीची कास धरून ठेवलेल्या पुढच्या पिढीची मागणी असणार आहे. त्यासाठी त्यांना हिंडायचं बळ मिळावं, अनेक नवनवीन ठिकाणं गवसावीत. महाराष्ट्र व्यतिरिक्त असणारा साराच भारतीय सागरकिनारा त्यांनी शोधक दृष्टीनं विंचरून काढावा आणि आपल्यापुढे मांडावा, असं आवाहन यानिमित्तानं मी तुमच्यासारख्या विज्ञानप्रिय वाचकांतर्फे करतो आहे. त्यासाठी त्यांना लक्ष लक्ष शुभेच्छा !

- प्र. के. घाणेकर

१०५, नारायण पेठ, पुणे - ४११ ०३०.

# मनोगत

'माझा समुद्रशोध' हे कोकण किनाऱ्यावर संशोधन करताना, मला आलेल्या मनस्वी अनुभवांवर आधारित पुस्तक 'डायमंड पब्लिकेशन्स'चे श्री. दत्तात्रेय पाष्टे यांनी डिसेंबर २००६मध्ये प्रसिद्ध केले.

वाचकांनी आमच्या या प्रयत्नाला भरपूर प्रतिसाद दिला व अतिशय समरसून दाद दिली. 'आम्ही पुस्तक वाचल्यावर पुन्हा एकदा कोकणात जाऊन तुमच्या नजरेने समुद्र पाहिला आणि आनंदाचा एक खजिनाच हातात आला' असा अभिप्रायही त्यातूनच मिळाला. पुस्तक लिहून झाल्यानंतरच्या काळात मी अनेक वेळा पुन्हा एकदा कोकणच्या किनाऱ्यावर अनेक ठिकाणी हिंडलो. माझे हेही अनुभव वाचायची इच्छा अनेकांनी बोलून दाखविली.

सगळे नवीन अनुभव शब्दबद्ध करून 'समुद्रशोध' या नावाने नवीन पुस्तकात समाविष्ट करावे, असे श्री. पाष्टे यांनीही सुचविले. अर्थात, सगळेच अनुभव समाविष्ट करणे शक्य नव्हते. शिवाय पुनरावृत्तीची व निरसपणा येण्याची शक्यताही त्यात होती. त्यामुळे माझ्या समुद्रशोधाच्या ध्यासात हाती लागलेल्या काही नव्या घटना, प्रसंग आणि विचार यांचा अंतर्भाव करून, हे पुस्तक वाचकांच्या हाती देताना आम्हाला खूपच आनंद होत आहे. गेल्या काही वर्षांत मलेशिया, इंग्लंड व स्कॉटलंड आणि ऑस्ट्रेलियातील समुद्र किनारे बघण्याचा योगही आला. तिथल्या विलक्षण सुंदर सागर किनाऱ्यावरील अनुभवांचा समावेशही यात केला आहे.

माझ्या समुद्रशोधाच्या या प्रयत्नास आणि सागरी संशोधनाला वाचकांच्या कौतुकाप्रमाणेच मोठी पावती मिळाली, ती प्रथम आवृत्तीला मिळालेल्या 'ल. ग. देशपांडे पुरस्कारा'च्या रूपाने. २६ एप्रिल २००८ रोजी 'ल. ग. देशपांडे प्रतिष्ठान' यांच्याकडून, ल. ग. देशपांडे सरांच्या नावाचा एक अतिशय गौरवपूर्ण पुरस्कार मला त्या वेळचे 'दैनिक सकाळ'चे संपादक श्री. यमाजी मालकर यांच्या शुभहस्ते प्राप्त झाला. या पुरस्कारासाठी माझं नाव सुचविणारे माझे परममित्र डॉ. शशिकांत देशपांडे दुर्दैवाने आज आपल्यात नाहीत, हे खूप मोठं दुःख आहे. त्यांना माझ्या या समुद्रशोधाचं खूप मोठं अप्रूप होतं. त्यांच्यामुळेच माझा हा समुद्रशोधाचा ध्यास अनेकांपर्यंत पोहोचू शकला, असं मला मनापासून वाटतं.

शब्दमर्यादेचं बंधन असल्यामुळे काही निवडक नवीन घटना व प्रसंगांचा समावेश करून लिहिलेलं, हे पुस्तक वाचकांना पूर्वीइतकाच आनंद देईल याची खात्री वाटते.

- श्रीकांत कार्लेकर

# निवेदन

अविरतपणे किनाऱ्यावर येऊन आपटणाऱ्या आणि गूढ आवाज करीत फुटणाऱ्या, फेसाळणाऱ्या समुद्र लाटांचं मला लहानपणापासूनच विलक्षण आकर्षण आहे! कदाचित ते तसं अनेकांना असेल. पण मला वाटणारं आकर्षण हे, समुद्राबद्दल वाटणारी एक अतर्क्य अशी ओढ आहे, याची मला खात्रीच आहे.

गेली अनेक वर्षं हा समुद्र माझा कायमचा साथीदारच बनलाय. यासाठी नित्यनेमाने मी पुळणीवर जाऊन त्याचं ते लोभस रूप पहातोय असं मुळीच नाही. खरं म्हणजे, आजकाल महिन्यामहिन्यातही समुद्र किनाऱ्याचं दर्शन होत नाही. तरीही मनाच्या एका कोपऱ्यात त्याची जागा निश्चित आहे. कधीही डोळे मिटून शांत बसलो तरी घोंघावणाऱ्या वाऱ्याबरोबर जिवाच्या आकांताने किनाऱ्याकडे येणाऱ्या आणि सर्वशक्तिनिशी आपटून फुटून फेसाळणाऱ्या लाटाच मनाचा ताबा घेतात! लहानशा थंडी. तापाने आजारी पडलो, तरी तापात बरळताना त्याच समुद्राचा, लाटांचा संदर्भ असतो असं माझी पत्नी प्रभा हिचं नित्याचं निरीक्षण आहे!

मला सर्वतोपरी व्यापून टाकणाऱ्या ह्या समुद्राचा अभ्यास करण्याचा माझ्या आयुष्यात आलेला योग हा त्याहूनही विलक्षण असा योग आहे. या निमित्ताने कोकणचा डहाणू पासून वेंगुर्ल्यापर्यंतचा किनारा अगदी जवळून पाहिला. या मोहमयी, गूढरम्य किनाऱ्यावर अनेक ठिकाणी वास्तव्य केलं. निसर्गाच्या या अनाकलीय आविष्काराचं आकलन करून घेण्याचा प्रयत्न केला. त्याची रहस्यं उलगडली असं वाटलं तेव्हा आनंदानं हुरळून गेलो. त्याने किनाऱ्यावर जतन करून ठेवलेले, निर्माण केलेले भूआकार, भूरूपं पाहिली, शोधली आणि अभ्यासली तेव्हा त्यांच्या विलक्षण ताकदीने भारावून गेलो, आणि किनाऱ्यावर राहाणाऱ्या माणसांच्या हलगर्जीपणामुळे, त्यांच्या हव्यासामुळे बहुधा अनिच्छेनेच समुद्रालाच कराव्या लागणाऱ्या आक्रमणामुळे हबकूनही गेलो!

कोकणचा समुद्र किनारा लहानपणापासूनच माझा साथीदार आहे. कोकणातलाच जन्म आणि बी.एस्सी. पर्यंतचे शिक्षणही कोकणात. त्यामुळे जाणिवांच्या आणि

आकलनाच्या सर्व पातळ्यांवर तो माझा सांगाती असल्यासारखाच आहे. भरतीच्या वेळी खाडीत घुसून आजूबाजूचा सर्व आसमंत बदलून टाकण्याची त्याची तऱ्हा, पावसाळ्यात, किनाऱ्यावरच्या पुळणीची चाळण करून टाकण्याची त्याची खोड, ओहोटीच्या वेळी अगदी निपचित पडून राहाण्याचा त्याचा छंद, आणि सकाळी, दुपारी, संध्याकाळी आणि रात्री सदैव बदलणारे त्याचे मूड मी अगदी जवळून पाहिलेत. मनाच्या कोपऱ्यात समुद्राच्या या छटा अजूनही घर करून आहेत.

बी.एस्सी. होईपर्यंत, किनाऱ्यावर केलेली भ्रमंती ही झपाटल्यासारखीच होती. त्यात किनाऱ्यावर फिरण्याचा आनंद आणि ते अथांग अस्तित्व समजावून घेणं हाच मुख्य उद्देश होता.

पुणे विद्यापीठातून भूगोल या विषयात एम.एस्सी. करताना समुद्र किनाऱ्याच्या अभ्यासाची नकळत ओढ निर्माण झाली. पण ती ओढ तेवढ्यापुरतीच मर्यादित राहिली. पुढे पीएच.डी. करताना रत्नागिरी पासून मालवणपर्यंतची किनारपट्टी संशोधनाचा विषय म्हणून निवडली. पीएच.डी. संशोधनाच्या त्या चार वर्षांत माझ्या परिचयाचाच तो किनारा पुन्हा एकदा वेगळ्या दृष्टीने आणि निसर्गाचं एक सुंदर वास्तव म्हणून बघितला, आणि गमतीची गोष्ट म्हणजे तो मला अधिकच आकर्षक आणि आर्जवी वाटू लागला. संशोधन करताना किनाऱ्याच्या विविध अंगांची चिरफाड करूनही त्याची ओढ जराही कमी झाली नाही. उलट ती वाढलीच.

पीएच.डी. करणाऱ्या विद्यार्थ्यांना मार्गदर्शक म्हणून काम करताना किनाऱ्याचे अनेक लोभस पैलू आणखीनच प्रकर्षने जाणवले. किनाऱ्याचा अभ्यास करताना माझ्याबरोबर माझे विद्यार्थीही वेडेपिसे झाले. एक कधीही न संपणारा आनंदाचा ठेवा हाती गवसल्यासारखी त्यांचीही स्थिती झाली.

वेडपिसं करणाऱ्या, विलक्षण सुंदर, आणि मनस्वी किनाऱ्याच्या या समुद्रशोधाची ही संशोधन कथा!

– श्रीकांत कार्लेकर

# ऋणनिर्देश

'समुद्रशोध' हे कोकण किनाऱ्यावर संशोधन करीत असताना मला आणि माझ्याबरोबर असलेल्या अनेकांना आलेल्या मनस्वी अनुभवांचं कथन आहे. समुद्र किनाऱ्याच्या आत्यंतिक आकर्षणातून भावलेल्या समुद्र सौंदर्याचं वर्णन यात आहेच पण त्याचबरोबर, समुद्राने तयार केलेल्या विविध भूरूपांचं, पाषाणशिल्पांचं मूलभूत संशोधनही यात आहे. रूढ अर्थानं हे पर्यटनविषयक पुस्तक नाही. पण पर्यटकाला समुद्र व किनारा यांच्याकडे सर्वथैव वेगळ्या पद्धतीनं बघण्याची दृष्टी देण्याची क्षमता यात समाविष्ट केलेल्या आमच्या सगळ्यांच्या अनुभवात आहे, असे नक्कीच म्हणावेसे वाटते.

माझ्या या शोध मोहिमेत ज्यांनी सहभाग घेतला त्या सर्वांचा नामनिर्देश त्या त्या मोहीमे संदर्भात आलाच आहे. पण नामनिर्देश नसलेल्या इतर अनेक व्यक्तिही, प्रसंगानुरूप, वेळोवेळी या समुद्रशोधात माझ्याबरोबर सहभागी झालेल्या आहेत. या सर्वांबरोबर मला माझा समुद्रदर्शनाचा आणि समुद्रशोधाचा आनंद वाटता आला. या सर्वांचे आभार.

गड-किल्ले आणि समुद्रकिनारे यांवर जीवापाड प्रेम करणारे प्रथितयश प्राध्यापक प्र.के. घाणेकर यांनी या लेखनाचं सर्वप्रथम वाचन करून पुस्तकाला प्रस्तावना लिहिली. यापेक्षा या 'समुद्रशोधा'चं दुसरं भाग्य ते कोणतं? त्यांचे मनापासून आभार.

वेगळ्या धाटणीच्या अनुभवांचं हे पुस्तकरूप 'डायमंड पब्लिकेशन्स'चे श्री. दत्तात्रेय पाष्टे यांच्या प्रयत्नांमुळेच शक्य होऊ शकले. त्याबद्दल त्यांचेही आभार.

- श्रीकांत कार्लेकर

# अनुक्रम

# १

## शोध मोहिमेचा प्रारंभ

डॉ.के.आर. दीक्षित यांच्या मार्गदर्शनाखाली मी माझं पीएच.डी.चं काम करीत होतो. मूळचे उत्तर प्रदेशातले डॉ. दीक्षित हे पुणे विद्यापीठातले एक नावाजलेले प्राध्यापक संशोधक. १९७४ मध्ये एम. एस्सी.चं प्रोजेक्ट वर्क त्यांच्याच हाताखाली करण्याची मला संधी मिळाली. त्याचवेळी मला त्यांचा विषयातला प्रचंड आवाका उमजला होता. खरं तर त्यावेळीच मी त्यांना, मला सागरी भूरुपशास्त्रात संशोधन करायचं असल्याचं सांगितलं होतं. पण त्यासाठी मला ते जास्त वेळ देऊ शकत नव्हते. त्याच दरम्यान त्यांची जर्मनीला जायची धावपळ चालू होती.

''आता नको, नंतर नक्की विचार करू,'' असं त्यांनी अतिशय प्रेमळपणे म्हटल्याचं मला अजूनही चांगलं आठवतय. त्या वेळी सावंतवाडी जवळच्या 'दाणोली' नावाच्या एका ग्रामीण वस्तीचा अभ्यास करून एम.एस्सी.च्या 'डेझर्टेशन'ची फॉर्मॅलिटी आम्ही पूर्ण केली होती! पण त्या वेळी त्यांच्याबरोबर झालेल्या चर्चेतून कोकण किनाऱ्याच्या अभ्यासाची माझी भूक आणखीनच वाढली.

दीक्षित सरांनी किनाऱ्यावर न येताच किनाऱ्यांविषयीचं एक जबरदस्त आकर्षण माझ्यासमोर उभं केलं. मला ते आकर्षण पूर्वीपासूनच होतं. सरांच्या तोंडून किनाऱ्याचे विविध पैलू समजावून घेताना ते द्विगुणित झालं, हे नक्की.

एम.एस्सी. पूर्ण झाल्यावर मी रत्नागिरीच्या गोगटे महाविद्यालयात एक वर्ष लेक्चरर म्हणून काम केलं. त्याच वर्षी जर्मनीतील 'कार्ल्सरूहू' इथून सरांचं पत्र आलं. पुण्याला परतल्यावर आपण पीएच.डी.चं काम सुरू करू, असं त्यांनी त्यात म्हटलं होतं. माझ्या आनंदाला पारावार उरला नव्हता.

कर्मधर्म संयोगानं पुढच्याच वर्षी पुण्याच्या स.प. महाविद्यालयात मला नोकरी मिळाली. दीक्षित सरही जर्मनीहून परतले होते. मी त्यांना विद्यापीठात भेटायला गेलो आणि माझी, त्यांच्या मार्गदर्शनाखाली पीएच.डी. करायची इच्छा त्यांना सांगितली.

"मला माहिती आहे कार्लेकर. पण कोकण किनाराच का? तू दुसराही काही विचार करू शकतोस -'' ते म्हणाले आणि मी हादरलोच.

"पण सर - तुम्ही तर म्हणत होता -'' मी गडबडून काहीतरी म्हणण्याचा प्रयत्न केला. माझी नाराजी त्यांच्या लक्षात आली. मी अजूनही त्याच विषयात पीएच्.डी. करण्याबद्दल आग्रही आहे की नाही? याची ते कदाचित चाचपणी करीत होते.

"अस्वस्थ होऊ नको. तुला हवं तेच करू. पण ते इतकं सोपं नाही -''

"मला त्याची पूर्ण कल्पना आहे. पण मी निश्चितच मन लावून सगळं काम करीन. शिवाय किनाऱ्याचं मला खूपच वेड आहे -'' मी म्हटलं.

"ओके देन. करो शुरुवात.'' सर माझ्याशी कधीच हिंदीत बोलायचे नाहीत. त्यामुळे त्यांच्या त्या बोलण्याने माझी उमेद निश्चितच वाढली आणि त्यानंतर चार वर्षांत झपाटल्यासारखा मी माझा पीएच.डी. चा संशोधन प्रबंध पूर्ण केला.

सर माझ्याबरोबर एकदाही किनाऱ्यावर आले नाहीत. पण त्यांची विषयातली ताकद एवढी जबरदस्त की मला ते माझ्याबरोबर नाहीत असं कधी जाणवलंच नाही. वेळोवेळी आम्ही केलेली चर्चा आणि विश्लेषणं या संशोधन मोहिमेला सदैव पुढेच नेत राहिलं. माझं संशोधन पूर्ण झाल्यावर काही दिवसांनी मी 'अभिशाप' या नावाची एक छोटेखानी कादंबरी लिहिली. त्यातील कथानकाच्या केंद्रस्थानी अर्थातच डॉ. दीक्षितच होते!

माझ्या संशोधनाच्या काळात सर मला एकदा म्हणाले होते, "कोकणातील जांभा दगडावर फारच कमी माहिती उपलब्ध आहे. कोणीतरी अगदी सविस्तर असा त्याचा अभ्यास करायला हवाय. तुझ्या प्रबंधाचा तो मुख्य भाग असावा, कार्लेकर -'' असं म्हणून त्यांनी लॅटराइट म्हणजे 'जांभा' खडकावर आत्तापर्यंत झालेल्या कामाची एक भली मोठी संदर्भ यादीच माझ्यासमोर टाकली होती.

माझ्यासमोर ते एक मोठं आव्हानच होतं!

ते आव्हान पेलताना मी 'जांभा' दगडाच्या अक्षरश: प्रेमातच पडलो! कोकण किनाऱ्यावर विशेषत: रत्नागिरी जिल्ह्यात आणि रायगड आणि सिंधुदुर्गच्या काही भागात जांभा दगडाची विलक्षण सुंदर अशी किनारी पठारं आहेत.

'जांभा' दगडाचे विविध पैलू कळण्याकरता मी भरपूर पायपीट केली. 'जांभा' प्रदेशात मी जितका जास्त हिंडलो तितका तो खडक मला अधिकच सुंदर दिसू लागला. घरात, भाऊ, बहीण, आई, वडील यांच्याशी आजूबाजूच्या परिस्थितीविषयी बोलताना, माझ्या बोलण्यात 'जांभा' खडकाचा उल्लेख हमखास होऊ लागला! माझ्यामुळे त्यांनाही तो 'जवळून पहावा' असं वाटू लागलं. कधी एकत्र फिरायला गेलो तर जवळपासच्या डोंगर दऱ्यातील खडकाकडे पाहून सगळे माझ्याकडे बघत हसत म्हणायचे, "हा बहुधा

तुझा लॅटराइटच असावा!''

कोकण किनाऱ्यावरचा जांभा, महाबळेश्वर पाचगणी इथल्या जांभ्यासारखा नाही. त्याला सेकंडरी लॅटराइट म्हटले जाते. सह्याद्रीतील जास्त उंचीवरच्या जांभ्यांची झीज होऊन तो कोकणातल्या सखल भागात साठला व त्याची विस्तीर्ण पठारे तयार झाली.

कोकणातल्या जांभ्याची एकूण जाडी कळणे महाकठीण काम. विहिरीत जांभ्याच्या थराखाली जिथे मूळ खडक लागतो तिथे झरे दिसतात. त्यामुळे विहिरींच्या अभ्यासातून याची थोडीफार कल्पना यायची. पण नैसर्गिकरीत्या वर जांभा आणि खाली बेसॉल्टचा खडक असा क्रम दिसणे दुरापास्त. शिवाय सगळीकडे दाट झाडी. भरपूर डोंगराळ प्रदेश. रस्त्यांचा अभाव. यामुळे असा क्रम शोधून काढणेही अवघड असायचे. त्यामुळे तो दिसेल या वेड्या आशेपोटी मी खूप नदी, नाले व डोंगरदऱ्या पालथ्या घातल्या.

आज कोकण रेल्वे प्रकल्पामुळे अनेक डोंगरउतार तोडले गेलेत. पोखरले गेलेत. त्यामुळे खूप ठिकाणी जांभ्याची रचना स्पष्टपणे दिसते आहे. पण माझ्या पीएच.डी.च्या काळात ते शक्य होत नव्हते.

रत्नागिरीतल्या वरच्या आळीतल्या जोशी पाळंद भागात लक्ष्मीबाई लिमये यांच्या चाळीत आम्ही त्या वेळी राहत होतो. आमच्या शेजारी राजन जोशी राहायचा. त्याच्याशी मी जांभ्याच्या अभ्यासातल्या या अडचणी विषयी बोलत होतो. त्याला वाटलं की मी म्हणतो तसलं काहीतरी त्याने मिऱ्यातल्या भारती शिपयार्डाजवळ पाहिलंय!

मी त्याच दिवशी सायकल घेऊन मिऱ्यातलं भारती शिपयार्ड गाठलं. यार्डातून बाहेर पडून मिऱ्या डोंगराच्या उत्तर टोकाच्या दिशेनं गेलो. रस्ता संपला तिथे सायकल लावली आणि पुढे जाणार इतक्यात डोंगराच्या उताराकडे लक्ष गेलं. मला हवी असलेली जांभ्याची सगळी रचना तिथे स्पष्टपणे उघडी पडली होती. जांभ्याचा वरचा १५ मीटरचा थर एखाद्या केकच्या तुकड्यासारखा, त्याखालच्या कॉम्पॅक्ट बेसॉल्टच्या खडकावर ठेवल्यासारखा दिसत होता. दोन्ही थरांमध्ये स्पष्ट स्पशरिषा दिसत होती. स्पशरिषेवर झऱ्याचं पाणी बाहेर पडल्याच्या खुणाही दिसत होत्या. वरच्या थरातले उपथरही स्पष्टपणे दिसत होते!

जांभ्या दगडाच्या त्या रचनादर्शी छेदाने माझ्या मनातल्या अनेक शंकांचं निरसन केलं! डोंगराचा इतका सुंदर छेद त्यानंतर मला अभावानेच आढळला. त्या रचनादर्शी छेदावर मी पुढे बरंच काम केलं. काही नमुने घेतले ज्यांचं विश्लेषण कोकणातील सेकंडरी लॅटराइटच्या निर्मिती प्रक्रियेबद्दल खूपच उपयुक्तही ठरलं.

रत्नागिरीच्या उत्तरेला असलेल्या शिरगावजवळ, मिऱ्या डोंगरासारखाच रचनादर्शी छेद आढळला. मिऱ्या डोंगरा इतका तो स्पष्ट नसला, तरी अभ्यास करण्यासारखा होता.

पण माझा तो प्रयत्न फसला. डोंगराच्या उघड्या पडलेल्या भागातून नमुना घेण्याच्या नादात, तिथेंच सुस्तावून पडलेल्या एका पिवळ्या जर्द सापाकडे माझं दुर्लक्ष झालं होतं. माझ्या थोड्याशा चाहुलीमुळे तो थोडासा हलला आणि मला त्याच्या अस्तित्वाची जाणीव झाली.

त्या भल्यामोठ्या सापाचा एकूण थाटमाट बघूनच मी माझं संशोधनकार्य आटोपतं घेतलं आणि तिथून सटकलो.

जांभा पठाराच्या प्रदेशात साप, फुरशी यांचा धोका नेहमीच असतो असं त्या वेळी अनेकांनी मला सांगितलं. देवगडच्या सड्यावर जिथे दगड उचलावा तिथे त्या खाली एखादं फुरसं आढळायचंच! जांभा प्रदेशाच्या या संशोधनाच्या वेळी एक वाघरू (बिबट्या) ही माझं काम बघायला आलं होतं. त्या वेळी माझी भरपूर पळापळही झाली होती!

मुटाट हे वाघोटणच्या खाडीतलं एक दुर्गम गांव. सधन. पण अतिशय बिकट. माझ्या पीएच.डी.च्या काळात देवगड - विजयदुर्ग पट्ट्यातला 'क्लासिक लॅटराइट' अभ्यासणं हा एक महत्त्वाचा भाग होता. मुटाटच्या सड्यावरून खाली खाडीपर्यंत येणाऱ्या नदीपात्रात उतरून जांभ्याच्या विविध पैलूंचा अभ्यास करावा, त्यासाठी तो भाग खूपच आदर्श आहे असं वाटल्यामुळे मी तिकडे निघालो.

"व्याघ्रेश्वराच्या देवळाजवळ वाघरू आलंय असं म्हणतात," अशी माहिती गांवात कळली होती. पण ती फारशी मनावर न घेता मी सड्यावरच्या सडे वाघोटण पासूनच नदीच्या कोरड्या पात्रातून चालायला सुरुवात केली.

जांभ्या दगडातले नदी प्रवाह आजूबाजूचा प्रदेश कापून काढीत तीव्र उताराच्या घळ्या तयार करून खाडीपर्यंत नाहीतर समुद्रापर्यंत जाताना दिसतात. मुटाटचा नदीमार्गही काही वेगळा नव्हता. नदीच्या दोन्ही तीरांवर जांभ्याच्या प्रचंड मोठ्या शिळा केव्हाही खाली कोसळतील अशा थाटात उभ्या होत्या. घनदाट झाडी आणि सर्वत्र पसरलेल्या वेली यामुळे नदी मार्गातला जांभा फक्त मधूनमधूनच डोकावताना दिसत होता. नदीपात्रात सगळीकडे भले मोठे खडकांचे तुकडे, दगडधोंडे यांचा अक्षरश: खच पडलेला होता.

हाती काही गवसेल असं वाटत नव्हतं. तरी नेटाने मी नदीतून पुढे पुढे जातच होतो. नदीचं पात्र इतकं खोल होतं की सड्यावरचा भाग माझ्या हाकेच्याही पलीकडे गेला होता. किर्र झाडीने झाकलेल्या त्या भागात मी एकटाच होतो. नाही म्हटलं तरी थोडा धास्तावले होतो. पण नदीतून खाडीपर्यंत जायचा मनाचा निर्धार नक्की होता.

आणखी काही अंतर तसाच ठेचकाळत, दगडधोंडे चुकवित मी पुढे गेलो. हातातलं हॅमर दगडावर आपटून, त्या नीरव शांततेत मी जाग निर्माण करीत होतो. आता नदीपात्र थोडं रुंद झालं होतं. चालण्यात सुकरता आली होती. नदीपात्रात अनेक उथळ खळगे

तयार झाल्याचे दिसत होते. जांभ्यातली ती पॉट-होल्स् बघून काहीतरी संशोधन होईल म्हणून त्या दिशेने पुढे सरकलो.

एवढ्यात नदीच्या वरच्या भागातून कसलीतरी हालचाल जाणवली. खुसखुस, खुसखुस आवाज आला आणि क्षणार्धात माझ्या समोर एका छोट्या वाघरानं धपकन् उडी मारली.

वाघरू लहानसंच होतं. पण मला घाबरवून टाकायला पुरेसं होतं. काय करावं ते न कळून मी हातातला हॅमर जवळच्या दगडावर जोरात आपटायला सुरुवात केली. त्याचा नेमका काय परिणाम झाला, ते कळलं नाही पण माझ्यासमोरून ते वाघरू जराही हललं नाही. मी जिवाच्या आकांतानं त्या दगडधोंड्यातून नदी पात्रातून डोंगराच्या दिशेनं निघालो. हाताला लागतील त्या झाडाच्या फांद्या धरून, मोठमोठ्या खडकांच्या कपारींना धरून मी सड्यावर आलो! मागे वळून पाहिलं. खोल दरीतल्या त्या नदीपात्रात वाघरू दिसलं नाही!

मी पटकन जवळच्या कच्चा रस्त्यापर्यंत आलो. रस्त्यावरून जाणाऱ्या एकानं मला बघितलं आणि जवळ येऊन माझ्याकडे निरखून बघत तो म्हणाला,

"मोंडातल्या नाना कार्लेकराचो झील मारे तू? हकडे काय करतंय?"

"काय नाय. असोच.संशोधन करूक -" मी काहीतरी बोलायचं म्हणून म्हटलं.

"म्हंजे? ह्या काय आणि नव्या नाटक -" त्याने विचारलं. मी त्याच्या प्रश्नाला उत्तर न देताच मार्गस्थ झालो.

त्यानंतर जांभा प्रदेशातली अनेक नदीपात्रं आणि नद्यांची खोरी मी खूप जवळून अभ्यासली. तळेबाजार पासून जामसंडे देवगडपर्यंतचा आणि कवठळ, बापर्डे, मोंड पासून वाडातरीपर्यंतचा 'क्लासिक लॅटराइट' अगदी मनापासून अभ्यासला.

किनारी भागातल्या जांभा पठारावर खूप दुर्गम ठिकाणी, सड्यावर, प्रचंड मोठी विवरंही पाहिली. चुनखडीच्या प्रदेशात जसे विस्तृत खड्डे तयार होतात तसे खड्डे, विवरं आणि पठाराच्या पृष्ठभागाखालून बोगद्यासारख्या मोकळ्या जागातून वाहाणारे नदी प्रवाहही पाहिले.

याचा अर्थातच प्रबंध लेखनात खूप फायदा झाला. माझ्या प्रबंधाचं मूल्यांकन करणाऱ्या 'झायफर' या जर्मन परीक्षकानं त्याच्या अहवालात 'या प्रबंध लेखकाबरोबर कोकणातला जांभा प्रदेश फिरून पहायला मला निश्चितच आवडेल' असं म्हणून त्या कामाचा गौरवही केला!

बोर्डी
डहाणू
७३° पू
नवापूर
सातपाटी
भारत
अर्नाळा
मुंबई
रेवस
अलिबाग
नागाव
रेवदंडा
मुरुड
दिघी
श्रीवर्धन
केळशी
आंजर्ले
दाभोळ
गुहागर
अ र बी स मु द्र
जेयगड
रत्नागिरी
विजयदुर्ग
देवगड
मालवण
किमी
वेंगुर्ले
रेडी
६०

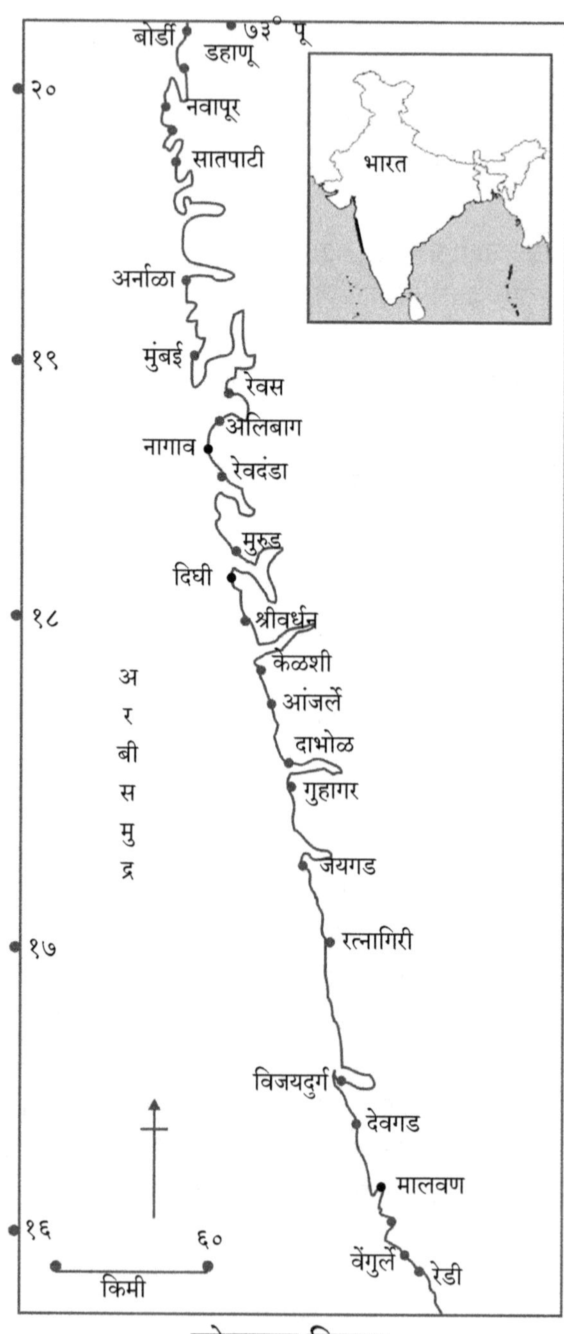

कोकणचा किनारा

२

# आगरगुळ्याची पुळण आणि कोळंब्यातला लिग्नाइट

माझ्या पीएच्.डी. संशोधनाच्या सुरुवातीच्या काळात रत्नागिरी पासून मालवण पर्यंतच्या १२५ किमी लांबीच्या किनाऱ्यावर पसरलेल्या, असंख्य पुळणी प्रत्यक्ष भेट देऊन पाहाणं याला फार मोठं महत्त्व होतं. नकाशावर दिसणाऱ्या पुळणींच्या जागा बघून हे काम आटोक्याबाहेरचंच वाटत होतं. शिवाय त्यावेळी कोकणातली बरीचशी गावं रस्त्यांच्या अभावी अगदी दुर्गम होती. कच्च्या वाटा, पाळंदीतून जाणारे अर्ध्यावरच संपणारे रस्ते, पावसाळ्यात, चिखलाने आणि पाण्याने आणखीच अवघड बनत. त्यावेळी बऱ्याच ठिकाणी मी सायकलवरच जात होतो. पण काही ठिकाणी पायी जाणंही अवघड असायचं, सायकल नेण्याचा प्रश्नच नव्हता. अशा परिस्थितीत किनाऱ्यावरच्या सगळ्या पुळणी पाहाणं ही कठीणच गोष्ट होती.

पुण्यातल्या स. प. महाविद्यालयातली लेक्चररची नोकरी सांभाळून दिवाळीच्या आणि मे महिन्याच्या सुट्टीत कोकणात जाऊन मी माझं संशोधनाचं काम करीत होतो. सगळी सुट्टी या धुंदीतच संपून जात होती. किनाऱ्यावरच्या निरनिराळ्या गावांना एस.टी. ने जायचं आणि किनाऱ्यापर्यंत चालत जाऊन, शक्य झालं तर सायकलचा वापर करून पोहोचायचं आणि निरीक्षण करायची, मोजमाप करायचं. समोर पसरलेला अथांग समुद्र, त्याच्या लाटांचं तांडव, भणाणून सोडणारा वारा, आणि तापलेली वाळू यांच्या सहवासात कधी एकट्यानं तर कधी बरोबर आलेल्या मित्रांबरोबर नाहीतर नातेवाईकांबरोबर दिवसभर हिंडायचं असा साधारणपणे कार्यक्रम असायचा!

कोकणातल्या निर्जन, आणि एकाकी, वाळूच्या पुळणींवर मला कधीच भीती वाटली नाही! याउलट गावातून किनाऱ्याकडे चालत जाताना, वाळूच्या टेकड्या ओलांडून गेल्यावर, अचानक समोर येणारा, क्षितिजापर्यंत पसरलेला, सुरुच्या बनातून दूरवर पसरलेला समुद्र बघून माझ्या अंगावर सरसरून काटा फुलायचा! आजही हे असंच होतं. अंगावर येणारा समुद्र आजही माझ्या सर्वांगावर असाच सरसरून काटा फुलवतो! इतक्या

पुळणी बघून आता तर गावातून अपरिचित किनाऱ्याकडे जातांना, मला पुळणींचं अस्तित्व दुरूनही जाणवू लागतं. लांबूनच ऐकू येणारी गाज मला समुद्रापर्यंतच्या अंतराची नेमकी कल्पनाही देते.

पुळणीला समांतर असलेल्या वाळूच्या टेकड्यांवरून दिसणारा समोरचा समुद्र नजरेच्या कवेत घेण्याचा माझा प्रयत्न असतो. पण डावीकडे आणि उजवीकडे नजर फिरल्याशिवाय त्याचं संपूर्ण दर्शन होतच नाही.

पीएच.डी.च्या काळात रत्नागिरी जिल्ह्यातल्या वाळूच्या अनेक पुळणी पाहिल्या. त्यानंतर कोकणच्या देवदुर्लभ सौंदर्याने नटलेल्या किनाऱ्यावर, किहीम, बोर्डी, नांदगाव, दिवेआगर, हरिहरेश्वर, केळशी, कोळथर, वरवडे, भंडारपुळे, कोंदुरा अशा ठाणे, रायगड, रत्नागिरी आणि आताच्या सिंधुदुर्ग जिल्ह्यातल्या अनेक सुंदर पुळणी पाहून अगदी तृप्त झालो.

कोकणातल्या पुळणी तशा लहानच. म्हणजे साधारणपणे ४ ते ५ किमी लांबीच्या. पण बऱ्याचशा पुळणी दोन भूशिरांच्या मध्ये अगदी कोंदणात बसवल्यासारख्या! ओहोटीच्यावेळी २० ते २५ मीटर रुंद पट्ट्यातली पांढरी शुभ्र वाळू उन्हात लखलखत असलेली पण भरतीच्या वेळी निमूटपणे समुद्राच्या आक्रमणाखाली हळूहळू अरुंद होत जाणारी!

देवबाग, मोचेमाड, गुहागर, कोळथर, किहीम इथल्या पुळणी तर कुठल्याही माणसाला देहभान विसरायला लावणाऱ्या!

१९७६च्या दिवाळीत, माझी बहीण शैलजा जोशी हिच्याकडे रत्नागिरीला माझा मुक्काम होता. तिच्याकडे राहून, किनाऱ्यावरची माझी भटकंती आणि अभ्यास चालूच होता. एकदा सकाळीच, तिचे यजमान शशिकांत यांनी माझ्यासमोर त्यांच्या आत्याच्या घरी आगरगुळे नांवाच्या गावाला जायची योजना मांडली. मी पटकन होकार दिला. पण नंतर वाटलं उगाच 'हो' म्हटलं. गांव किनाऱ्यावर असतं तर मला ते जास्त आवडलं असतं. पण त्यांना नाही म्हणण्यापूर्वी, माझ्याकडचा सर्व्हे ऑफ इंडियाचा नकाशा बघायचं ठरवलं.

शशिकांतना फिरण्याची खूप आवड. माझ्या हातातला नकाशा बघून ते म्हणाले, "त्यात काय बघतोयस, मी सांगतो कसं जायचं ते. पावसेहून समुद्र दिसेपर्यंत चालत राहायचं. टोकाचं घर आमच्या रंगूचं.'' ''समुद्रापर्यंत चालत राहायचं'' एवढी माहिती मला पुरेशी होती. कारण तेवढीच माहिती मला हवी होती. तरीही उत्सुकतेपोटी नकाशावर 'आगरगुळे' कुठे लिहिलंय ते बघू लागलो.

सर्व्हे ऑफ इंडियाचा, बारीक सारीक तपशील अचूकपणे दाखवणाऱ्या त्या

नकाशावर गणेशगुळे गावाच्या उत्तर टोकाला एखादी लहानशी वाडी असावी असं 'आगरगुळे' लिहिलेलं सापडलं. एका छोट्याशा वाळूच्या पुळणीच्या मागेच ती वस्ती दाखविलेली होती. 'पावस' हून ४-६ किमी ची वाट निश्चितच चालायची होती.

आम्ही दुपारीच जेवण झाल्यावर रत्नागिरीतल्या राजिवडा भागात पोचलो. तिथून भाट्यात जायला 'तर' होती. भाट्याची खाडी ओलांडण्यासाठी असलेल्या त्या तरीवर फार गर्दी होती. कारण पलीकडे पूर्णगड पर्यंत जायला तोच एक सोईस्कर मार्ग होता. आज भाट्याच्या खाडीवर पूल आहे. त्यामुळे प्रवास खूप सुखाचा झालाय.

तरीतून पलीकडे जाऊन, पूर्णगडकडे जाणाऱ्या एस.टी.त चढलो. अर्ध्या तासाने पावसच्या एस.टी.स्टँडवर उतरुन, दोघेही झपाझप आगरगुळ्याच्या दिशेने निघालो.

एका डोंगराची चढण चढून वरच्या सड्यावर आलो तेव्हा दुपारचे दोन वाजत आले होते. हा सडा गणेशगुळे गावाचा सडा म्हणून ओळखला जाई. सड्यावरच्या गणपतीमुळे गावाचे नावं होते गणेशगुळे. गणपतीपुळ्याचा गणपती मुळात गणेशगुळ्याचा. तो इथून गणपतीपुळ्याला गेला. त्यामुळे इथल्या देवळात गणपतीची दगडात कोरलेली केवळ आकृती आहे, अशी माहिती तिथे कळली.

सड्यावरून खाली उतरायच्या वाटेपर्यंत पोचलो आणि इतक्या उंचीवरून खाली दिसणाऱ्या निळ्याशार समुद्राच्या दर्शनाने क्षणभर थबकलोच! माझ्या एवढ्या भटकंतीत, निसर्गाचा हा विलक्षण आविष्कार मी प्रथमच बघत होतो!

दूरवर आगरगुळे - गणेशगुळे अशी गावं जोडणारी लांबच लांब पुळण दुपारच्या उन्हात न्हाऊन निघाली होती! डाव्या बाजूला पुळणीच्या दक्षिण टोकापासून समुद्रात घुसलेलं एक छोटसं भूशिर आणि त्यावरचे बेटासारखे दिसणारे उंचवटे इतके आकर्षक होते, की त्यावरची नजर काढणे मला अशक्य होत होते. माझ्या या झपाटलेल्या अवस्थेची शशिकांतना कल्पना नव्हती. ते झपाझप पुढे चालले होते. मी सारखा दूरवरच्या त्या पुळणीकडे आणि भूशिरांकडे आणि मधूनमधून पायाखालच्या दगडधोंड्यांनी अवघड बनलेल्या वाटेकडे बघत डोंगर उतरत होतो.

माझ्या या निसर्गप्रेमाला संशोधनाची जोड होती. त्यामुळे ते दृश्य नजरेआड होऊन सपाटीवर आल्यावर, माझ्या मनात ते भूशिर, जांभ्याचं पठार, पुळण याच्या भूशास्त्रीय विश्लेषणाचे विचार चालू झाले होते. गणेशगुळ्याचा हा सगळा विलक्षण सुंदर परिसर त्यानंतर सुरेंद्र ठाकूरदेसाई या माझ्या पीएच्.डी.च्या विद्यार्थ्यांबरोबर मी पुन्हा एकदा २००२मध्ये अक्षरश: पिंजून काढला.

शशिकांत पुढे आणि मी त्यांच्या मागे असा तासभर प्रवास झाल्यावर आम्ही रंगू आत्याच्या घरी पोहोचलो. ते घर बघूनच माझ्या अंगातून एक अनामिक भितीची लहर

निघून गेली. घर इतकं एकाकी, जीर्ण, मातीच्या भिंतीचं असेल अशी कल्पना केली नव्हती म्हणून कदाचित तसं झालं असेल. शशिकांत आणि त्यांच्या आत्याबाई यांच्यातल्या बोलण्यात मला अजिबात रस नव्हता. ते केव्हा संपतंय याचीच मी वाट बघत होतो.

एव्हाना साडेतीन वाजून गेले होते. काळोख पडण्यापूर्वी मला पुळणीवर जायचं होतं. माझा अस्वस्थपणा शशिकांतांच्या लक्षात आला.

''इकडे मागेच समुद्र आहे. बघून येऊया काय?'' ते म्हणाले.

''होय तर -'' असं म्हणतच मी चपला पायात सरकवल्या.

घराला वळसा घालून मागच्या अंगणात असलेल्या बेड्यातून जवळच्या पायवाटेला लागलो आणि समुद्राच्या अस्तित्वाची पहिली खुण, त्याची गाज कानावर पडली. मी मोहरून गेलो. वाळूने आच्छादून गेलेल्या पायवाटेवरून समुद्राच्या दिशेने निघालो. शंभरएक पावलावर वाळूचा उंचवटा दिसू लागला. हा उंचवटा म्हणजे सँड ड्यूनचाच मागचा भाग होता. त्यावर 'आयपोमिआ' म्हणजे मर्यादवेल वनस्पतीचं विरळ आवरणही दिसत होतं.

उंचवट्यावर चढलो आणि समोरची लांबलचक पुळण आणि त्याच्या मागचा समुद्र जणू अंगावर धावून आला! त्या विलक्षण सुंदर निसर्ग आविष्काराने मी नेहमीसारखाच त्या उंचवट्यावर खिळून उभा राहिलो. आजूबाजूच्या वाळूच्या टेकड्या व पुळण याचं निरीक्षण करू लागलो आणि एकाएकी माझी नजर जवळच दिसणाऱ्या, तपकिरी काळपट रंगाच्या, वाळूतून डोकावणाऱ्या एका कठीण खडकावर पडली. शशिकांत पुढे समुद्राच्या दिशेने जात होते. मी त्या खडकाच्या दिशेने निघालो.

जवळ गेलो आणि माझ्या आनंदाला पारावर राहिला नाही. मी इतके दिसत ज्याच्या शोधात होतो तो, प्राचीन समुद्रपातळी या किनाऱ्यावर आजच्यापेक्षा खूप उंच होती हे दाखविणारा 'बीच रॉक' होता! गळ्यातल्या शबनम पिशवीत टाकलेला 'जिऑलॉजिकल हॅमर' काढला आणि त्या खडकाचा कठीणपणा तपासला. भरड वाळूने बनलेला आणि फारसा कठीण नसलेला तो खडक वाळूखाली बऱ्याच अंतरापर्यंत पसरलेला दिसला असता तर काहीतरी नवीन संशोधन झाले असते. मी हातातल्या हॅमरने आजूबाजूची वाळू खोदून दूर करायला सुरुवात केली. माझा अंदाज चुकला नाही!

तो प्राचीन पुळणीचाच घट्ट बनलेला खडक होता. किनाऱ्यावर त्याच दिशेत अनेक ठिकाणी तो लहान लहान उंचवट्यांसारखा उघडा पडला होता. ही सर्व किनाऱ्याला समांतर असलेली अश्मिभूत झालेली जुनी पुळण होती! पटकन काही नमुने घेतले. फोटो काढले. टेप आणायला विसरलो होतो. त्यामुळे 'पेसिंग' करून अंतरे मोजली. हे सर्व

होईपर्यंत काळोख पडायला सुरुवात झाली होती. शशिकांतनाही आता परतीचे वेध लागले होते.

संध्याकाळीच आम्ही परत यायला निघालो. मी विलक्षण खुश होतो! संशोधनाला एक निश्चित दिशा देणारा पुरावा सापडला होता. तो ही असा की जिथे माणसाचा हस्तक्षेप मुळीच नव्हता! त्यामुळे तो जास्त विश्वासार्ह होता. त्यात फेरफार झाले असण्याची, इतर गोष्टी मिसळल्या असण्याची, तो दूषित झालेला असण्याची शक्यता नव्हती.

काळोख झाल्यामुळे त्या किनाऱ्यावर आणखी फिरणं शक्य झालं नाही. पण पुन्हा तिथे येणं गरजेचं होतं. समुद्रपातळीत कोकण किनाऱ्यावर झालेल्या बदलांचे आणखीही काही पुरावे तिथं निश्चित मिळाले असते. दुसऱ्या दिवशी लगेच आगरगुळ्याच्या त्या समस्त जगापासून अलिप्त असल्यासारख्या पुळणीवर यायची फार इच्छा होती. पण लगेचच पुण्याला परतायचं होतं. सुट्टी संपत आली होती. मे महिन्याच्या सुट्टीत आगरगुळ्याच्या पुळणीचं आणखी संशोधन करायचं ठरवून मी पुण्याला परतलो.

त्यानंतर आजपर्यंत आगरगुळ्याच्या त्या मला प्रथमदर्शनात झपाटून टाकणाऱ्या पुळणीवर पुन्हा कधीही जायचा योग आला नाही! काही ना काही कारणांनी तिथे जायच्या योजना प्रत्यक्षात आल्या नाहीत. रत्नागिरीच्या इतक्या जवळ आणि सहज भेट देण्यासारखं ठिकाण असूनही तिथं जायच्या सर्व योजना फसल्या, हेही तितकंच खरं.

आगरगुळ्याच्या पुळणीवर सापडलेला तो प्राचीन पुळणीचा पुरावा माझ्या दृष्टीने एक महत्त्वाचा भाग होता. त्यानंतर कोकण किनाऱ्यावर अनेक ठिकाणी तशा अश्मिभूत पुळणींचे, त्याहीपेक्षा मोठे, लांब, रुंद, विस्तृत आणि आकर्षक प्रदेश मला सापडले. त्यातल्या प्रत्येकाने मी हरखून गेलो. लखनौच्या बिरबल सहानी इन्स्टिट्यूट ऑफ पॅलीओबॉटनी मध्ये या अश्मिभूत पुळणींचे नमुने पाठवून त्याचे कार्बन डेटींग करून घेतले. त्यावरून या किनाऱ्यावर समुद्र या अश्मिभूत पुळणीच्या उंचीवर २००० ते २४०० वर्षांपूर्वी होता, हेही नक्की केले.

आगरगुळ्याच्या दक्षिणेकडे असलेला गणेशगुळ्याचा परिसर त्यानंतर सुरेंद्र ठाकुरदेसाई या माझ्या पीएच.डी.च्या विद्यार्थ्याबरोबर अनेकदा पाहिला. प्राचीन गुहा, समुद्रकडे, प्राचीन अश्मिभूत पुळणी अशा विलक्षण सुंदर सागरशिल्पांनी हा परिसर अगदी नटून गेला आहे. सुरेंद्र माझ्या इतक्याच, किंबहुना थोड्या जास्तच उत्साहाने माझ्याबरोबर अगदी भारावून जाऊन हिंडला. किनाऱ्यावर दिसणाऱ्या प्रत्येक भूआकाराचा अर्थ लावताना त्याने अनेक सशक्त व सुंदर कल्पना सुचवल्या. सागर किनाऱ्याच्या त्या मर्यादित प्रदेशात आढळणाऱ्या भूरूपांवरून आम्ही कोकण किनाऱ्याच्या भूशास्त्रीय इतिहासाची मांडणी करू पहात होतो. त्यात अडचणी असंख्य होत्या. वैज्ञानिकांना

आणि संशोधकांना आमचे स्पष्टीकरण मान्य होईल, याची खात्री नव्हती! आमचे विचार आणि स्पष्टीकरण आम्ही मांडणार होतोच. पण त्याच्या मान्य किंवा अमान्य होण्यापेक्षा त्या अतीव सुंदर सागरतीराच्या सौंदर्याचा ठेवा आमच्यादृष्टीने अधिक मोलाचा होता.

सुरेंद्रचं काम करीत असतानाच रत्नागिरीच्या दक्षिणेकडे कोलंब्याच्या पठारावर असलेल्या फिनोलेक्स कंपनी समोर, रत्नागिरी-पावस रस्त्यालगतच एक नवीन विहीर खोदलेली आमच्या लक्षात आली. विहिरीच्या बाहेर, विहीर खोदताना काढून टाकलेल्या दगड मातीचा ढीग दिसत होता. त्यातच एक ढीग काळसर मातीचाही असल्याचे दिसत होते.

आमचे कुतूहल जागृत झाले. काळसर रंगाच्या मातीच्या ढिगाजवळ जाऊन आम्ही ती माती काळजीपूर्वक तपासली. त्या मातीत लिग्नाइट प्रकारच्या कोळशाचे प्रमाण मोठे होते. मातीला खारवट जमिनीसारखा वास येत होता. तासाभराच्या निरीक्षणानंतर हे लक्षात आले की खारफुटीचे जंगल गाडले गेल्यावर त्यापासून जसा कोळसा तयार होईल, तशा कोळशाचा एक थरच विहिरीतील जांभ्या दगडाच्या थराखाली उघडा पडला होता. ह्या थरातून काढलेला तो कोळसा-सदृश्य गाळाचा थर विहिरीबाहेर पसरला होता. त्यात खारफुटीची फळे, खारफुटीच्या झाडांची कुजलेली मुळे, काही पानांचे ठसे असे भरपूर अश्मिभूत अवशेष होते.

कोलंब्याच्या पठारावरच्या विहिरीत कोळसा सापडतो हे आम्हाला माहीत होते. पण कोळशाच्या थराची नेमकी जाडी कळत नव्हती आणि अगदी नवीनच खोदून काढलेला मातीमिश्रित कोळसाही कुठे आढळला नव्हता.

फिनोलेक्स कंपनी समोरच्या त्या विहिरीतील लिग्नाइट कोळशाने आमच्या संशोधनाला निश्चित दिशा दिली.

त्यानंतर कोलंब्याच्या आणि त्याच्याही दक्षिणेकडच्या गोळप्याच्या पठारावर जिथे जिथे विहिरी सापडल्या त्या सर्वांची सुरेंद्रने मोजमापं घेतली. लिग्नाइट सापडणाऱ्या विहिरीत किती खोलवर किती प्रमाणात ते सापडते याचाही अभ्यास केला. खूपसे नमुने गोळा केले.

लिग्नाइटच्या विहिरीत असा थर सापडला की खोदकाम थांबवावेच लागते, कारण तो सगळा थर भसकन खाली कोसळतो आणि कामगारांना प्राणही गमवावे लागतात. सुरेंद्रचे काम चालू होते, त्या काळातच बेहेऱ्यांच्या विहिरीत अशी दुर्घटना घडली होती. कोलंबे-गोळप पठारावर नवीन बांधकामे झपाट्याने होत होती. त्याच वेगाने विहिरीही खोदल्या जात होत्या. आम्हाला याचा खूपच फायदा झाला.

मिळालेल्या माहितीवरून आम्हाला सापडलेला निष्कर्ष तर खूपच नेमका आणि

विलक्षण होता. एका ठरावीक प्रदेशातील विहिरीत, ठरावीक खोलीवर आढळणारा तो लिग्नाइटचा पट्टा, त्यातील कोळशाचे गुणधर्म, खारफुटीचे अवशेष यावरून त्या खोलीवर प्राचीन काळी खाडी-सदृश्य भाग असावा असे सूचित होत होते.

विहिरीत मिळालेल्या पदार्थांच्या रेडिओ कार्बन डेटींगनेही खाडी व त्यातील खारफुटीचे जंगल हजारो वर्षांचे जुने असावे असे नक्की संकेत मिळत होते. त्यानंतरच्या क्लिष्ट भूशास्त्रीय हालचालींमुळे कोळंबे गोळप्याचे पठार, त्यावरील जांभ्यासह उंचावले गेले असावे असाही निष्कर्ष त्यातून निघत होता!

निसर्गाचे विलक्षण गूढ त्या वेळी आम्हाला पूर्णपणे कळले असे नाही. पण जेव्हा कळले तेव्हा त्याचा प्रचंड आवाका लक्षात येऊन आम्ही अक्षरश: दडपून गेलो. आम्ही निरीक्षणे करून, निसर्गाच्या ह्या खेळाचा काही भाग अप्रत्यक्षपणे विहिरीत अनेक ठिकाणी पाहिला होता. त्यामुळे त्याचा आम्हाला अधिक आनंद होता.

कोच्चीला झालेल्या सेडीमेंटॉलॉजीच्या परिषदेत आम्ही जेव्हा हे संशोधन मांडले व फिनोलेक्स कंपनी समोरच्या त्या विहिरीचा संपूर्ण छेद दाखविला तेव्हा तो न समजल्यामुळे एका प्रथितयश वैज्ञानिकाने तो नुसताच विदारीत खडकाचा छेद आहे असे म्हणून आमच्या संशोधनाची टिंगल केली होती. हे दु:ख खूप मोठे होते. सुरेंद्रच्या पीएच.डी.च्या ओपन डिफेन्सच्या वेळी, विद्यापीठातल्या एका प्राध्यापकाने सुरेंद्रच्या कामाची खिल्ली उडवण्यासाठी ''तुम्ही हे सगळं स्वत: बघितलं आहे वाटतं?'' असं विचारून त्याचे पाय ओढण्याचा प्रयत्नही केला होता.

'काम जितकं चांगलं तितक्या अशा तऱ्हेच्या कुत्सित प्रतिक्रिया जास्त' हे समीकरण आम्हाला हळूहळू चांगलं समजायला लागलं होतं. पण असं असूनही त्या कुत्सित प्रतिक्रियांनी आमचा उत्साह कमी झाला नाही. आम्ही किनाऱ्याच्या संशोधनाचे आणखी कठीण पैलू समजावून घ्यायचा चंगच बांधला. नवीन तंत्रज्ञान, नवीन पद्धती, नवीन उपकरणे वापरून कोकणच्या किनाऱ्याची अनेक सुप्त व न कळलेली निसर्ग रहस्ये समजावून घेतली. समुद्रशोधाची ही सगळी मोहीम म्हणजे एक विलक्षण आनंदयात्राच होती!

झाई
तळासरी
बोर्डी
डहाणू
बडापोखरण
उचेली
विक्रमगड
मनोर
पालघर
अ र बी स मु द्र
विरार
वसई
मिरा-भाईंदर
कल्याण
ठाणे
मुंबई
फोर्ट
उरण
कारंजा
रसायनि
रेवस
अवस
किहीम
२० किमी
अलिबाग

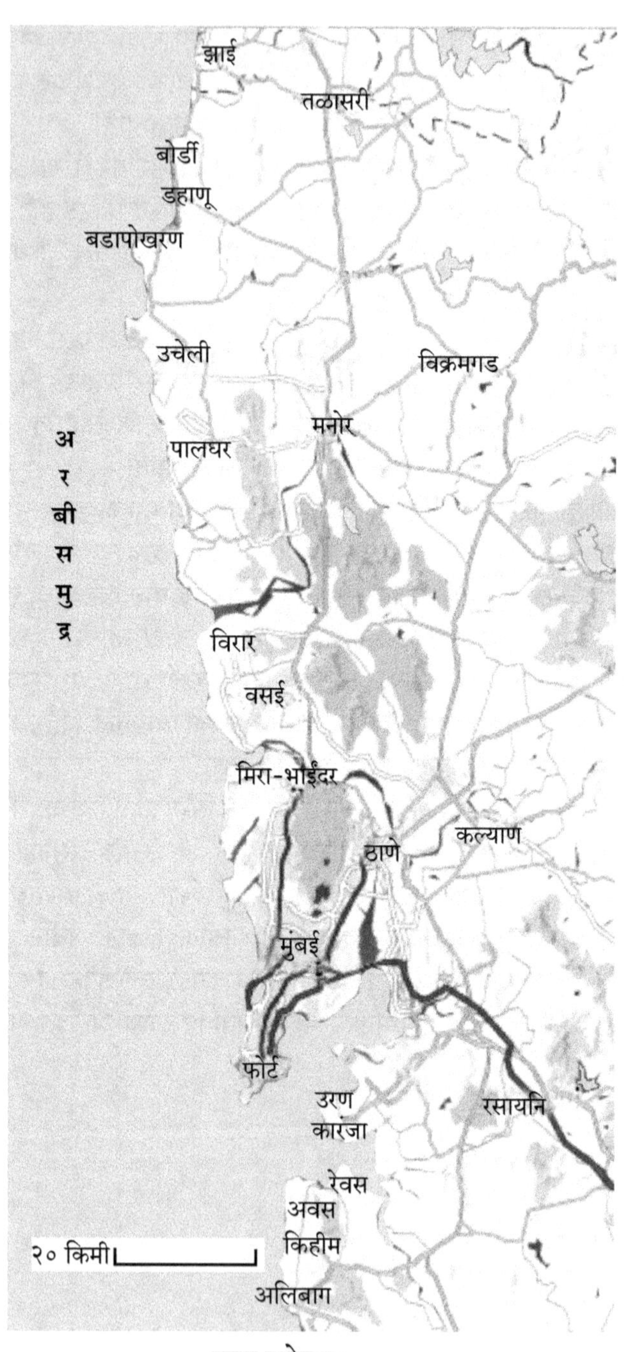

**उत्तर कोकण**

अलिबाग
अँबी व्हॅली
रेवदंडा
कशिद
रोहा
लवासा
कोलाड
नांदगाव
मुरुड
दिघी
दिवेआगर
शेखाडी
माणगाव
वाळवंटी
गोरेगाव
अ
र
बी
स
मु
द्र
श्रीवर्धन
हरिहरेश्वर
महाड
केळशी
पोलादपूर
महाबळेश्वर
आंजर्ले
हर्णे
मुरुड
कर्वे
पन्हाळकाजी
दापोली
खेड
लाडघर
कोळथरे
दाभोळ
आसुर्डे
अंजनवेल
चिपळूण
गुहागर
पालशेत
वेळणेश्वर
हेदवी
नरवण
जयगड
नांदीवडे
२० किमी
मालगुंड
गणपतीपुळे

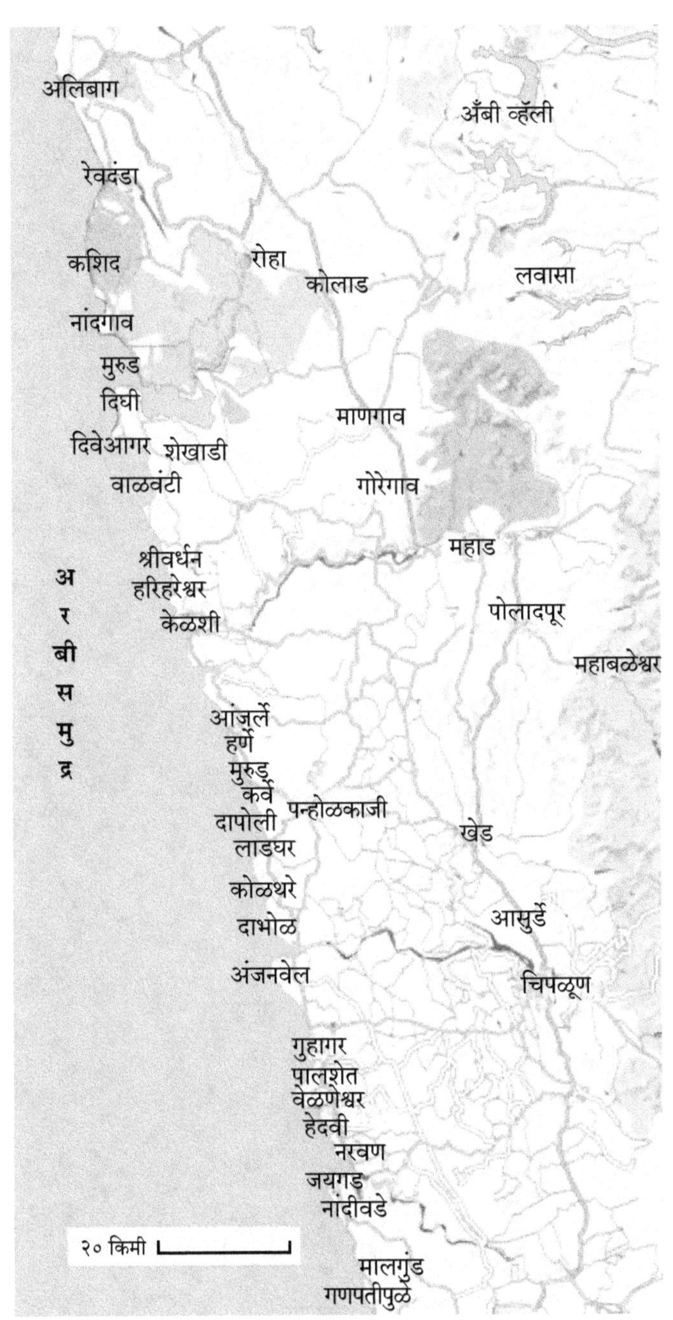

## मध्य कोकण

गणपतीपुळे
ढोकामेळ
वारे
आरे
मिऱ्या
रत्नागिरी
पावस
आगरमुळे
पूर्णगड
गावखडी
राजापूर
आंबोलगड
विजयदुर्ग
देवगड
कुणकेश्वर
तांबळडेग
तोंडवली
आचरा
सर्जेकोट
कोळंब
मालवण
तारकर्ली
देवबाग
भोगवे
निवती
कोंडुरा
वेंगुर्ले
उभादांडा
वेळाघर
रेडी
कणकवली
कुडाळ
अरबी समुद्र
२० किमी

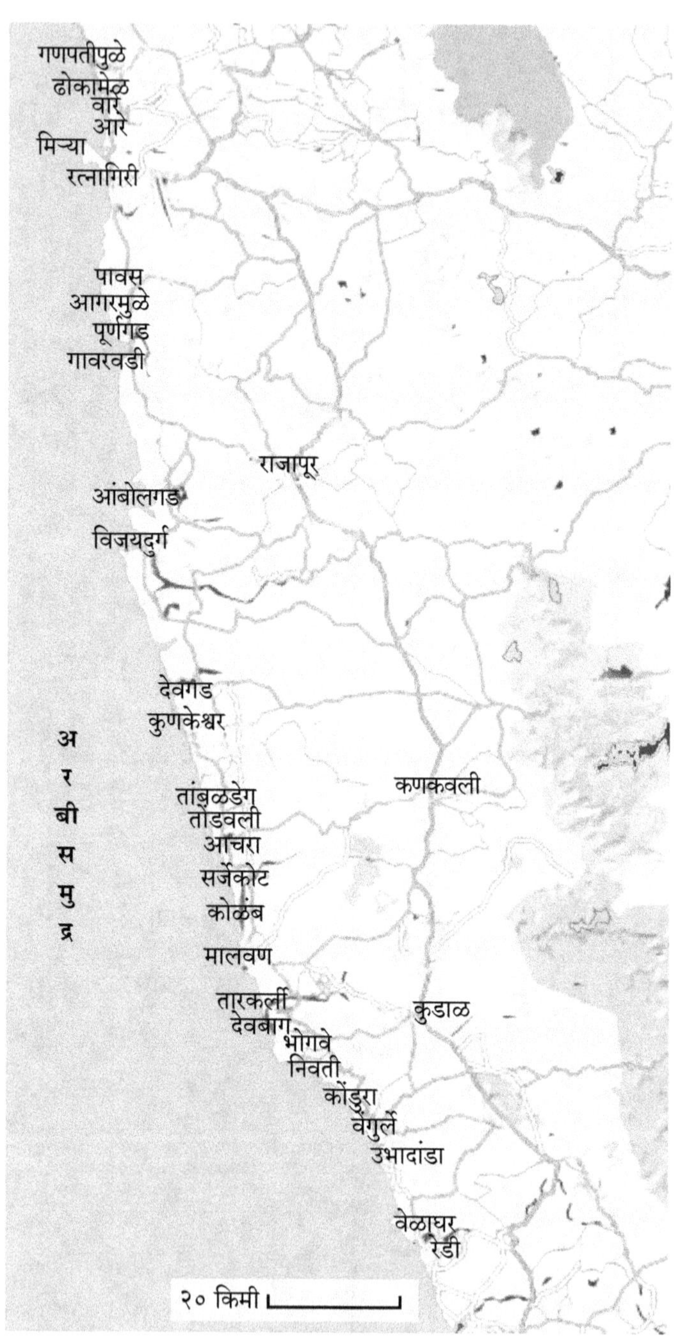

## दक्षिण कोकण

# ३

# समुद्रकडे आणि सागरी गुहा

१९८०मध्ये माझं प्रबंध लेखन जवळजवळ संपलं होतं. मी प्रबंधाचा मसुदा निश्चित करण्यासाठी दीक्षित सरांकडे घेऊन गेलो. त्यांनी तो काळजीपूर्वक बघितला. त्यांना तो पसंत पडला.आता शेवटच्या काही गोष्टींची पूर्तता केली की मला प्रबंध विद्यापीठाला सादर करता येणार होता. 'मी तसं करू का?' असं सरांना विचारलं. पण त्यांच्या उत्तरानं मी थोडा नाराज झालो.

''सी क्लिफ्स' यावर तू एक स्वतंत्र प्रकरण तुझ्या प्रबंधात समाविष्ट करावंस असं मला वाटतं'' ते म्हणाले.

''पण सर - या क्षणी, इतक्या उशिरा -''

''ते काही नाही. तू हे करंच -'' त्यांनी आदेशच काढला. माझ्या समोर पर्यायच नव्हता.

माझ्या प्रबंधाच्या सर्व कामात मी 'सी क्लिफ्स अँड केव्ह्ज' म्हणजे समुद्रकडे व सागरी गुहा यांचा अभ्यास केला होताच. पण तो स्वतंत्र प्रकरण म्हणून मांडला नव्हता. त्यासाठी पुन्हा काही ठिकाणांना भेटी देऊन संशोधन करणं गरजेचं होतं. प्रबंध विद्यापीठाला सादर करणे लांबणार होते. पण ते काम पूर्ण करायलाच हवं होतं.

पुढच्या दोन महिन्यांनी मी पुन्हा एकदा, केवळ समुद्रकडे व सागरी गुहांच्या अभ्यासाकरता कोकण किनारा गाठला. आज मागे वळून पाहताना असं वाटतं कि किनाऱ्याचं हे वैभव मी किती वरवर अनुभवलं होतं! कोकणचा सगळा किनाराच खडकाळ. भूशिरं, खाड्या, असंख्य पुळणी यांनी समृद्ध. दर दोन-तीन किलोमीटरवर आढळणारे समुद्रकडे या किनाऱ्यावर इतके विपुल आहेत कि त्याच्याकडे सहजपणे लक्षच जात नाही. शिवाय समुद्रकडा खूप मोठा.पण सागरी गुहा त्यामानाने संख्येने कमी व आकाराने लहान.

निसर्गाच्या या विलक्षण शिल्पाचा अभ्यास करणं मात्र तितकं सोपं नाही. मलाही

ते प्रकर्षानं जाणवलं.

अहोरात्र किनाऱ्यावर येऊन आदळणारा समुद्र दृष्ट लागावी इतकी सुंदर शिल्पं तयार करीत असतो. एखाद्या कुशल कलाकारालाही जमणार नाही इतक्या समर्थपणे तासून, घासून निसर्गानं तयार केलेली ही देखणी पाषाण शिल्पं आपली नजर बांधून ठेवतात. ही सगळी देवाघरची लेणी पाहण्यासाठी आणि अनुभवण्यासाठी किनाऱ्यावरच्या एखाद्या उंच कड्यावर उभं राहावं आणि तिथून सगळं नजरेत सामावून घ्यावं. मात्र ज्या कड्यावर आपण उभे असतो, तो समुद्रकडाही, शक्य तर खाली उतरून, त्याच्या जवळ जाऊन पाहावा.

किनारी प्रदेशात तयार झालेले समुद्रकडे (Sea Cliffs) हे निसर्गाचं एक अचंबित करणारं रूप आहे. दंतूर आणि खडकाळ किनाऱ्याचं ते नजरेत भरणारं लक्षण आहे. भारताच्या पश्चिम किनाऱ्यावर आढळणारे समुद्रकडे, असंख्य प्रकाराचे, आकाराचे, उंचीचे आणि अतिशय विलोभनीय असे आहेत. वेगवेगळ्या खडकात तयार झालेले हे समुद्रकडे, निसर्गप्रेमी, पर्यटक आणि शास्त्रज्ञ या सगळ्यांनाच उच्च कोटीचा आनंद देत असतात.

जगातील समुद्रकड्यांच्या अभ्यासातून, त्यांच्या निर्मितीबद्दल अनेक संकल्पना स्पष्ट झाल्या आहेत. ६०० मीटर इतक्या उंचीच्या कड्यांबरोबरच जगात केवळ अध्र्या मीटर उंचीचे कडेही समुद्रलाटांनी तितक्याच कुशलतेने तयार केले आहेत. समुद्राच्या लाटा, विविध प्रकारांनी आपल्या समोर असलेल्या भूशिराचे घर्षण आणि अपक्षरण करून उंच, ताशीव कडे तयार करतात.

खडकातील जोड व संधी, लाटांच्या माऱ्याला सामोरा असलेला पृष्ठभाग, खडकांचा कल, यासारख्या विविध घटकांवर समुद्रकडे निर्माण होण्याची प्रक्रिया अवलंबून असते. वेगवेगळ्या प्रकारचे समुद्रकडे तयार होण्यासाठी किनारी प्रदेशाचे हवामान, लाटांची उंची, लाटांचा वेग, भरती ओहोटीतील फरक, किनाऱ्याजवळील समुद्राची खोली या सर्वांचा हातभार लागलेला असतो. समुद्रकड्यांबद्दल एक गंमतीची गोष्ट म्हणजे हे कडे तयार होतात समुद्राजवळ. पण त्यांच्या जडणघडणीत सामुद्रिक क्रियांपेक्षा जमिनीवरून परिणाम करणाऱ्या क्रियांचे प्रमाण अधिक असते. सागरी लाटांचे कार्य भूशिराच्या फक्त तळभागाजवळच्या काही प्रदेशापुरतेच मर्यादित असते. भूशिराचा वरचा भाग, ठिसूळ, भुसभुशीत होऊन, विदारण होऊन खाली कोसळण्यासाठी संवेदनशील बनविण्याचे कार्य, भूशिरात झिरपणारे पावसाचे पाणी, त्यावर वाढणारी झाडे आणि अर्थातच इमारती, खोदकाम, खनिजकर्म हेच सगळे घटक करीत असतात. असे असले तरी तळभागावर प्रचंड आघात करून भूशिराला मागे हटवण्याचे आणि भूशिराच्या समुद्राभिमुख बाजूचे

रूपांतर समुद्रकड्यात करण्याचे काम सागरलाटाच करीत असतात.

भूशिराच्या समुद्राभिमुख बाजूवर सातत्याने आघात करून सुरुवातीला एक छिद्र पाडण्यात लाटा यशस्वी होतात. कालांतराने हे छिद्र मोठे होते. इतके मोठे की छिद्राच्या तोंडावर होणाऱ्या लाटांच्या आघातामुळे, छिद्रातील हवा दाबली जाऊ शकते. लाट मागे गेली की दबली गेलेली हवा पुन्हा छिद्र व्यापून टाकते. यामुळे छिद्राच्या भिंती कमकुवत होतात. छिद्र रुंदावते व त्याचे रूपांतर गुहेत होते. कालांतराने या गुहाही विस्तारतात. गुहेच्या छताच्या दिशेने लाटांचा आघात होतच असतो. त्यातच, वरच्या बाजूने झिरपणाऱ्या पाण्यामुळे छत ठिसूळ बनते व खाली कोसळते. यानंतर छत कोसळलेल्या बाजूवर सागरकडा दिसू लागतो. छताच्या कोसळलेल्या भागातील दगडधोंड्यांचाच हत्यार म्हणून लाटा वापर करतात व कड्याची झीज सातत्याने करत राहतात.

सागराच्या प्रत्येक अग्रगामी व प्रतिगामी लाटांबरोबर हे दगडधोंडे मागे-पुढे होत राहतात. एकमेकांवर आपटून फुटतात, तुटतात आणि त्यांचे रूपांतर लहान लहान वाळूच्या कणात होते. हे असंख्य वाळूचे कण भरतीच्या वेळी विलक्षण शक्तिनिशी कड्याच्या भिंतीवर आपटतात. कड्याच्या पृष्ठभागावर, दगडांच्या आणि वाळूच्या आघातांमुळे छिद्रांची एक विस्तृत जाळीच तयार होते.

कालांतराने ही जाळीही नष्ट होते. कड्याचा पृष्ठभाग गुळगुळीत होतो.

ही क्रिया सतत होत असली तरी लाव्हाच्या उद्रेकाने तयार झालेल्या कठीण खडकांच्या प्रदेशात, समुद्रकड्यांच्या निर्मितीला हजारो वर्षे लागतात. गंमतीचा भाग असा की, या हजारो वर्षांत समुद्राची पातळी कधीही एकाच उंचीवर स्थिर राहत नाही. ती कधी खाली जाते तर कधी उंचावते. ती खाली गेली तर, सागरकडे तयार होण्याचे काम अर्धवट स्थितीत राहते आणि लाटांच्या माऱ्यातून मुक्त झाल्यामुळे असे समुद्रकडे, समुद्रापासून दूर आणि थोड्या उंचीवर सोडून दिल्यासारखे दिसून येतात. समुद्रपातळी वर आली तर पूर्वीच्या कड्यांचा खालचा भाग पाण्याखाली जातो व कडे पाण्यात बुडतात.

समुद्राची पातळी एकापेक्षा जास्त वेळा खाली गेली तर खडकाळ, दंतूर किनाऱ्यावर, वेगवेगळ्या अंतरावर व उंचीवर समुद्रकडे परित्यक्त अवस्थेत आढळणे म्हणजे मोठी मेजवानीच असते. त्यावरून त्या किनाऱ्याच्या उत्क्रांतीचा इतिहास मांडता येतो.

समुद्रकड्यांच्या ह्या विभिन्न अवस्था, महाराष्ट्राच्या व पश्चिम किनाऱ्याच्या इतर भागातही आढळतात. पश्चिम किनाऱ्यावर लाटांचा जोर नैऋर्त्य मोसमी वाऱ्यामुळे नैऋर्त्य दिशेकडे जास्त असतो. त्यामुळे या किनाऱ्यावरील बहुतांशी समुद्रकडे नैऋर्त्याभिमुख

असल्याचे आढळते. याचा अर्थ असा नाही की भूशिराच्या इतर बाजूंवर सागरकडे तयार होत नाहीत. तिथेही कडे आढळतात पण नैर्ऋत्याभिमुख बाजूकडील कडे अधिक आकर्षक, धोकादायक, गुळगुळीत व उंचच उंच असतात.

कोकण किनाऱ्यावर केवळ समुद्रकड्यांमुळे प्रेक्षणीय बनलेली अनेक ठिकाणं आहेत. अलिबागच्या दक्षिणेला रेवदंड्यापासून मुरूडपर्यंत आणि राजपुरी खाडी ओलांडून गेल्यावर श्री क्षेत्र हरिहरेश्वरपर्यंतचा सगळा किनाराच समुद्र कड्यांचा किनारा (Cliff Coast) आहे. १५ ते २० मीटर पासून ९ मीटर उंचीचे हे कडे अनेक ठिकाणी अतिशय तीव्र उताराचे आहेत. काशीद पुळणीच्या दक्षिणेकडच्या भूशिराजवळ तयार झालेला समुद्रकडा असाच अतीतीव्र उताराचा आहे. रत्नागिरीच्या दक्षिणेला कर्ली गावानजीक, मालवणजवळ सर्जेकोट, राजापूरच्या पश्चिमेला आंबोलगड, देवगडजवळ कुणकेश्वर आणि वेंगुर्ल्याच्या किनाऱ्यावरील भूशिरं ही सर्वच ठिकाणं केवळ समुद्रकड्यांसाठी पाहावी अशी उत्तम ठिकाणं आहेत.

असिताश्म (Besalt), जांभा (Laterite), कणाश्म (Granite) यासारख्या विविध खडकांत समुद्रानं खोदलेले उंचच उंच कडे पाहिले की, सागरी लाटांच्या शक्तिची पुरेशी कल्पना येते. समुद्रकडा तयार होतानाच त्याच्या पायथ्याशी एक विस्तृत असा सागरी मंच निर्माण होत असतो आणि कड्याच्या समुद्राभिमुख पृष्ठावर लहान-मोठ्या, आडव्या- उभ्या, उथळ, खोल अशा सर्व तऱ्हेच्या सागरी गुहाही तयार होत असतात. काही वेळा गुहांऐवजी समुद्राभिमुख पृष्ठावर मधमाशांच्या पोळ्यासारखी, छिद्रांची जाळीच तयार झाल्याचे दिसते.

हजारो वर्षांच्या मेहनतीनंतर निसर्गानं तयार केलेल्या या सागर शिल्पांचा ऱ्हास, माणसाने मात्र कमीत कमी वेळातच करण्याचा जणू विडाच उचललाय! आज कोकणात अनेक ठिकाणी समुद्रकड्यांच्या माथ्यावर पर्यटकांसाठी मोठमोठी हॉटेल्स, लॉजेस आणि आरामगृहे उभी आहेत. कड्यांच्या माथ्यावर रस्ते तयार केल्यामुळे वाहनांचा उपद्रव वाढतोय. भूशिरं ठिसूळ बनताहेत. त्यांचं विदारण वाढतेय. सागराच्या या पाषाण शिल्पांचं रक्षण, आत्तापासूनच केलं नाही तर ते छिन्न-विच्छिन्न व्हायला फार काळ वाट बघावी लागणार नाही!

सागरी लाटांच्या जबरदस्त ताकदीचा अंदाज 'सागरी गुहा' या किनाऱ्यावरील भूरूपाकडे पाहिल्यावरच येऊ शकतो. हे भूरूप तसे सर्वत्र आढळणारे आणि सहजपणे दिसणारे नाही. समुद्रकडे, पुळणी, वाळूच्या टेकड्या याप्रमाणे 'गुहा' सगळीकडे दिसत नसल्यामुळेच त्यांच्या दुर्मीळ दर्शनाने होणारा आनंद हा शब्दांत मांडता न येण्यासारखा असतो. खडकाळ किनाऱ्यावर अर्थातच यांचे अस्तित्व नजर वेधून घेणारे असते. मात्र,

इथेही यांच्या जागा अनेक वेळा विवक्षित असतात. कोकणच्या खडकाळ किनाऱ्यावर सागरी गुहा या मुख्यत: नैर्ऋत्य मोसमी वाऱ्यांना संमुख अशा दिशेत तयार झालेल्या दिसतात. सागरी गुहा अनेकविध आकारात आणि वेगवेगळ्या रूपात आपल्यासमोर, एकाएकी अवतीर्ण झाल्यासारख्या पुढ्यात उभ्या ठाकतात. कारण भूशिराच्या आणि खडकांच्या वेगवेगळ्या भागात त्या दडलेल्या असल्या तर दुरून दिसत नाहीत. काही वेळा त्यांच्या निव्वळ आकारानेच आपण भयभीत होऊन जातो. गुहेच्या तोंडाशी प्रचंड वेगाने येऊन फुटणाऱ्या लाटा आणि उडणाऱ्या पाण्यात क्षणार्धात झाकून जाणारी गुहा पाहताना अंगावर काटाच उभा राहतो. गुहेत शिरलेले समुद्राचे पाणी, मागे फिरणाऱ्या लाटेमागोमाग, परत फिरतानाही प्रचंड आवाज करीतच मागे फिरते.

गुहेच्या तोंडाचा विस्तार बघून गुहा किती खोल असेल, याचा अंदाज करता येत नाही. कारण गुहेच्या आतला खडक किती कठीण आहे, त्यावर भेगा, संधी, जोड यांचे प्रमाण किती आहे आणि खडक किती विदारण झालेला आहे यावर गुहेची खोली अवलंबून आहे.

काही वेळा गुहांना फारशी खोली नसतेच. पण जेव्हा त्यांना खोली असते तेव्हा ती आतल्या बाजूस अनेक मीटरपर्यंत गेलेल्या एखाद्या बोगद्यासारखीही असू शकते. काही ठिकाणी बोगद्याची जमिनीकडची बाजू इतकी खोदली जाते की, ती भूशिराच्या पृष्ठभागावरच दिसू लागते. अशा तऱ्हेच्या भूरूपाला आघात छिद्र (Blow Hole) असे म्हटले जाते. या छिद्रातून गुहेच्या मुखापाशी लाट आपटल्यानंतर जी हवा कोंडली जाते ती जोराने वर निघून जाते. त्यामुळे लाटेचे पाणी छिद्रातून एखाद्या कारंजासारखे वर उडते. ही घटना अनेक वर्षे घडत राहिल्यास, या नळीच्या छताचा भाग खाली कोसळतो व नलिका एखाद्या लांबट, अरुंद, पन्हळीसारखी दिसू लागते. याला आंतर्मार्ग (Geo) असे संबोधिले जाते. आंतर्मार्ग हे भूरूप तयार होण्यासाठी समुद्रपातळी खूप मोठा काळ एकाच ठिकाणी असणे जसे आवश्यक आहे, तसेच, आघात छिद्र तयार होण्यासारखा तुलनेने मृदू खडकही किनाऱ्यावर असणे गरजेचे आहे. त्यामुळे आंतर्मार्ग हे गुहेशी निगडित असलेले भूरूप खूपच दुर्मीळ असते. कोकण किनाऱ्यावर सर्वप्रथम हेदवी, वेळणेश्वर आणि कोलई या ठिकाणी आम्हाला आंतर्मार्गाचे अस्तित्व लक्षात आले. महाराष्ट्राच्या किनाऱ्यावर इतरत्रही त्यांचे अस्तित्व असण्याची शक्यता नाकारता येत नाही.

इतक्या ताकदीने निसर्ग, हे बोगद्यासारखे दिसणारे 'आघात छिद्र' गुहेच्या आतून तयार करू शकेल याची आपण कल्पनाच करू शकत नाही आणि मग आपल्याला पटेल अशा भाषेत, म्हणजे 'किल्ल्यावरून काढलेली चोरवाट' असे त्याचे वर्णन करून आपण मोकळे होतो.

सागरी गुहांची खोली आणि विस्तार जसा वैविध्यपूर्ण तशी, ज्या उंचीवर या गुहा सापडतात, त्या उंचीतही भरपूर विविधता आढळते. खूप उंचावर आणि भूशिराच्या समुद्रवर्ती बाजूवर मधेच आढळणाऱ्या गुहा अधांतरी असल्यासारख्या दिसतात. पूर्वीच्या उच्चतम समुद्रपातळीमुळे त्या ठिकाणी त्या तयार झालेल्या असतात. भूशिराच्या समुद्रवर्ती बाजूवर खूप उंचावर, मधेच आणि थोड्याशा पायथ्यालगत तयार झालेल्या गुहा सागरपातळीत एकापेक्षा जास्त वेळा झालेले बदल सुचवितात. अशा तऱ्हेच्या गुहा नेहमीच, पूर्णपणे विकसित होऊ न शकल्यामुळे, समुद्र-लाटांनी अर्धवट अवस्थेत सोडून दिल्यासारख्या दिसतात.

अनेक वेळा या गुहा आजच्या समुद्रपातळीच्या थोड्याशाच वर पण किनाऱ्यापासून खूपच दूर आढळतात. त्यांच्या समोर झीज झालेले खडक, सागरी मंच, तर अपवादात्मक परिस्थितीत वाळूच्या पुळणीही आढळतात. या गुहांना 'मृत गुहा' असे म्हटले जाते. यांच्या छतातून वरून मुरलेले पाणी, झिरपत, ठिबकत असते. छतांच्या भिंतीवर ठिकठिकाणी झाडे उगवून त्यांची मुळे अस्ताव्यस्त पसरलेली दिसतात. रत्नागिरी शहरात, थिबा पॉईंट या ठिकाणी जांभा भूशिराच्या खाली, अशी एक गुहा आहे. केळशी खाडीच्या उत्तरेला, तसेच हेदवीच्या किनाऱ्यावर आणि गुहागरजवळ बोऱ्या बंदराच्या परिसरात अशा मृत गुहा आढळतात.

काही गुहांची मुखं इतकी लांबट आणि अरुंद असतात की, रांगत रांगत जाऊनच गुहेत प्रवेश करता येतो. गुहांच्या आत एक वेगळेच विश्व असते. कोंदट हवा, ठिबकणाऱ्या पाण्याचा स्पर्श, काही ठिकाणी छताला चिकटलेल्या वाघळांची फडफड आणि नजरेला जाणवेल इतका काळोख निश्चितच असतो. समुद्र जवळपास असेल तर प्रत्येक भरतीच्या वेळी आत घुसणाऱ्या पाण्याची ताकद तर इतकी की, आत उभं राहणं अशक्य होऊन, जातं.

ज्या गुहांच्या छतावर आणि भिंतीवर शंख-शिंपले चिटकलेले असतात त्या गुहा संशोधकांच्या दृष्टीने अतिशय महत्त्वाच्या असतात. कारण त्यातील शिंपल्यांवरून, गुहा केव्हा निर्माण झाली असेल त्याबद्दलची काही अनुमानं काढता येतात.

सागरी गुहा ही समुद्रकड्यांच्या निर्मितीतील एक महत्त्वाची क्रमबद्ध घटना आहे. भूशिरावर सुरुवातीलाच तयार होणारे छिद्र, त्यावर आपटणाऱ्या लाटेतील हवेच्या आकुंचन -प्रसरणाचा परिणाम आणि छिद्राचा विकास यातून गुहा निर्माण होते. गुहेच्या सततच्या विकासानंतर म्हणजे तिची खोली आणि विस्तार वाढल्यानंतर गुहेचे छतच खाली कोसळते आणि शिल्लक राहिलेला भूशिराचा तीव्र उताराचा भाग समुद्रकड्यासारखा दिसू लागतो.

गुहेचे अस्तित्व हे समुद्रकड्यांच्या अपूर्ण विकासाचे निर्देशक आहे. 'कडे' निर्माण

होण्याची क्रमबद्ध प्रक्रिया मधेच थांबली तर त्या वेळी गुहा ज्या अवस्थेपर्यंत तयार झालेल्या असतात त्याच अवस्थेत पुढेही आढळून येतात. ज्या गुहांचा विकास चालू असतो त्यांच्या पायथ्याशी दगडधोंडच्यांचा खच पडलेलाही आढळतो. याच दगडधोंडच्यांचा, मोठ्या लाटा हत्यार म्हणून (Tool) वापर करतात आणि गुहेच्या विकासाला हातभार लावतात. महाराष्ट्राच्या किनाऱ्यावर अलिबागपासून मुरूडपर्यंतच्या पट्ट्यात अनेक सागरी-गुहा वेगवेगळ्या उंचीवर व अंतरावर दिसून येतात. आकाराने त्या फारशा मोठ्या व आकर्षक नाहीत. हरिहरेश्वर, आंजर्ले, हर्णे आणि कोळथरे येथील सागरी गुहा तर निश्चितच पाहण्यासारख्या आहेत.

सिंधुदुर्ग जिल्ह्याच्या किनाऱ्यावर मात्र सागरी गुहांची संख्या खूपच मर्यादित. इथे असलेल्या ग्रॅनाईट या खडकांमुळे यांच्या निर्मितीत सहजता नसल्यामुळे त्या अभावानेच आढळतात.

ऐतिहासिक काळात या गुहा हेच अनेक किनारी प्रदेशात मानवाचे आसऱ्याचे ठिकाण होते. त्या दृष्टीनेही या गुहांचे महत्त्व अनन्यसाधारण असेच आहे. भ्रमंती करणाऱ्यांसाठी आणि साहसी शोधकांसाठी सागरी गुहा हे एक जबरदस्त आव्हान आहे. संशोधकांना प्राचीन सागरपातळीच्या हालचालीचे पुरावे देण्याची त्यांच्यात भरपूर क्षमता आहे आणि पर्यटकाला अवर्णनीय आनंद देण्याचा न संपणारा साठाही आहे.

मात्र हे सगळं करताना सागरी गुहांच्या परिसरातल्या समुद्राचं रौद्र रूप पाहून आणि ओळखूनच साहस करणं हितावह!

रत्नागिरीच्या रत्नदुर्ग किल्ल्याच्या खाली समुद्रकड्याच्या बाजूला एक अतिशय आकर्षक सागरी गुहा आहे. त्या गुहेत जाण्याचा माझा प्रयत्न उसळणाऱ्या लाटा आणि बुळबुळीत, शेवाळ युक्त खडकांनी असफल केलाय. गुहागर पासून जयगडपर्यंतच्या किनाऱ्यावर विशेषत: बोऱ्या इथं मात्र आम्ही समुद्रगुहांत प्रवेश करून त्यांचा चांगला अभ्यास करू शकलो.

# ४

# लाटांशी संवाद

कॉलेजातल्या विद्यार्थ्यांना सागरी भूरूपशास्त्र शिकवणं आणि जवळजवळ प्रत्येक महिन्याच्या शेवटच्या आठवड्यात किनाऱ्यावर संशोधन मोहिमा करणं असा एक निश्चित कार्यक्रम माझ्या नकळत १९८६ ते १९९५ या काळात ठरूनच गेला होता! या काळात मी पूर्णपणे सागरमय झालो होतो. संशोधनाच्या धुंदीबरोबरच समुद्राची ओढ नसानसांत भिनत चालली होती.

याच काळात मी अनेक गूढकथा लिहिल्या. सगळ्या कथांची पार्श्वभूमी समुद्रच होती. नवल, लोकप्रभा, आरती यातून त्या प्रसिद्धही झाल्या. १९९५मध्ये त्याचा एक एकत्रित कथासंग्रहही प्रकाशित झाला. सागरलाटांशी या दरम्यान मी इतका एकरूप होऊन गेलो होतो कि त्यांच्याशी माझा संवाद होतोय असं काहीतरी मला जाणवू लागलं होतं. हे सगळं खोटं आहे याची निश्चित जाणीव मला होतीच. तरीही समुद्राबद्दलच्या त्या तसल्या अनाकलीय ओढीपोटी मी एक विज्ञान कथाही लिहिली. ती लिहिण्यापूर्वी मी कॉलेजच्या काही विद्यार्थ्यांना घेऊन अलिबागला गेलो होतो. तिथल्या वातावरणाचा निश्चित असा पगडा त्या विज्ञान कथेवर होता, हे नक्की.

त्या वेळी अलिबाग आजच्या एवढं सुधारलेलं व पसरलेलं नव्हतं. अलिबाग रेवस रस्त्यावर, अलिबाग शहर सोडल्यावर लगेचच, एका मित्राचं एक घर ओळखीने, आम्हाला दोन दिवसांकरिता वापरायला मिळालं होतं.

ते घर शोधायला आम्हाला अजिबात त्रास पडला नाही. त्या छोट्याशा भागात जी अनेक बंद असलेली घरं होती त्यात सगळ्यात मोठं घर आमच्या मित्राचंच होतं. मित्राच्या वडिलांची वर्षातून एखादीच खेप तिथे व्हायची. त्या वेळी ते सगळं घर साफ करून घ्यायचे. दोन चार दिवस राहून पुन्हा मुंबईला परतायचे.

आम्ही अलिबागच्या त्या घरी पोहोचलो तेव्हा संध्याकाळ झाली होती. दरवाजा उघडून मी माझ्या बरोबर आलेल्या दहाबारा विद्यार्थ्यांबरोबर घरात पाऊल टाकलं अन्

आतल्या खोलीतून काही वटवाघळं फडफडत एकदम अंगावरून बाहेर पडली! आम्ही सगळेच त्या अनपेक्षित प्रसंगाने थोडे घाबरलो.

त्यावेळी अलिबागच्या त्या भागात सगळीकडे विजेचा पुरवठा नव्हता. मित्राच्या घरी तर लाईट नव्हतेच. मात्र आम्ही येणार म्हणून त्याच्या वडिलांनी पडवीतल्या झोपाळ्यावर कंदील, शेजारी काडेपेटी अशा वस्तू ठेवल्या होत्या. मी कंदील लावला अन् विद्यार्थ्यांना बाहेरच्या पडवीत व अंगणात बसवून, सगळ्या खोल्या एकदा बघून घ्याव्यात म्हणून आत आलो.

घरात सहा खोल्या, लांब रुंद, कोपऱ्याकोपऱ्यात सामानाची बांधाबांध करून बोचकी बांधून ठेवलेली. दोन तीन खाटा टाकलेल्या. माजघरातल्या कोनाड्यात गणपतीची एक विटून काळीकुट्ट झालेली तांब्याची मूर्ती आणि त्याच्या शेजारीच पडलेली कोमेजलेली लाल जास्वंदीची फुलं. मित्राचे वडील दोन दिवसांपूर्वींच तिथं येऊन गेले होते. त्याच्या खुणा.

स्वयंपाकघरातल्या कोपऱ्यातल्या चुलीवर एक रिकाम पातेलं. शेजारी एक काठ फुटलेली घागर. घागर बांधायला दोरीचं वेटोळं. आमच्यासाठी आंघोळी करायला करून ठेवलेली ती सोय. मागच्या पडवीत छतापाशी असलेल्या बारला लोंबकळणारा पत्र्याचा डबा.

एखाद दुसऱ्या दिवसाच्या वास्तव्याकरिता जमवून ठेवलेल्या वस्तू आणि बंद ठेवण्यासाठींच बांधलेलं ते घर बघून माझ्या मनात निष्कारण कालवाकालव झाली होती!

मागच्या पडवीचं दार बंद होतं. सकाळी दरवाजा उघडला असता तरी चाललं असतं. पण अनाहूतपणे मी दारापर्यंत चालत गेलो. दाराची कडी काढली अन् बाहेरच्या भणभणत्या वाऱ्यामुळे मी उघडू पाहात होतो ते दार माझ्याच अंगावर ढकललं गेलं. माझ्या हातातल्या कंदिलाची वात विझली, अन् ती पडवी अंधाराने गपूकन गिळून टाकली!

क्षणभर मी तसाच उभा राहिलो. आजूबाजूचा अंदाज घेऊ लागलो. त्या तेवढ्या वेळात माझ्या नजरेला अंधाराची ओळख झाली. बाहेरच्या झिमझिमत्या प्रकाशात मला घर अन् बाहेरचा परिसर यातील सीमारेषा जाणवू लागली. डोळ्यांबरोबर कानही आजूबाजूचा आसमंत चाचपू लागले.

मागील बाजूच्या परसातल्या उंच उंच माडाच्या रांगांतून समुद्राचा धीर गंभीर, लयबद्ध, थोडासा आर्त-पछाडून टाकणारा आवाज वाट काढीत माझ्यापर्यंत येऊन पोहोचला. मी नखशिखान्त मोहरून गेलो. घर समुद्राजवळ होतं हे मला माहिती होतं. पण समुद्र इतका जवळ असेल असं वाटलं नव्हतं.

दरवाजाच्या चौकटीत उभा राहून मी काही वेळ त्या आवाजाचा वेध घेत होतो. मग अंदाजाने चाचपडतच मागच्या अंगणात आलो. थोडासा चंद्रप्रकाश आता माडाच्या झावळ्यातून खाली उतरत होता. मी आणखी थोडा पुढे गेलो. समुद्राच्या लाटांचा आवाज आता अगदी स्पष्ट ऐकू येत होता.

त्या लाटा माझ्याशी संवाद करू पाहात आहेत असं काहीसं मला वाटलं. त्या विचारापाशी मी थबकलो; बराच वेळ घुटमळत राहिलो. हा अनुभव इतका विलक्षण व अतर्क्य होता की माझा त्यावर विश्वास बसणं शक्यच नव्हतं. मी अधिक काळजीपूर्वक तो आवाज ऐकू लागलो. समुद्र मला दिसत नव्हता. पण फुटणारी लाट, तिची गाज आणि त्यातून संवाद साधण्याचा प्रयत्न.....! लौकिकाच्या कुठल्याही पातळीवर त्याचं स्पष्टीकरण शक्य नव्हतं. त्यातूनच मला माझ्या 'ओडस' या विज्ञान कथेची प्रेरणा मिळाली. अलिबागच्या परिसरातलं नंतरचं माझं समुद्रसंशोधन हे या विचाराभोवतीच फिरत राहिलं.

विद्यार्थ्यांबरोबरची ती सहल आटोपून मी पुण्याला परतलो खरा. पण मन सगळं अजूनही अलिबाग मधेच होतं. पुढच्याच महिन्यात एक-दोन विद्यार्थ्यांना घेऊन मी पुन्हा एकदा अलिबाग गाठलं. अलिबागचा किनारा मनसोक्त हिंडलो आणि दुसऱ्या दिवशी चौल-रेवदंड्याला गेलो.

आज रेवदंड्याच्या पलीकडे जायला कुंडलिका नदीवर पूल आहे. पूर्वी होडीने पलीकडे जायला लागायचं. रेवदंडा-चौल परिसरातल्या सुपारीच्या विस्तीर्ण बागा पाहून आम्ही अगदी तृप्त झालो. तिथल्या भग्न-पडक्या किल्ल्याच्या आणि वास्तूंच्या परिसरात हिंडलो आणि तिसऱ्या दिवशी खाडीपार करून बोर्ली मांडला गावी गेलो. इथून सुरू होणारा समुद्र किनारा पाहाणं म्हणजे दैवदुर्लभ निसर्गसौंदर्याचा खजिना लुटण्यासारखं आहे! केवळ अप्रतिम.

बारशीव ते काशीदपर्यंतच्या समुद्र किनाऱ्याने आम्ही चालत जायचं ठरवलं, कारण त्याशिवाय कमी वेळेत जास्तीत जास्त किनारा बघायचं स्वप्न पूर्ण होणार नव्हते.

यावेळी संशोधनापेक्षा, किनारा पाहाणं हाच मुख्य उद्देश होता. ओहोटी होती. त्यामुळे किनाऱ्यालगत तरंगघर्षित मंच प्रदेश उघडा पडलेला होता. त्यावरून चालत जाणं सुकर नक्कीच नव्हतं. आनंददायी मात्र निश्चितच होतं.

इतका विस्तृत लांबच लांब तरंगघर्षित मंच त्यापूर्वी मी कुठेही पाहिला नव्हता. ठिकठिकाणी दिसणारे खळगे, त्यांत साठलेले दगड धोंडे, कठीण खडकांच्या क्वार्ट्झ खनिजांच्या इतस्तत: पसरलेल्या शिरा, थोड्याशा उंचीवर असलेली प्राचीन पुळण- वाळू, चालताना पायात गुंतणाऱ्या समुद्र वनस्पती, सागरी जीव, खेकडे, खडकांना चिकटलेले शंख-शिंपले असं एक समृद्ध जीवन त्या वेळी आम्ही पाहू शकलो. आज

मात्र या सगळ्यांच्या जोडीला प्लास्टीक पिशव्या, बाटल्या आणि तत्सम कचऱ्याचे ढीगही या प्रदेशावर पसरलेले दिसतात.

आता समुद्र इतका गूढ राहिला नाही. आजूबाजूच्या वाढत्या गोंधळामुळे तोही धीट झालाय आणि तितक्याच धिटाईने किनाऱ्यावर आक्रमणही करू लागलाय.

माणसाने टाकलेल्या सर्व वस्तू, सागर लाटा पुन्हा त्याला परत करीत असल्यामुळे, त्यांची भरती मर्यादेला लागून एक लांबचलांब रांगच तयार झालीय.

कोकण किनाऱ्यावर अभावानेच दिसणारे सागरी स्तंभ (सी स्टॅक) हे विलक्षण सुंदर भूरूप याच प्रदेशात आम्हाला आढळलं. बारशीव - काशीद - मुरूड किनाऱ्यावरचे समुद्रकडे तर तुमच्यातल्या साहसाला आव्हान देणारे. इतके सुंदर समुद्रकडे त्यानंतर मी वेंगुर्ल्याच्या किनाऱ्यावर पाहिले. मात्र ते ग्रॅनाईट खडकातले. विलक्षण सुंदर, गुळगुळीत आणि त्यातील खनिजांमुळे सूर्यप्रकाशात चमकणारे!

वेंगुर्ल्याजवळ कोंडुरा इथं दिसणारी भूशिरं, पुळण आणि समुद्रकडे असेच विलक्षण सुंदर. खरं म्हणजे सगळ्या महाराष्ट्राच्या किनाऱ्यावर चिपी पासून वेंगुर्ल्यापर्यंतचा किनारा अगदी वेगळा. निसर्गानं आपलं सगळं कौशल्य पणाला लावून हा किनारा बनवलाय. चिपी, निवती, मोचेमाड, आरवली, कोंडुरा सगळी एकापेक्षा एक सरस! संशोधनाच्या दृष्टीनंही हा किनारा अस्पर्शित आणि गोव्याला इतका जवळ असून अजूनही पर्यटनाच्या दृष्टीने दुर्लक्षित आहे आणि म्हणूनच कदाचित तो अधिक सुंदर - शांत आणि आकर्षक आहे!

५

# केळशीच्या टेकडीचे गूढ

१९९० च्या नोव्हेंबर मध्ये अभय देसवंडीकर, ज्योती घाटपांडे आणि पूर्वा कुलकर्णी हे एम.एस्सी.चे तीन विद्यार्थी माझ्याकडे त्यांचं डेझर्टेशनचं काम करीत होते. त्यांच्यासाठी केळशीच्या किनाऱ्यावर काम करायचं आम्ही आधीच ठरवून ठेवलं होते. अभयकडे स्वतःची फियाट गाडी होती. त्यामुळे प्रवासाची काहीच चिंता नव्हती. 'इतक्या लांबच्या प्रवासाला गाडी घेऊन पहिल्यांदाच जातोय' असं त्याने अध्र्या प्रवासात सांगितल्यामुळे आम्ही खरं म्हणजे घाबरून गेलो असतो. पण आत्तापर्यंतचं त्याचं ड्रायव्हिंग निश्चितच 'सेफ' होतं. त्यामुळे काळजी वाटत नव्हती.

आमची ही 'केळशी' भेट भविष्यात खूपच फलदायी आणि एका मोठ्या संशोधन मोहिमेची मुहूर्तमेढ ठरणार होती याची आम्ही अंधुकशीही कल्पना त्या वेळी केली नव्हती.

केळशीला आमची राहायची व्यवस्था कशी आणि कुठे होईल याची थोडी चिंता होतीच. पण केळशी गावातच त्याबद्दल चौकशी करावी असा आमचा विचार होता.

मंडणगड-बाणकोट मार्गावरचे देव्हारे गांव ओलांडले आणि डावीकडे केळशीकडे जाणारा रस्ता सुरू झाला. वळणावळणाच्या त्या रस्त्याने भारजा नदी पात्रात उतरलो. नदीवरचा अरुंद पूल ओलांडून केळशीच्या दिशेने निघालो. एव्हाना संध्याकाळचा काळोख दाटून यायला लागला होता. पण आता काळजी नव्हती. अध्र्या तासातच आम्ही केळशी मुक्कामी पोहोचणार होतो!

गप्पाटप्पा आणि हास्य-विनोदात एवढा प्रवास कसा संपला ते कळलंच नव्हतं. एक अरुंद वळण पार करून पुढे आलो आणि अभय समोरच्या रस्त्यावर दोन्ही बाजूने अडकलेली वाहने बघून ओरडलाच ''ओ - नो!''

जेमतेम एक वाहन जाईल इतक्या अरुंद रस्त्यावर दोन्ही बाजूंनी वाहने अडकून पडली होती! आम्हीही थांबलो. गाडी मागे घेऊन केळशीकडे जायला दुसरा रस्ता नव्हता.

सगळी वाहने अक्षरश: निपचित पडली होती. काही म्हणजे काही कळत नव्हतं. पंधरावीस मिनिटं वाट पाहून आम्ही दोघे खाली उतरलो. पुढे चालत जाऊन, नेमकी परिस्थिती काय आहे, ते पाहू लागलो.

ही वाहने दुपारी बारा वाजल्यापासून तिथे अडकली होती. पुढे रस्ता खराब असल्यामुळे आणि गांव लहान असल्यामुळे मार्ग मोकळा केव्हा होणार ते कोणालाच कळत नव्हतं.

समुद्राच्या दिशेकडून येणारे वारे मला स्पष्टपणे जाणवत होते. त्यामुळे नाही म्हटले तरी मी थोडा अस्वस्थ झालो होतो. गाडी तिथेच लावून चालत केळशीपर्यंत जावे असा विचार मी अभयला बोलून दाखविला. गाडी सोडून जाण्याची त्याची तयारी नव्हती.

''बघूया -'' असं मोघम बोलून तो पुन्हा गाडीकडे निघाला. मी ही निघालो. आणि काय आश्चर्य! अडकलेल्या गाड्या हळूहळू पुढे सरकू लागल्या. आम्ही धावतच गाडीपर्यंत पोहोचलो.

पुढच्या अर्ध्या तासात आम्ही केळशी मुक्काम गाठला. गावातल्या अरुंद चौकात चौकशी केली. ''देवळासमोर शरद जोशीला विचारा. तो करतो सोय'' अशी माहिती मिळाली.

देवळासमोर पायवाटेसारख्या अरुंद रस्त्यावर गाडी लावली. डाव्या बाजूला पाण्याचा एक वहाळ होता. त्यावरच्या साकवासारख्या पुलावरून पलीकडे गेलो. उजव्या बाजूला नारळ पोफळीच्या आणि आंब्याच्या गर्द झाडीत लपलेलं एक छोटेखानी घर होतं. आम्ही पुढे येताच पडवीतल्या झोपाळ्यावर बसलेल्या एका देखण्या तरुणाने पटकन बाहेर येत विचारलं,

''कोण आहे? काय पाहिजे?''

मी पटकन पुढे झालो,

''शरद जोशी .........''

''मीच'' तो म्हणाला.

आम्ही कशासाठी आलो आहोत, कुठून आलो आहोत, कितीजणं आहोत वगैरे सांगून झाल्यावर चार दिवस राहायची व्यवस्था होईल का, ते विचारलं.

''थांबा. आईला विचारून येतो'' असं म्हणून तो आत गेला. पाच मिनिटांत हातात सतरंज्यांचा ढीग, दोन चार उशा, एक काठी, बॅटरी असं सर्व घेऊनच बाहेर आला आणि अंगणाच्या पलीकडच्या बाजूला असलेल्या एका मातीने लिंपलेल्या गोठ्यासारख्या इमारतीकडे जात म्हणाला, ''या -''

आम्ही त्याच्या मागोमाग तिथे गेलो. तो गोठाच होता. अर्ध्या भागात दोन म्हशी

बांधलेल्या होत्या. अध्र्या भागात स्वच्छ सारवलेल्या जमिनीवर आधीच एक सतरंजी टाकलेली होती.

"जेवण व्हायचं आहे ना?"

आम्हाला तिथे राहाण्याशिवाय पर्याय नव्हता हे त्याला माहिती होतं. त्यामुळे जागा आवडली का, सोय करू का? असे प्रश्न त्याच्या दृष्टीने अनावश्यक होते.

मी सुद्धा ज्योती, पूर्वा, अभय यांचं मत न विचारताच म्हटलं, "हो व्हायचंय. काहीही चालेल" माझ्या 'काहीही चालेल' या म्हणण्यालाही काही अर्थ नव्हता. कोकणातल्या त्या एकाकी गांवात रात्री नऊ नंतर कसलीच सोय होणं शक्य नव्हतं याची मला कल्पना होती. जी व्यवस्था होत होती तीच किती मोलाची होती ते कोकणात अनेक वेळा जाऊन आलेल्या नाहीतर तिथंच बरंच आयुष्य गेलेल्या माझ्यासारख्यालाच कळणं शक्य होतं.

शरद जोशींच्या मातोश्री पाणी आणि गूळ घेऊन गोठ्यात आल्या.

"जेवण होईल हो अध्र्या तासांत. आंघोळी करून घ्या. तपेलं लावलंय तापायला! शरद, बघ त्यांना काय हवं नकोय ते" असं म्हणून त्यांनी पूर्वा, ज्योतीची प्रेमाने चौकशी केली. माझ्याकडे वळून म्हणाल्या,

"शरद म्हणाला अभ्यासाला आलाहात. छान होईल हो अभ्यास. आमच्या केळशी गावाइतकं अख्ख्या पंचक्रोशीत सुंदर गाव नाही. बघालच उद्या!" त्यांच्या बोलण्यात मनस्वी गोडवा होता.

गोठ्याच्या उजव्या बाजूला थोडं अंतरावर एका पाथरीभोवती आणि दोणीभोवती झापांचा आडोसा केलेला होता. आत एक मंद असा विजेचा दिवा लावलेला होता. तिथे आंघोळ करण्याची कल्पनासुद्धा पूर्वा, ज्योतीला करणं जड जात होतं. पण आंघोळ हवीच होती.

शरदच्या आईने त्या रात्री केलेलं जेवण अतिशय चविष्ट होतं. जेवण साधंच होतं. कुळथाचं पिठलं, पोळ्या. भरपूर भात, दही आणि आंब्याचं लोणचं. आम्ही तृप्त झालो.

रात्री गोठ्यातल्या त्या खोलीत, एका भागात आम्ही, दुसऱ्या भागात ज्योती, पूर्वा यांच्या जोडीला एक दोन मांजरंही होती ! पूर्वाला मांजरांची फार भीती वाटायची आणि मांजरं नेमकी तिच्याच उशाशी जाऊन बसत होती. काठी आपटून त्यांना हाकलण्याचा तिचा उद्योग बऱ्याच उशिरापर्यंत चालू होता. मधेच म्हशी आपली शिंगं गवाणितल्या काठ्यांवर आपटत होती. त्यानी सगळे खडबडून जागे होत होतो.

पहाटे पहाटे हवा थंड झाली होती आणि जवळच्या समुद्राची गाज माझ्या कानात स्पष्टपणे ऐकू येत होती.

केळशीतले ते चार दिवस मंतरलेले दिवस होते! आमच्यापैकी कोणालाही अजूनही त्या दिवसांच्या धुंदीतून बाहेर पडणं जमलेलं नाही. शरद जोशी आणि त्यांची आई यांचे अगत्य, केळशीचा नितांत सुंदर किनारा, स्वच्छ मोकळी हवा, संध्याकाळचा वातावरणातला गूढपणा, गोठ्यातलं मांजर आणि म्हशींबरोबरचं वास्तव्य, अभय, पूर्वा आणि ज्योती यांच्या व्यक्तिमत्त्वातले खुलणारे पैलू, सगळंच विलक्षण सुंदर होतं. मला अजूनही आठवतंय की, शरद जोशींना माझ्यासारखंच महंमद रफीची गाणी ऐकण्याचं वेडंच होतं. रोज संध्याकाळी झोपाळ्यावर बसून हा माणूस समोरच्या फळीवर ठेवलेला टेपरेकॉर्डर लावून फक्त रफी ऐकत असायचा! रफीच्या सुरांनी सगळं वातावरण अगदी भारून गेल्यासारखं व्हायचं.

दुसऱ्या दिवशी आम्ही केळशीचा किनारा गाठला आणि निसर्गाची तिथली सौंदर्याची उधळण पाहून अक्षरशः अवाक् झालो! वर्णन करायला शब्द कमी पडावेत असं दृश्य. खरं म्हणजे वर्णन करूच नये. सगळा आसमंत केवळ पिऊन घ्यावा, आपल्यात सामावून घ्यावा. स्वतःला पूर्णपणे विसरून जावं नाहीतर निसर्गाच्या त्या अथांग पसाऱ्यात स्वतःला झोकून द्यावं इतका विलक्षण.

या किनाऱ्यावर त्या दिवशी आम्ही दिवसभर हिंडलो. भरपूर संशोधन केलं. ज्योतीच्या लाल रंगाच्या पेहरावामुळे तिच्या मागे लागलेल्या गाईपासून तिचा बचाव करण्याचं एक सत्कृत्यही त्या दिवशी अभयच्या हातून घडलं.

तिसऱ्या दिवशी, पुळणीच्या उत्तर टोकापाशी वाळूचे नमुने घेणं, पुळणीचं मोजमाप करणं हे सर्व चालू असतानाच माझी नजर खाडीच्या दक्षिण किनाऱ्यावर दिसणाऱ्या एका छोटेखानी टेकडीवर पडली. मला ती टेकडी, तिची उंची आणि त्यावर दिसणारे लांबलचक पांढरे पट्टे बघून काहीतरी वेगळं वाटलं. मी अभयला तसं म्हटलंसुद्धा.

''चला बघून येऊ. आपल्या या कन्या तोपर्यंत बाकीची कामं करून घेतील,'' तो म्हणाला. आम्ही दोघं त्या टेकडीच्या दिशेने निघालो. मला लांबून दिसणारे ते पट्टे शंख-शिंपल्याचे थर होते. टेकडीच्या दर्शनी बाजूवर दर २/३ मीटरच्या उंचीवर असे ४ थर अगदी स्पष्टपणे दिसत होते. टेकडी पूर्णपणे वाळूने आच्छादित होती.

किनाऱ्याच्या इतकी जवळ, २० मीटरपेक्षाही जास्त उंचीची ती वाळूची टेकडी आणि तिच्यावर दिसणारे शंख-शिंपल्याचे थर यामुळे मी पूर्णपणे गोंधळून गेलो होतो! आम्ही टेकडीच्या पायथ्याशी पोहोचलो. टेकडीच्या पायथ्याशी, आमच्या समोरच एका गोलाकृतीत जांभ्याचे चिरे उघडे पडलेले दिसत होते. त्यावरची वाळू बाजूला केल्यावर लक्षात आलं की तो विहिरीचा कठडा आहे आणि सगळी विहीर चिखलाने आणि वाळूने भरून गेली आहे. नुकत्याच येऊन गेलेल्या भरतीचं पाणी त्या कठड्यापर्यंत

निश्चितच आलं होतं!

माझ्या मनातला गोंधळ आणखीनच वाढला. समुद्राच्या इतक्या जवळ, एका वाळूच्या टेकडीपाशी, भरतीच्या पाण्यात पूर्णपणे बुडणारी विहीर कोण आणि कशासाठी बांधेल?

शंख शिपल्यांचे ते थर हे समुद्राच्या यापूर्वीच्या उच्चतम पातळीचे पुरावे असावेत असा निष्कर्ष काढून काही उत्तर मिळते का ते पहात होतो. अभयने यापूर्वी कोकणातल्या वाळूच्या टेकड्या बघितल्या नव्हत्या. त्यामुळे माझा गोंधळ का होतोय, ते त्याला कळत नव्हते. तो टेकडीच्या आजूबाजूला हिंडत होता. हातातल्या हॅमरने वाळू वर-खाली करीत होता.

थोड्या वेळाने आम्ही घसरणाऱ्या वाळूतून तोल सांभाळत टेकडी चढायला सुरुवात केली. तोपर्यंत पूर्वा व ज्योतीही तिथे येऊन पोहोचल्या होत्या. टेकडी चढता चढता अभयने मधेच वाळूचा बराच ढीग खाली ढकलला आणि जे दिसले ते पाहून आम्ही थोडे घाबरलोच. वाळूत, माणसाचा सांगाडा अडकवावा तशी काही हाडं अडकली होती.

आम्ही शक्य तितक्या वेगाने टेकडीवरून घसरतच खाली आलो. क्षणभर काही सुचेना. एवढ्यात दोन माणसं आमच्याकडे येताना दिसली. आमच्या जवळ येत त्यातल्या एकाने विचारलं, ''पैशे गावले काय?''

''पैसे?'' मी न समजून विचारलं.

''इथे पैशे गावतात. गावले की त्या हापिसात द्यायची आर्डर आहे लोकांना,'' त्या माणसाने टेकडीच्या पलीकडे असलेल्या एका पडक्या इमारतीकडे हात करीत म्हटलं.

आम्ही लगेचच त्या इमारतीकडे निघालो. ते पुरातत्त्व विभागाचं ऑफिस होतं. बंद होतं, पण पुरातत्त्व कचेरीने टेकडीवर मिळणारे पैसे आणून द्यावे असं म्हटलं होतं त्याचा अर्थ मला समजला. त्या वाळूच्या टेकडीवर नाणी मिळत असावीत आणि पुरातत्त्वदृष्ट्या ती महत्त्वाची असावीत.

माझा अंदाज चुकला नाही. स्थानिक लोकांनी सांगितलं की त्या टेकडीच्या वाळूत लहान मुले खेळत असताना त्यांनी काही नाणी सापडली होती. आम्हाला नाणी सापडली नाहीत, पण मडकी, खापऱ्यांचे तुकडे, राखेचे थर, हाडे अशा अनेक गोष्टी सापडल्या. टेकडीच्या माथ्यावर व उतारावर शंख शिपल्यांचे थरही सापडले.

केळशीच्या त्या अनाकलीय टेकडीचे सविस्तर संशोधन आम्ही पुढच्या दोन दिवसात केलं. ज्योतीने त्याच विषयावर तिचा एम.एस्सी.चा संशोधन प्रकल्प लिहिला. आमचं पूर्णपणे समाधान झालं नसलं तरी, समुद्रपातळीत झालेले बदल दर्शविणारी वाळूची टेकडी असा निष्कर्ष काढून आम्ही थांबलो.

मात्र माझ्या मनातलं केळशीच्या टेकडीचं गूढ काही केल्या कमी होत नव्हतं. मी त्या टेकडीबद्दल त्यानंतर डेक्कन कॉलेजच्या अनेक मान्यवरांशी बोललो. डॉ. शरद राजगुरू, डॉ. अशोक मराठे, डॉ.प्रमोद जोगळेकर, डॉ.सुषमा देव अशा अनेकांनी त्यात मनापासून लक्ष घातलं व केळशीच्या टेकडीचं गूढ उकलण्याचा प्रयत्न केला.

डॉ. अशोक मराठे यांचं यासंदर्भात खूप मोठं योगदान आहे. त्यांनी अनेक संशोधन संस्था, संशोधक, अभियंते, शास्त्रज्ञ व स्थानिक लोकांची मदत घेतली. केळशीची टेकडी त्सुनामी सदृश्य लाटेतून येऊन पडलेल्या वाळूच्या ढिगाऱ्याखाली गाडली गेलेली प्राचीन वस्ती असावी अशा तऱ्हेचा निष्कर्ष त्यांच्या संशोधनातून निघाला. आम्ही १९९०मध्ये केलेली निरीक्षणे व डॉ. मराठे यांनी पुरातत्त्व शास्त्रानुसार केलेले पृथक्करण यांची नेमकी सांगड घालता आली. महाराष्ट्राच्या किनाऱ्यावर साधारणपणे ७०० वर्षांपूर्वी मोठी त्सुनामी सदृश्य लाट येऊन गेली असावी व त्याखाली केळशी टेकडी परिसरात असलेली वस्ती गाडली गेली असावी हे संशोधन खूपच मोलाचे होते. टेकडीजवळ असलेल्या आणि आम्हाला सगळ्यांनाच बुचकळ्यात टाकणाऱ्या विहिरीची कारणमीमांसाही त्यातून करता येत होती.

आमचं हे संशोधन चालू असतानाच, किनारी महामार्गाचा एक भाग म्हणून केळशी खाडीवरचा पूल व त्याला जोडणाऱ्या रस्त्याची बातमी आली. सुरुवातीला आम्हाला ते खरं वाटलं नाही. पण अशा गोष्टी खोट्या ठरत नाहीत.

सरकारी आशीर्वादाने, केळशीच्या त्या दुर्मीळ टेकडीची एक बाजू कापण्यात आली आणि त्यावरून जाणाऱ्या रस्त्याचे काम सुरू झाले. आम्ही सगळे अंतर्बाह्य अस्वस्थ झालो. कोकण किनाऱ्यावर त्सुनामी येऊन गेल्याचा तो दुर्मीळ पुरावा नष्ट होण्याच्या मार्गावर होता.

सरकार दरबारी आम्ही आमच्या पद्धतीने हालचाली सुरु केल्या. स्थानिकांचा विरोध वाढला. पण योजना निश्चित होती. सरकारला असल्या दुर्मीळ टेकड्या वाचवण्याच्या गोष्टीत काडीचंही स्वारस्य नव्हतं. टेकडी केळशीच्या किनाऱ्यावरून नाहीशी होणार हे आज तरी नक्की आहे. भविष्यात काय होईल हे सांगणं कठीण आहे.

त्यानंतर अनेक वेळा मी केळशीला गेलो. अतिशय सुंदर समुद्रकिनारा, पांढऱ्याशुभ्र वाळूच्या पुळणी आणि अनाकलनीय अशी ती टेकडी दाखविण्यासाठी अनेकांना माझ्या बरोबर घेऊन गेलो. रमा तुळशीबागवाले या विद्यार्थिनीने तिथल्या इतर वाळूच्या टेकड्यांचा अभ्यास केला. विपीन निकमने भारजा खाडीचे संशोधन केले. त्या निमित्ताने केळशीच्या दक्षिणेला असलेल्या आंजर्ले या आणखी एका नितांत सुंदर प्रदेशाचाही अभ्यास केला. माझ्या सहकारी विजया भावे व लक्ष्मी ढवळीकर यांच्या मदतीने, आमोद दाते आणि

मनोज देवणे यांच्या एम.एस्सी. संशोधन प्रकल्पाचे कामही केले. सुनील केळकर, अभय बरोबर अनेकदा आमच्याबरोबर केळशीला आला. प्रत्येक वेळी केळशीच्या त्या दैवदुर्लभ किनाऱ्याने माझी सागर किनाऱ्याच्या भटकंतीची आणि संशोधनाची भूक भागवून मला पराकोटीचं समाधान व आनंद दिला.

आज केळशीच्या या टेकडीची अवस्था खूपच केविलवाणी झाली आहे. टेकडीच्या माथ्याकडचा बराचसा भाग उद्ध्वस्त झालाय. आम्हाला सापडलेले ते प्राचीन वस्ती सुचविणारे अवशेष नाहीसे झालेत. वर्तमानपत्रातील आमच्या लेखनामुळे टेकडीला थोडी प्रसिद्धी मिळाली खरी, पण आज केळशी गावात 'वाळूच्या टेकडीकडे' अशा अगदी नगण्य अक्षरात लिहिलेल्या बोर्ड व्यतिरिक्त या विलक्षण दुर्मीळ भूशास्त्रीय घटनेबद्दल केवळ अनास्था व अनुल्लेखच शिल्लक आहे.

६

# रेवसची खारफुटी आणि हेदवीचा 'जिओ'

१९९३/९४ मध्ये भाग्यश्री श्रीखंडे बरोबर तिच्या पीएच.डी.च्या कामासाठी आम्ही रेवस बंदराच्या परिसरात संशोधन करीत होतो. धरमतर खाडीच्या मुखाजवळचा हा प्रदेश हे आम्हाला अनेक दृष्टीने मोठे कोडेच होते. रेवस बंदरात खारफुटीचे घनदाट जंगल आहे. चिखल तर इतका की पायी फिरण्याची कल्पनासुद्धा करणे अशक्य होते. होडीने फिरताना आजूबाजूच्या चिखलातून बाहेर पडणारे खेकडे आणि विविध प्रकारचे सागरी जीव बघून निसर्गातल्या विविधतेने मन थक्क होऊन जायचे.

भाग्यश्रीच्या काकांच्या ओळखीमुळे त्या वेळी माझ्याबरोबरचे भाग्यश्रीचे इतर मित्र, विशेषतः विपीन निकम, योगेश पिसोळकर, चारू केंजळे आणि उज्ज्वल जोशी असे सगळे जण किहीमच्या आर.सी.एफ.च्या गेस्ट हाऊसमध्ये राहत होतो. तिथली आमची सगळी व्यवस्था एकदम राजेशाही होती. त्यामुळे दिवसभराच्या रखरखीत उन्हात केलेल्या कामाचा शीण लगेच निघून जायचा.

रेवस, नवाखार, बागदांडे भागात आम्हाला निसर्गाचा एक जगावेगळा आविष्कार आढळला. आधी आम्ही सगळेच गोंधळून गेलो. संशोधनाअंती त्या घटनेचा अर्थ समजला आणि आम्हाला आकाश अगदी ठेंगणे वाटू लागले! नवाखार या पश्चिमेच्या पुळणीवर आम्ही निरनिराळी मोजमापे घेत होतो. माझ्या हातात असलेली मेजरींग स्टिक एका ठिकाणी मी थोडासा दाब दिला तर पटकन रुतत होती. मला थोडं आश्चर्य वाटलं. कारण वाळूच्या त्या पुळणीत काठी इतक्या सहजपणे आत जाण्याचं काहीच कारण नव्हतं. मी आणखी दाब दिल्यावर काठी आणखीनच खाली गेली. मी भाग्यश्री आणि विपीनला हाक मारली आणि पुळणीवर अशी घटना इतर कुठे घडते आहे का, ते पहायला सांगितलं आणि आमच्या आश्चर्याला पारावार राहिला नाही.

पुळणीवरचा चारशे चौरस मीटरचा एक विस्तृत पट्टा जवळजवळ अर्धामीटर जाडीच्या चिखलाने व्यापून गेला होता.

भरतीचं पाणी जसजसं उतरत होतं तसतसा चिखलाने आच्छादित भाग अधिकच उघडा पडत होता. आम्ही त्या चिखलात धड चालूही शकत नव्हतो. पण काहीतरी नवीन सापडल्याचा आनंद आम्हाला स्वस्थ बसू देत नव्हता. हळूहळू मार्गक्रमण करीत त्या चिखलात आम्ही समुद्राच्या दिशेने पुढे पुढे सरकत होतो. इतक्यात विपीन लांबूनच ओरडला.

"सर इथे काहीतरी वेगळाच प्रकार दिसतोय. लौकर या ........"

मी त्या चिखलातून शक्य तितक्या लौकर तिथे पोचलो. भाग्यश्री खूप लांब होती. तिला तिथेच थांबायची खूण करून मी विपीनपाशी पोचलो. तो दाखवित असलेल्या ठिकाणी हातातल्या हॅमरने चिखल बाजूला केला. ते खारफुटीच्या झाडाचे एक कुजलेले मूळ होते! समुद्राच्या इतक्या जवळ जिथे खारफुटी जिवंत राहू शकणार नाही तिथे ते मूळ बघून, ते वाहात आले असावे असे वाटले. पण त्या भागात थोडासा चिखल वर-खाली केल्यावर अशी अनेक कुजलेली मुळे सापडू लागली.

थोड्याच वेळात आम्ही सगळे त्या भागात जमलो आणि चिखलात उभे राहून त्या घटनेचा अर्थ समजावून घेऊ लागलो.

समुद्र जेव्हा खालच्या पातळीला होता तेव्हा या भागात खारफुटीचे विस्तृत जंगल असावे, आणि त्यानंतर समुद्रपातळी उंचावल्यामुळे किंवा नदीतून भरपूर प्रमाणात आलेल्या व किनाऱ्यावर पसरलेल्या चिखल सदृश्य गाळामुळे ते जंगल नष्ट झाले असावे असा निष्कर्ष आमच्या त्या चिखलात उभं राहून केलेल्या चर्चेतून बाहेर पडला.

आता भरतीचं पाणी वाढायला लागलं होतं. चिखलात चालणं यानंतर आणखीनच कठीण होणार होतं. आम्ही चिखलाचा तो लांब-रुंद पट्टा ओलांडून रस्त्याच्या दिशेने निघालो. आम्ही रस्त्याजवळ पोहोचेपर्यंत भरतीच्या पाण्याने तो सगळा पट्टा गिळंकृत केला होता! कोकण किनाऱ्यावर सापडलेली ती पहिली चिखलाची पुळण होती आणि अश्मिभूत झालेल्या खारफुटी जंगलाचाही तो पहिलाच पुरावा होता!

आम्हाला, आमच्या संशोधनाचं हे महत्त्व कळायला त्यानंतर चार-पाच महिन्यांचा काळ लोटला होता. आनंदाच्या आणि उत्साहाच्या भरात आम्ही आमचं हे संशोधन त्यानंतर अनेकांना सांगितलं आणि काही दिवसातच त्याचे दुष्परिणामही आमच्या समोर दिसू लागले.

काही संशोधक पत्रिका व संशोधन नियतकालिकांतून रेवसची ही चिखलाची पुळण व त्याखाली गाडले गेलेले खारफुटीचे जंगले आपणच शोधून काढल्याचे उल्लेख काही मान्यवरांनी केल्याचे वाचनात आले आणि आम्ही हबकून गेलो. एक गोष्ट या सर्व प्रकारात आमच्या बाजूने होती. ती म्हणजे, खारफुटीच्या त्या अश्मिभूत जंगलाचे आम्ही

लखनौच्या बिरबल सहानी इन्स्टिट्यूटकडून जे रेडिओ कार्बन डेटींग करून घेतले होते त्याचा लेखी पुरावा आमच्याकडे होता.

आपली सगळी रहस्य उलगडून दाखविणारा समुद्र आणि स्वार्थी, खोटारडा माणूस यातला हा फरक आमच्या दृष्टीने अधिक ठळक, स्पष्ट आणि म्हणूनच मनाला यातना देणारा होता.

असा अनुभव त्यानंतर अनेक वेळा मला आणि माझ्या विद्यार्थ्यांनाही आला. गुहागरच्या किनाऱ्यावर, हेदवी या ठिकाणी आम्हाला कोकण किनाऱ्यावर सर्वप्रथम 'जिओ' म्हणजे आंतर्मार्ग हे भूरूप आढळले. हेदवीचा खडकाळ किनारा आणि तेथील समुद्रकडे, तरंगघर्षित मंच, सागरी गुहा यांचा अभ्यास १९९२ साली मी, तुषार शितोळे, संजय जगताप, इंद्रायणी माटे, योगेश पिसोळकर, विपीन निकम, अश्विनी गोडबोले आणि काजळे यांच्यासह करीत होतो.

काही ठिकाणं ही पूर्वापार एखाद्या विशिष्ट गोष्टीसाठीच प्रसिद्ध असतात. त्यापेक्षा वेगळं काही इथं असेल याची पुसटशीही कल्पना कुणाला नसते. त्यामुळे अशा ठिकाणी पर्यटकही फक्त तेवढंच पाहून पुढे जातात. मालवणला गेल्यानंतर पर्यटक फक्त सिंधुदुर्ग किल्लाच बघतो. गणपतीपुळ्याला गेल्यानंतर फक्त गणपती मंदिर बघतो आणि थोडंसं समोरच्या समुद्रात पाय भिजवून परत जातो. मुरुडला गेल्यानंतर जंजिरा पाहतो अन् घाईघाईनं परतीचा प्रवास सुरू करतो.

अशीच काहीशी अवस्था गुहागरच्या दक्षिणेला साधारणपणे पंचवीस किलोमीटरवर असलेल्या हेदवी या पर्यटन ठिकाणाची आहे. फरक इतकाच की, इथे पर्यटकाला आपण एका अतीव सुंदर अशा समुद्र किनाऱ्याच्या जवळ आहोत याची जराही कल्पना नसते.

हेदवीचा परिसर, विशेषत: हेदवीच्या प्रसिद्ध गणपती मंदिराचा परिसरच असा आहे की, जिथून जवळच, लखलखत्या वाळूचा, काळ्याभोर ताशीव खडकांचा, बेभानपणे उसळणाऱ्या लाटांचा आणि दूरवर पसरलेल्या निळ्याशार पाण्याची झालर लाभलेला समुद्रकिनारा आहे याची चाहूल लागत नाही.

हेदवी हे गाव तसं खूप दुर्गम वाटावं असं. गुहागरहून जयगडच्या खाडीकडे जाताना वाटेत लागणारं एक लहानसं खेडं - तीनही बाजूंनी डोंगरांनी वेढलेलं. सगळ्या जगाशी संपर्क तोडून जणू त्याच्या स्वत:च्याच विश्वात रमलेलं. वाहनांची वर्दळ फक्त मुख्य रस्त्यावर. तिथंच थोडीफार दुकानं. रस्ता सोडला की, डोंगराच्या उतारावर, गर्द झाडीत लपलेली लहानमोठी कौलारू घरं. आसमंतात पक्ष्यांची किलबिल आणि उंचच उंच झाडांतून शीळ घालत चौफेर फिरणारा वारा!

हेदवीचं गणपती मंदिर मुख्य रस्त्याला लागूनच, थोडंसं उंचवट्यावर. अतिशय

देखणं. दिमाखदार. मंदिरासमोर विस्तृत मोकळा परिसर. मंदिरातील गणपतीची मूर्ती आखीव रेखीव आणि प्रसन्न.

मंदिर पाहून झाल्यानंतर मात्र डोंगराच्या पलीकडचा समुद्रकिनारा दोन्ही डोळ्यांनी आकंठ पिऊन घ्यावा असा. मुख्य रस्त्याची चढण चढून गेल्यानंतर एका वळणावर 'सागरदर्शन' अशी छोटीशी पाटी दिसते. तिथेच वळायचं. काही वेळातच दूरवरून आपल्या अंगावर धावत येणारा समुद्र दिसतो. निसर्गाचा इतका देखणा आविष्कार फारच कमी ठिकाणी दिसतो. हे तिथं गेल्यानंतर नक्कीच जाणवतं. थोडं पुढं गेलं की, डावीकडे दिसते ती लांबवर पसरलेली पुळण आणि उजवीकडे रस्त्याच्या सोबतीनेच पुढं जाणारा डोंगर. डोंगराच्या टोकाशी एक लहानसं मंदिर. रस्ता देवळासमोरच संपतो. मंदिराच्या डाव्या बाजूला निसर्गनिच तयार केलेलं विविध आकारातल्या ताशीव, गुळगुळीत खडकांचं लांब रुंद अंगण. उजवीकडच्या खडकातून ठिकठिकाणी पाझरणारे झरे. त्याच्या आधारानं वाढलेलं शेवाळ आणि आपल्याला या भारावून टाकणाऱ्या निसर्गशिल्पातून वास्तवात आणणारी सगळ्या आसमंतात जाणवणारी क्षणोक्षणी फुटणाऱ्या लाटांची गाज.

हेदवीला केव्हाही गेलं तरी हेदवीचा परिसर आणि किनारा तितकाच विलोभनीय वाटतो. पावसाळ्यात तर निसर्गाची या भागावर मेहेरनजर असते. डोंगरावरून खाली उड्या मारणारे पाण्याचे प्रवाह, कोसळणारा पाऊस आणि जबरदस्त वेगानं आणि ताकदीनं येणाऱ्या लाटा यांनी हेदवीचा आसमंत भरून गेलेला असतो.

पुळणीवरच्या मंदिराजवळून दगडधोंड्यातून वाट काढीत मंदिराच्या मागे तर जायलाच हवं, कारण इथे पाषाण शिल्पांचं जणू प्रदर्शनंच भरलेलं. समुद्राच्या लाटांनी घासून, आपटून, गुळगुळीत केलेल्या विशाल दगडांना तितक्याच मोठ्या भेगा पडलेल्या आहेत. त्या बघून मन अचंबित होतं. भरतीच्या वेळी या भेगांत घुसून डोंगराच्या पायथ्यापर्यंत मुसंडी मारून येणारं पाणी भेगेतून वर उसळतं आणि तुम्ही जवळपास असाल तर तुम्हाला चिंब भिजवून टाकतं. थोडंसं पुढे गेल्यानंतर डोंगरालगत दिसते एक गुहा. गुहेच्या तळभागात लहानमोठ्या दगडधोंड्याची रासच तयार झालेली दिसते. गुहेच्या छताजवळ लोंबणारी झाडांची मुळं आणि लाटांनी विदीर्ण केलेल्या गुहेच्या भिंती. आज ही गुहा लाटांच्या आघातांपासून थोडी दूर दिसते. पूर्वीच्या थोड्याशा उंच सागरानं बनवलेली ती विलक्षण गुहा आता एखाद्या त्रयस्थासारखी समोरच्या उचंबळणाऱ्या समुद्राकडं पाहत असते.

हेदवीचा हा किनारा मनसोक्त हिंडून पाहण्यासारखा आहे. या किनाऱ्यावर जेवढं जास्त हिंडावं तेवढी निसर्गाच्या या सुंदर खजिन्याची दालनं अधिकच उघडत जातात.

हेदवीच्या उत्तरेला, आठ दहा किलोमीटरवर आहे वेळणेश्वर. इथला किनाराही

हेदवीइतकाच सुंदर. हेदवी सोडताना मनाला वाटणारी हुरहुर थोडी कमी करायची असेल तर वेळणेश्वरही पाहावं. हेदवीचा आनंद वेळणेश्वरला द्विगुणित होतो.

पुण्या-मुंबईहून गुहागरला जाण्यासाठी रोज एस.टी.च्या गाड्या मिळतात. नाही तर चिपळूणला जाऊन तिथून गुहागरला एक दीड तासात पोहोचता येतं. गुहागरहून हेदवी; वेळणेश्वरला रिक्षा करून किंवा एस्.टी.ने जाता येतं. दोन्ही ठिकाणी राहण्या-जेवण्याची उत्तम घरगुती व्यवस्था होते.

१९९२मध्ये अगदी अनवधानानेच, हेदवीच्या किनाऱ्याजवळील मंदिरापाशी आम्हाला ओहोटीच्या वेळी 'जिओ' हे भूरूप आढळले. 'बामणघळ' नावाने ते इथं प्रसिद्ध आहे. अलीकडेच त्याला 'सागरघळ' म्हणू लागले आहेत.

त्या अप्रतीम सागर शिल्पाभोवती आम्ही दिवसभर घुटमळत होतो. भरती येऊ लागल्यावर त्याचे बदलणारे रूप पाहणे हा स्वर्गीय आनंदाचा ठेवाच होता. खडकाच्या अरुंद भेगेतून प्रचंड वेगाने कारंज्या सारख्या वर उसळणाऱ्या पाण्याने आम्ही चिंब भिजून गेलो! सुरुवातीची उत्सुकता, उत्तेजना आणि उत्साह थोडा कमी झाल्यावर त्या अतिशय दुर्मीळ अशा भूरूपाचा आम्ही बारीकसारीक तपाशीलांसह अभ्यास केला. फक्त 'टेक्स्ट बुक एक्झांपल' म्हणून ओळखल्या जाणाऱ्या त्या भूरूपासारखीच भूरूपे त्यानंतर कोर्लई, वेळणेश्वर यासारख्या इतर काही ठिकाणी मला पाहायला मिळाली.

मात्र हेदवीला आम्ही हे भूरूप शास्त्रीय दृष्टिकोनातून सर्व प्रथम शोधल्याचे आमचे श्रेय, आमच्याच एका प्राध्यापकाने आमच्यापासून हिरावून घेतल्याचे त्यानंतर एक-दोन वर्षातच आम्हाला समजले. या वेळी, दावेदार प्राध्यापकाने संशोधन पत्रिकेतून तसा दावा केला नव्हता. त्याने विद्यार्थ्यांनाच तसे सांगून टाकले होते व त्यांच्यानंतर आम्ही हेदवीला भेट दिली होती असेही सांगितले होते.

विशाल हृदयाच्या, अथांग समुद्राच्या अभ्यासात तरी या प्रवृत्ती नसाव्यात असे आम्हाला मनापासून वाटत होते. पण तसे काही घडत नव्हते.

७

# श्रीवर्धन - म्हसळा - दिघी

१९९३ नंतर किनारा अधिकच असुरक्षित होऊ लागला होता. मुंबईतील बाँब स्फोटानंतर देशद्रोही हालचालींसाठी किनाऱ्याचे काही दुर्गम भाग कुप्रसिद्ध ठरू पाहात होते. जिथे कुठल्याही प्रकारचे भय मनात न ठेवता, स्वच्छंदपणे फिरून, आम्ही संशोधन करीत होतो, तिथल्या कामाला काळजीची आणि असुरक्षिततेची झालर येऊ लागली होती. माझ्याच देशाच्या माझ्या आवडत्या समुद्र किनाऱ्यावर मी आणि माझे विद्यार्थी उपरे असल्यासारखे वावरत होतो. स्थानिक लोकांच्या मनात असलेल्या हरतऱ्हेच्या शंकांचे निरसन करूनच संशोधन करीत होतो.

याच दरम्यान एम.ए. आणि एम.एस्सी.च्या विद्यार्थ्यांकरिता, अभ्यास सहलीला जाण्यासाठी, पुण्यातील एका प्रसिद्ध प्रवासी कंपनीची बस आम्ही ठरविली. श्रीवर्धन, हरिहरेश्वर, बागमांडला आणि तिथून मधल्या वाटेने महाडकडे परत येऊन, वरंधा घाटातून पुण्याला परत, असा मार्ग नक्की केला. अभ्याससहल असल्यामुळे वाटेत आम्हाला आवश्यकता वाटेल तशी बस थांबवावी लागेल, अशी सूचना कंपनीला दिली. विद्यार्थ्यांची यादी, प्रवासमार्ग इत्यादी सर्व आवश्यक गोष्टींची पूर्तता केली आणि ठरल्या दिवशी सकाळी सात वाजता आम्ही सगळे जण महाविद्यालयाच्या आवारात जमलो. तिथे एक बस आधीच येऊन थांबलेली होती. त्यावर प्रवासी कंपनीचे नाव नव्हते म्हणून आम्ही लक्ष दिले नाही. पण कंपनीने तीच बस आमच्यासाठी पाठविली आहे, असे ड्रायव्हरने सांगितल्यामुळे आम्ही त्या गाडीने निघालो.

सगळ्यांचा सहलीचा मूड होता, त्यामुळे लगेचच गाणी, नकला इत्यादी कार्यक्रम सुरू झाले. गाडी सुसाट वेगाने रस्ता कापीत होती. गाडीचा वाढलेला वेग आणि वारंवार लागणारे ब्रेक, यामुळे विद्यार्थी अधिकच बेभान होत होते. मी आणि माझ्याबरोबरच्या सहप्राध्यापिका दोघेही जरा धास्तावलो होतो. मी पुढे जाऊन ड्रायव्हरला गाडी जपून व कमी वेगाने चालवण्याबद्दल सांगितले; पण त्याने ते फारसे मनावर घेतले नाही.

खेडशिवापूरला गाडीने एकदम उजवीकडे वळण घेतले व गाडी एका खाजगी उपाहारगृहाकडे जाता जाता शेजारच्या मोठ्या झाडाला घासतच पुढे गेली. उजव्या बाजूच्या खिडकीच्या काचा फुटल्या. सुदैवाने पुढे कोणी विद्यार्थी नसल्यामुळे काही अपघात घडला नाही. त्या आवाजाने सगळे एकदम शांत झाले.

ड्रायव्हर व क्लिनर शांतपणे खाली उतरले. दोघांनी एकदा फुटलेल्या काचांकडे नजर टाकली आणि एक अर्वाच्य शिवी हासडून दोघेही चहा प्यायला निघून गेले.

आम्ही चहा वगैरे घेऊन थोडे ताजेतवाने झालो. आमच्यातल्या एकाने ड्रायव्हरला म्हटले, ''काचा फुटल्या की राव तुमच्या गाडीच्या –'' ड्रायव्हरने यावर काहीही म्हटले नाही. काही घडलेच नाही, अशा थाटात त्याने गाडी चालू केली आणि पुन्हा एकदा वायुवेगाने आमचा प्रवास सुरू झाला.

गाडीतले वातावरण आता थोडे बदलले होते. सगळ्यांचाच उत्साह थोडा कमी झाला होता. धास्तावलेल्या अवस्थेतच सगळे बसून होते. माझ्याबरोबर असलेल्या सहप्राध्यापिका पुन्हा एकदा केबिनपाशी जाऊन म्हणाल्या, ''ड्रायव्हरसाहेब, जरा सावकाश. काही घाई नाही.''

ड्रायव्हरसाहेबांनी नुसत्या हाताने खुणा करून आणि मान हलवून होकार भरला; पण तरीही गाडीचा वेग कमी झाला नाही. वरंधा घाट जीव मुठीत धरूनच आम्ही उतरलो आणि मी ड्रायव्हरला म्हटलं, ''थांबा जरा. मुलांना थोडी माहिती द्यायची आहे.''

ड्रायव्हरने गाडी थांबवण्यासाठी ब्रेक लावला आणि समोरून एक म्हैस रस्त्यावरून आडवी जाऊ लागली. तिला ठोकरून गाडी खूप पुढे जाऊन लागली आणि माझ्या लक्षात आले की गाडीचे ब्रेक लागत नाहीयेत.

ड्रायव्हरला त्याची कल्पना असावी; पण त्याने शांतपणे बरेच पुढे जाऊन गाडी थांबवली.

''का हो, ब्रेक लागत नाहीत का गाडीचे?'' मी विचारले.

''लागले की. आता थांबली नाही का गाडी?'' ड्रायव्हरने उर्मटपणे म्हटले. ड्रायव्हरच्या या उत्तरामुळे विद्यार्थी भडकले. थोडी वादावादी झाली; पण ड्रायव्हरच्या म्हणण्याप्रमाणे गाडी एकदम ओके होती.

आम्ही संध्याकाळपर्यंत कसेबसे श्रीवर्धनला पोहोचलो. उतरल्यावर मी ड्रायव्हरला म्हटले की, गाडीचे काही काम असेल तर करून घे. अजून दोन दिवस प्रवास करायचा आहे. तो 'हो' म्हणाला; पण त्याने काही केले नाही.

दुसऱ्या दिवशी आम्ही हरिहरेश्वर करून बागमांडल्यावरून महाडच्या दिशेने निघालो. वळणावळणाचा रस्ता, एका बाजूला सावित्री नदीची खाडी, दुसऱ्या बाजूला

डोंगर. समोरून येणारे वाहन वळणांमुळे सहज दिसत नव्हते आणि आमच्या गाडीचा वेगही थोडा जास्त. तेवढ्यात समोरून येणाऱ्या एका मेटॅडोरला आमची गाडी जाऊन धडकली. त्या वेळी झालेला आवाज आणि काचांचा पडलेला खच बघून सगळे खूपच घाबरून गेले. दोन्ही वाहनांचे ड्रायव्हर केवळ योगायोगाने वाचले होते.

आमच्या गाडीचा ड्रायव्हर खाली उतरला तेव्हा भीतीने अक्षरश: कापत होता. त्याचा चेहरा पांढराफटक पडला होता. मेटॅडोरचा ड्रायव्हर तावातावाने त्याच्या अंगावर येऊन काही बोलणार, इतक्यात आमच्यातल्याच एका विद्यार्थ्याने त्याला रोखले.

आमच्या ड्रायव्हरला पाणी प्यायला दिले आणि शेजारच्या दगडावर त्याला शांतपणे बसून राहायला सांगितले. मेटॅडोरचा ड्रायव्हर एव्हाना चांगलाच भडकला होता.

आमच्यापैकी एकाने श्रीवर्धनला जाऊन पोलीस कंप्लेंट करून यायचे ठरवले, पण मेटॅडोरवाल्याने आपला क्लिनर तिकडे पाठवला. रस्ता एकाकी. फारशी वर्दळ नाही. आमच्याबरोबर जवळजवळ वीस-पंचवीस विद्यार्थिनी. जवळचे गाव अपरिचित. संध्याकाळी पाच वाजेपर्यंत पोलीस आले नाहीत. मेटॅडोरवाला आता 'पाच हजार रुपये द्या, म्हणजे सगळे मिटवून टाकू,' असे म्हणायला लागला. आमचा ड्रायव्हर त्याला तयार नव्हता आणि आमची चूक नसताना आम्ही कोणी पैसे भरायला तयार नव्हतो.

सहा वाजता एक हवालदार आले. तोपर्यंत जवळच्या गावातले काही लोकही जमा झालेले. सगळे जण मेटॅडोरवाल्या ड्रायव्हरच्या बाजूने. आमच्याबद्दल त्यांना वाटणारी चीड त्यांच्या नजरेतून स्पष्ट दिसत होती. गर्दीतून एक जण म्हणाला, ''टायर पंक्चर करून टाका यांच्या गाडीचे.'' हवालदारसाहेबांना बहुधा श्रीवर्धनहूनच काहीतरी सांगून आणलेले होते. त्यांनी आल्या आल्या आमच्यावर आगपाखड करायला सुरुवात केली. म्हणाले, ''या बाजूनं यायला कोणी सांगितलं तुम्हाला? दुसरी ठिकाणं नाहीत का तुम्हाला उंडारायला? मुंबईतल्या दंगलीमुळे आधीच लोक इथे चिडले आहेत. तुमच्यामुळे आणि गोंधळ नको इथे आम्हाला.''

''हे बघा हवालदारसाहेब, आम्ही या रूटची आरटीओकडून परवानगी घेतलेली आहे.'' मी आरटीओचे पत्र दाखवले आणि हवालदारसाहेबांनी तो विषय बंदच करून टाकला.

आम्ही हवालदाराला बोलावून यातून मार्ग काढा, अशी विनंती केली. त्याने पुन्हा एकदा आपल्या पद्धतीने एक मोठे लेक्चर दिले. आमच्या ड्रायव्हरला दम देऊन त्याच्याकडून वदवून घेतले की, गाडीचे ब्रेक लागत नसतानाही त्याने कंपनीकडून गाडी ताब्यात घेतली होती. अर्थात ते खरेही होते. आमच्याशी उर्मटपणे वागणारा ड्रायव्हर, त्या प्रसंगानंतर अगदीच खचून गेला होता.

‘‘पाच हजार गोळा करा आणि टाका मिटवून. नाही तर बसा रात्रभर इथंच. उद्या पंचनामा होईल, मगच काय ते ठरवता येईल.’’ हवालदारसाहेबांनी शेवटचे अस्त्र बाहेर काढले. आमच्यासमोर पर्याय नव्हता. त्या जंगलात रात्रभर राहायची कोणाची तयारी नव्हती. प्रत्येकाकडे होती नव्हती ती सर्व रक्कम जमा करून आम्ही पाच हजार रुपये उभे केले आणि मेटॅडोरवाल्याला दिले. त्याने लगेच पैसे खिशात घातले आणि आपली गाडी बाजूला घेतली.

आम्ही आमची गाडी वळवून पुन्हा श्रीवर्धनच्या दिशेने घेतली. हवालदारसाहेबांकडे पाहिले. ते मेटॅडोरवाल्याला दोन बोटं दाखवून खुणा करीत होते. मेटॅडोरच्या ड्रायव्हरने आतून ‘दोन आहेत’, असे म्हणून दोन हजारांची रक्कम हात बाहेर काढून हवालदाराच्या हातात कोंबली आणि तो ती दिवे नसलेली गाडी घेऊन आमच्यापुढे सुसाट निघून गेला! श्रीवर्धन हरिहरेश्वरचा सुंदर किनारा विद्यार्थ्यांना दाखविण्याचा माझा सगळा उत्साहच मावळून गेला.

आम्ही रात्री श्रीवर्धनला परतल्यावर सगळी ट्रीप रद्द करून टाकली आणि दुसऱ्या दिवशी एस.टी.ने पुण्याला परतलो. पुण्याला आल्यावर मात्र त्या ट्रॅव्हल कंपनीकडून सगळे आर्थिक नुकसान भरून घेण्यात आम्ही यशस्वी झालो! त्यानंतर काही दिवसांनी मी पुन्हा या किनाऱ्याचा शोध घ्यायला सुरुवात केली.

कोकणात वाळूच्या पुळणी संख्येने जास्त आहेत. चिखलयुक्त पुळणी तर अगदी नगण्यच. रेवस बंदराजवळ नवखार गावाजवळ आम्हाला आढळली ती एकमेव चिखल- पुळण. कोकणात दगडांनी आणि भरड मोठ्या आकाराच्या गुळगुळीत गोट्यांनी बनलेल्या पुळणी नाहीत अशीच अनेक दिवस कल्पना होती. शास्त्रीय परिभाषेत त्यांना ‘शिगल बीच’ म्हटले जाते. माझ्या कोकण किनाऱ्याच्या भटकंतीत मी अनेक अस्पर्शित, दुर्गम, आत्तापर्यंत न शोधलेली, अशी ठिकाणे शोधली. त्यातच या किनाऱ्यावरही ‘शिगल बीच’ असल्याचे लक्षात आले.

१९९३च्या मे महिन्यात माझा पीएच.डी.चा विद्यार्थी अभय देसवंडीकर याच्या बरोबर, मी दिघीपासून हरिहरेश्वरपर्यंतचा किनारा भरपूर हिंडलो. त्या काळात श्रीवर्धनच्या नारायण पाखडी जवळचं दिलीप पळधे याचं घर म्हणजे आमचं दुसरं घर झालेलं होतं. दिलीप पळधे, त्यांची पत्नी आणि सर्वच नातेवाईक यांनी ज्या आपुलकीने आणि मायेने आमची बडदस्त ठेवली, ती विसरणं आम्हाला कधीही शक्य होणार नाही.

दिघीपासून हरिहरेश्वर पर्यंतचा किनारा विलक्षण सुंदर अशा पुळणी, खाड्या, समुद्रकडे यांनी समृद्ध आहे. इथे कितीतरी गावं अशी होती की जिथे बाहेरच्या जगाची जराही चाहूल लागत नव्हती. आज परिस्थिती वेगळी आहे. रस्ते, इतर संपर्क साधने

यामुळे ही गांवे मुख्य प्रवाहात येत आहेत.

हरिहरेश्वर आणि श्रीवर्धनला जाताना म्हसळा हे गाव लागते. एक सुंदर खाडी या गावातून जात असेल, याचा अंदाजच येत नाही. गाव सोडून श्रीवर्धनच्या दिशेने निघाल्यानंतर एका छोट्याशा उंचवट्यावरून या खाडीचा रमणीय परिसर दिसतो.

नेहमीच्या आणि त्याच त्याच ठिकाणांना भेटी न देता, थोड्या वेगळ्या मार्गाने जाऊ इच्छिणाऱ्यांसाठी ही खाडी म्हणजे एका वेगळ्याच आनंदाचा खजिना आहे. मुंबई-गोवा राष्ट्रीय महामार्गावरील माणगाव आणि महाड या गावांच्या मध्ये असलेल्या गोरेगावच्या फाट्यावरून श्रीवर्धनला जाताना म्हसळा गाव लागते. गावात प्रवेश करतानाच एक रस्ता उजवीकडे माजगावच्या दिशेने जातो. या रस्त्याने खाडीच्या उजव्या किनाऱ्याचा रमणीय परिसर पाहता येतो. खारगाव बुद्रुक, निगडी, ताम्हाणे आणि माजगाव ही गावे पर्यटकाला एका वेगळ्याच विश्वात घेऊन जातात. रस्त्याच्या डाव्या बाजूला पसरलेली लांबच लांब म्हसळा खाडी आणि उजव्या बाजूला अडीचशे मीटरपर्यंत उंची असलेल्या टेकड्या आणि डोंगराळ प्रदेश यांच्यामध्ये चिंचोळ्या प्रदेशात या वस्त्या आहेत. वळणावळणाचा रस्ता, सर्वत्र जाणवणारा उंच-सखलपणा, डोंगरावरची गर्द झाडी आणि भरतीच्या वेळी पाण्याने काठोकाठ भरलेली खाडी हे सगळे विलक्षण आकर्षक आहे. डोंगरावर चढावे म्हटले तर सहज शक्य नसलेली गोष्ट आणि पाण्यात पाय बुडवावे म्हटलं तर खाडीच्या काठावरची शेतं आणि चिखल यातून न सापडणारा रस्ता. निसर्गानं आपलं हे सौंदर्य त्याच्या पद्धतीने अबाधित राखून ठेवलं आहे, असं वाटावं इतका दुर्गम प्रदेश.

माजगावपर्यंत जाऊन परत म्हसळ्याला आल्याशिवाय खाडीच्या डाव्या काठाचा प्रदेश पाहणं शक्य नसल्यामुळे पुन्हा म्हसळ्याला यावं आणि म्हसळा-दिघी रस्त्याने प्रवास करावा. खाडीच्या या काठावर खारसई, मेंदडी, वारळ, काळसुरी आणि तुरुंबाडी या सारखी सुंदर छोटी छोटी गावं आहेत. खाडीच्या दिशेनं पसरलेली विस्तृत खारफुटीची जंगलं आणि डाव्या बाजूला तीनशे मीटरपेक्षा जास्त उंची गाठणारे डोंगर आणि त्याच्यामध्ये डोंगर उतारावरची घरं चित्रात मांडल्यासारखी दिसतात.

दिघीपर्यंत प्रवास केल्यानंतर राजपुरीच्या खाडीतून पलीकडच्या दांडे गावाला आणि पुढे मुरुड-जंजिऱ्यालाही जाता येते. नाहीतर दिघीवरूनच डावीकडच्या डोंगरमाथ्यावर चढून नानवेलला जाऊन तिथून श्रीवर्धनला येता येते. हा मार्गही तितकाच आकर्षक आणि डोळ्याचे पारणे फेडणारा. किनाऱ्याला समांतर जाणाऱ्या या रस्त्यावर सर्वे, आडगाव, वेळास, दिवेआगर, शेखाडी आणि वाळवटी यांसारखी एकापेक्षा एक सरस अशी गावे लागतात.

कोलाहलापासून दूर आणि दुर्गम भागात भ्रमण करू इच्छिणाऱ्यांनी या भागाला आवर्जून भेट द्यावी, असा हा प्रदेश आहे. एकदा जाऊन आल्यानंतर वारंवार पाहावा असा वाटणारा हा प्रदेश.

खाडीच्या दोन्ही बाजूला असलेल्या उंचच उंच डोंगरातून पावसाळ्यात धबधब्यांची रांगच असते. ठिकठिकाणी दरडी कोसळल्याच्या खुणा दिसतात. डोंगरांवरून वाहत येणाऱ्या नद्यांच्या मार्गात तयार केलेली भाताची खाचरं इतकी आखीव-रेखीव की थोडं थांबून बघत राहवेसे वाटते.

या खाडीत अनेक ठिकाणी खारफुटीची झाडे वाढून त्यांची बेटे झाली आहेत. लांबून पाहिल्यानंतर एखादा हिरव्या रंगाचा गालिचा दूरवर पसरलेला वाटतो. खारफुटीच्या प्रदेशाचे हेच तर वैशिष्ट्य.

दिघी-नानवेल-आडगाव-श्रीवर्धन या समुद्राला समांतर असलेल्या रस्त्यावरून किनाऱ्यावर ठिकठिकाणी तयार झालेल्या पुळणी, सागरी गुहा, समुद्रकडे दिसतात. चांगले आणि सुबक रस्ते असूनही अजूनही या भागात पर्यटकांची फारशी वर्दळ नाही. त्यामुळे या प्रदेशाचं नैसर्गिक देखणेपण अजूनही शिल्लक आहे.

भरडखोल जवळच असलेल्या शेखाडी गावाच्या किनाऱ्यावर आम्हाला सर्व प्रथम 'शिंगल बीच' म्हणजे दगडधोंड्याचा अक्षरश: खच पडलेला असावा अशी पुळण आढळली. भरतीच्या वेळी अधिकाधिक पाण्याखाली बुडणारी ती पुळण हे समुद्र लाटांनी तयार केलेले आणखी एक सुंदर शिल्प होते! आम्हाला पुळणीवर जाऊन तिचा अभ्यास करायचा होता. पण स्थानिकांनी तिथं न जाण्याची सूचना केल्यामुळे आमचं ते स्वप्न अर्धवटच राहिलं.

एकदा ही पुळण कशी दिसते ते कळल्यावर आम्ही इतरत्रही तशा पुळणीचा शोध घेऊ लागलो. पण तशी पुळण जवळपास कुठे आढळली नाही. काही वर्षांनी उरण जवळ एका छोटा 'शिंगल बीच' पाहाण्यात आला. पण 'जेएनपीटी'च्या निर्मितीनंतर तो तिथून नाहीसा झाल्याचे कळले.

## ८

# उचेली, दांडी, नवापूर

कोकणातल्या पुळणीतली विविधता इतकी मोठी आहे कि ती संपूर्णपणे समजणं केवळ अशक्य आहे. रेवदंडा, रेवस आणि पाडळे इथल्या पुळणींवर आम्हाला पावसाळ्याच्या सुरुवातीला चिखलाच्या गोळ्यांच्या (मड बॉल्स) पखरणी दिसल्या. वर्षाच्या उरलेल्या काळात हे गोळे जणू जादू झाल्यासारखे पुळणीवरून अदृश्य होतात. खोल समुद्रातून, लाटांबरोबर किनाऱ्यावर येणारा चिखल आणि त्याचे बनणारे गोळे काही विवक्षित ठिकाणीच दिसतात. निसर्गाचे हे गूढ आम्हाला अजूनही नीटसे कळलेले नाही.

पावसाळ्यात पुळणींची इतकी क्षती होते की ती बघून समुद्र लाटांपुढे, वाळूचं हे आवरण किती दुबळे आहे याची सहज कल्पना यावी! पावसाळ्या व्यतिरिक्त इतर वेळी, आपल्या पांढऱ्या शुभ्र आवरणामुळे लखलखणाऱ्या याच दिमाखदार पुळणी कोकणच्या सौंदर्यात भर घालतात. संशोधकाला पावसाळ्यातलेही त्यांचे रूप भावते, हे नक्कीच.

सी.आर.झेड.किंवा किनारा संरक्षण नियमानुसार किनाऱ्याजवळ नवीन बांधकामांना बंदी आहे. पण स्वतःच्या स्वार्थासाठी, सगळे नियम धाब्यावर बसून किनारपट्टीला लागूनच केलेली बांधकामे काही कमी नाहीत. त्यांची संख्या दरवर्षी वाढतेच आहे. या बांधकामांमुळे किनाऱ्यांची पावसाळ्यात आणखीनच दुर्दशा होते. पुळणीजवळच असलेल्या पर्यटन गृहातून, विश्रांती गृहातून समुद्राच्या दिशेने जे त्याज्य पदार्थ टाकले जातात त्यांनी समुद्राचे पाणी प्रदूषित होतं आहे. जलचरांचे अस्तित्वही धोक्यात आले आहे.

पालघर तालुक्यात बोईसरच्या पश्चिमेला असलेल्या नवापूरच्या पुळणीवर आणि जवळच्या खाडीत, उमेश केसकर बरोबर संशोधन करीत असताना आत्यंतिक प्रदूषणाचा प्रकार आम्ही अगदी जवळून पाहिला. खाडीतल्या पाण्याचा बदललेला रंग, त्याला येणारी दुर्गंधी आणि समुद्राच्या लाटांबरोबर पुळणीवर येऊन पडणारे पदार्थ पाहून मन विषण्ण झाले. आपणच आपल्या देवदुर्लभ किनाऱ्याची केवढी अवहेलना चालवली आहे.

नवापूर, उचेली, दांडी किनाऱ्याची आणि पुळणीची पावसाळ्यात खूपच दुर्दशा व्हायची. किनाऱ्याजवळचा प्रदेश, पावसाळ्यात लाटांमुळे अक्षरश: उद्ध्वस्त व्हायचा. वस्तीला सदैव धोका असायचा. पण गाव सोडून जाणार कुठे? आणि पावसाळ्यात थैमान घालणाऱ्या समुद्रापासून रक्षण तरी कसं आणि कोण करणार? उचेली नवापूरच्या लोकांची होणारी दैना बघून मी कासावीस व्हायचो. सरकार दरबारी हे गांव कोणाच्या खिजगणतीतही नव्हतं.

या गावात आम्हाला अश्मिभूत पुळणींचे अतिशय महत्त्वाचे आणि तितकेच आखीव-रेखीव सुंदर पट्टे आढळले. आजूबाजूचा कचरा, प्लास्टीकच्या पिशव्या, जवळच्या रासायनिक फॅक्टरीतून वाहात आलेल्या रंगीत रसायनांचा पिवळा थर, लोकांनी टाकलेल्या शिंपल्यांचे ढीग याखाली तो पट्टा आम्हाला आधी दिसलाच नाही. पौर्णिमेच्या मोठ्या भरतीनंतर एकदा त्याचा एक भाग दृष्टीला पडला आणि आम्ही आनंदून गेलो. लगेचच त्या पट्ट्याचा शक्य तेवढा भाग स्वच्छ करून घेतला आणि जे दृश्य दिसले ते आमच्यासाठी अलीबाबाच्या गुहेतल्या खजिन्याइतकेच मौल्यवान होते.

प्राचीन पुळणीची अत्यंत नाजूक अशी संरचना समुद्राच्या पावसाळ्यातल्या थैमानातही अगदी अलगद आणि हळुवारपणे सांभाळल्यासारखी शिल्लक होती. उमेशच्या पीएच.डी. संशोधनाच्या वेळी ह्या पुळणीचे वय नक्की करता आले नाही. मात्र त्यानंतर मी तिथले नमुने आणून रेडिओ कार्बन डेटींग करून घेतले.

समुद्र किनाऱ्यावरची ती पुळण २३०० वर्षे जुनी होती. माझं अंग न कळत शहारून गेलं. समुद्रपातळीत गेल्या हजार वर्षांत घडून गेलेल्या बदलांचा इतिहासच माझ्या नजरेसमोरून तरळत गेला. नवापूरची पुळण जेव्हा पहिल्या भेटीत आम्ही पाहिली तेव्हा ती फारच नीरस, कंटाळवाणी वाटली होती. त्याचं मुख्य कारण म्हणजे माणसांचा तिथे असलेला वावर आणि हस्तक्षेप हेच होतं. अर्थात त्या पुळणीचा व आजूबाजूच्या प्रदेशाचा अभ्यास करणं आवश्यक तर होतंच. उमेशच्या पीएच्.डी.चा तो एक महत्त्वाचा भाग होता.

दुसऱ्या वेळी आम्ही नवापूरला गेलो तेव्हा त्या कंटाळवाण्या पुळणीत निसर्गानि सांभाळून ठेवलेली अनेक रहस्य आम्हाला उलगडली. पण दुसऱ्या भेटीचा सगळा प्रवासच खडतर होता. पुण्याहून संध्याकाळी ३ वाजता निघालो तरी रात्री नऊ, दहा वाजेपर्यंत बोईसरला पोहोचू असं आमचं गणित होतं. ते पार विस्कटलं होतं.

पनवेलपासून ठाण्यापर्यंतचा सगळा रस्ता पावसाळ्यात फार उखडून गेला होता. म्हणून आम्ही माळशेज घाटातून मुरबाड, भिवंडी-वाडा मार्गे मनोर घाटातून पालघरच्या दिशेने जायची योजना नक्की केली. हा रस्ता खूप चांगला आहे अशी माहिती मिळाली

होती. प्रत्यक्षात तो रस्ता म्हणजे सगळे खड्डेच होते. पुण्याहून दुपारी ३ वाजता प्रवास सुरू केला होता. माळशेज घाटातून भिवंडीला पोहोचायला रात्री अकरा वाजले. भिवंडीतल्या एका हॉटेलात जे मिळेल ते खाऊन घेतले आणि पुढे निघालो.

रात्री दीड वाजता मनोरीच्या घाटात पोलिसांनी गाडी अडवली. आमच्याकडे जिऑलॉजिकल हॅमर, नायलॉन दोऱ्या अशा वस्तू होत्या. पोलिसांना अशा गोष्टींचं आमच्या कामातलं महत्त्व आम्ही आमच्या अनेक संशोधन प्रवासात सांगण्याचे यापूर्वी प्रयत्न केले होते. त्यात किती अडचणी आल्या होत्या ते लक्षात घेऊन आम्ही पोलीस गाडीजवळ येईपर्यंत त्या वस्तू कपड्यांच्या पिशवीत दडवून टाकल्या.

रात्री १॥ ची वेळ वेळी, मनोर घाटातला एकाकी रस्ता, सगळ्यांचे चेहरे प्रवासाने त्रासलेले. गाडीत आमच्याबरोबर एक विद्यार्थिनी. असा सगळा स्वच्छ प्रकार असला तरी आम्हाला अडकवून ठेवायला आदर्श मामला. पण पोलीस काकांनी, ''कुठे जायचं? एवढा उशीर का? बोईसरला कुठे राहणार'' वगैरे जुजबी प्रश्न विचारता विचारता, मला ''काय करता?'' विचारलं,

''प्राध्यापक आहे, विद्यार्थ्यांना घेऊन संशोधनाला जातोय'' असं सांगितल्यावर,

''छान! निघा ......'' असं अगदी तुच्छतेनं म्हटलं. क्षणभर वाईट वाटलं. पण ते तेवढंच. कारण 'प्राध्यापक' या जमातीविषयी समाजात असलेली कटू भावना, यापूर्वीही अनेक वेळा मी अनुभवलेली होती.

पुढच्या अर्ध्या तासाच्या प्रवासात लक्षात आलं की ड्रायव्हर गाडी चालवता चालवता पेंगतोय. एक दोन वेळा त्यानं असा करकचून ब्रेक लावला की आम्ही सगळे धास्तावलोच. पण मी काही म्हणण्या आधीच तो म्हणाला,

''सर, थोडी विश्रांती घेऊन पुढे जाऊया'' मी लगेचच होकार भरला. पुण्यापासूनच रस्ता इतका खराब होता की ड्रायव्हरची सगळी शक्ती संपून जाणं अगदी साहजिक होतं. पण ड्रायव्हरने गाडी लगेच थांबवली नाही. घाटात थांबवण्यासारखी जागाही नव्हती. त्याला गप्पात गुंतवून ठेवीत आम्ही घाट कसाबसा संपवला. खाली येताच मनोरच्या एका हॉटेलजवळ गाडी लावून आम्ही सगळ्यानीच थोडं रिलॅक्स व्हायचं ठरवलं. ड्रायव्हर तर पाचव्या मिनिटालाच झोपेच्या आधीन झाला.

जवळजवळ दोन तासांनी आम्ही पालघरच्या दिशेने मार्गस्थ झालो. बोईसरला वेळेत पोहोचलोही. पण त्या दिवशी आम्ही काहीही काम करू शकलो नाही. मात्र पुढच्या दोन-तीन दिवसांत आम्ही त्या किनाऱ्यावर मनसोक्त हिंडलो आणि भरपूर माहिती गोळा केली. उमेशच्या पीएच.डी.साठी खूपच उपयुक्त अशी ती माहिती होती. कोकण किनाऱ्याचे अनेक वेगळे पैलू त्या भेटीतून आम्हाला कळले.

ती पुळण आणि नवापूरची खाडी हा पूर्वी एका लहानशा उपसागराचा भाग असावा असे सुचविणारे अनेक पुरावे मिळाले. शंख-शिंपल्यांचे गाडले गेलेले संचय, अश्मिभूत पुळणींचे ठिकठिकाणी उघडे पडलेले भाग आणि सर्वांत महत्त्वाचे म्हणजे उपग्रह प्रतिमेवर प्राचीन उपसागराची स्पष्टपणे दिसणारी सीमा! कोकण किनारपट्टीच्या भूवैज्ञानिक इतिहासाच्या पुनर्निश्चितीच्या आमच्या प्रयत्नातला हा एक महत्त्वाचा दुवा होता.

# हरिहरेश्वरच्या पुळणीवर

श्रीवर्धनपासून पंचवीस किलोमीटर अंतरावर असलेलं श्रीक्षेत्र हरिहरेश्वर येथील मंदिर परिचित आणि प्रसिद्ध आहे. हरिहरेश्वर ज्या ठिकाणी आहे त्या गावाचे नाव देवघर असे असले, तरी हे गाव 'हरिहरेश्वर' म्हणूनच प्रसिद्ध आहे. हरिहरेश्वर मंदिराचा परिसर अतिशय रम्य आहे. विस्तीर्ण सागरकिनारा आणि नारळी-पोफळींच्या बागा, शहरापासून दूर, शांत, नीरव परिसर यामुळं हरिहरेश्वरला पोहोचताच मन प्रसन्न होतं.

श्रीवर्धन जवळ असलेल्या या हरिहरेश्वरला आम्ही अगणित वेळा भेटी दिल्या. हरिहरेश्वरच्या पुळणीपेक्षा जास्त आकर्षण होतं ते अर्थातच तिथल्या 'सागरतीर्थ' नावाच्या भागाचं. हरिहरेश्वरच्या मंदिराच्या पश्चिमेला असलेला डोंगर चढून वर गेल्यावर समुद्राकडे उतरायला असलेली वाट दगडाच्या एका अरुंद भेगेतून जाते.

मंदिरापासून पश्चिमेला असलेला डोंगर चढून गेल्यावर आपल्याला दिसतो तो निळाशार, अथांग सागर त्याच्या प्रथमदर्शनानंच मन मोहून जातं. डोंगरावरून समुद्राकड जाण्यासाठी खडकांच्या एका विस्तीर्ण भेगेतच पायऱ्या बांधून काढलेल्या आहेत. या पायऱ्यांवरून, समुद्रापर्यंत उतरत जाण्याचा आनंद अवर्णनीय! दोन्ही बाजूला ताशीव, गुळगुळीत उभ्या खडकांच्या भिंती आणि ३०-३५ मीटर खाली शेवटच्या पायरीजवळच्या लांबलचक भेगेत येऊन आपटणाऱ्या, उसळणाऱ्या लाटा पाहून हरिहरेश्वरपर्यंत वळणावळणाच्या रस्त्यावरून केलेल्या प्रवासाचा शीण क्षणार्धात नाहीसा होतो.

ही भेग सर्वसामान्यांप्रमाणेच अभ्यासकांनाही आश्चर्यचकित करणारी. पहिल्या एक-दोन भेटीत त्या भेगेची उत्पत्ती, तिचं भूशास्त्रीय स्वरूप या कसल्याचाही विचार केला नाही. त्या समुद्रशिल्पाच्या गूढ सौंदर्याचा निव्वळ आस्वाद घेतला. जवळजवळ ९ मीटर उंचीच्या दोन तीव्र उतारांच्या डोंगरांच्या कडा आणि त्यातून खोदलेल्या समुद्रापर्यंत जाणाऱ्या पायऱ्या प्रथमदर्शनीच मन काबीज करतात. भेगेतून वर घुसणारा प्रसन्न वारा आणि समोर दिसणारा निळाशार समुद्र बघणाऱ्याच्या चित्तवृत्ती बहरून टाकतो.

ओहोटी असेल तर पायऱ्या उतरून सहज खाली जावे आणि आजूबाजूच्या विस्तीर्ण दगडी मंचावरून मनसोक्त हिंडावे. भरती येऊ लागली की मात्र निश्चितच थोडे सावध होऊन परत पायऱ्याच्या दिशेने निघावे असा मनस्वी निसर्गानुभव!

पायऱ्या उतरून खाली गेल्यावर संभ्रम पडतो तो डाव्या दिशेनं जावं की उजव्या याचा. दोन्ही बाजूंना डोंगराच्या तुटलेल्या कड्यांवर समुद्राच्या अव्याहतपणे होणाऱ्या आक्रमणामुळं सुंदर, नाजूक नक्षीकाम झालेलं आहे. कड्यांच्या भिंती कधी सरळ उभ्या, तर कधी तिरक्या, अलगद समुद्रात उतरणाऱ्या. सागरी कड्यांच्या आकारात आणि प्रकारात तरी किती वैविध्य! डोंगराच्या पश्चिमेकडच्या बाजूला लांबलचक पसरलेली ही कड्यांची भिंत अनेक ठिकाणी विस्तीर्ण गुहांमध्ये पोखरलेली आहे. समुद्रकड्यावर असलेल्या या गुहा हा महाराष्ट्राच्या किनाऱ्यावर इतरत्र फारसा न आढळणारा एक निसर्गचमत्कार आहे.

सामान्यपणे आपण खाली उतरल्यावर उजव्या बाजूला चालत परत देवळाच्या दिशेकडं जातो. डाव्या बाजूला गेल्यावरही समुद्रकडे, त्यांच्यावर तयार झालेली छिद्रांची जाळी आणि चित्रविचित्र गुहा यांचा एक मोठा खजिनाच नजरेला पडतो. थोडं पुढं चालत गेल्यावर समोरच सावित्री नदीची खाडी आणि पलीकडंच बाणकोट बंदरही नजरेला पडतं.

निसर्गाच्या या विलक्षण आकर्षक अशा लेण्यांकडं पाहत असतानाच माणसाला स्वतःच्या नगण्यत्वाची कल्पना येते. संशोधकाच्या दृष्टीनं तर हरिहरेश्वरची ही टेकडी हे एक कोडं आहे. सागरपातळीच्या हालचालींचे पुरावे जतन करून ठेवणारं असं ठिकाण महाराष्ट्राच्या किनाऱ्यावर अभावानंच आढळतं.

पहिलं कुतूहल आणि मनाची भ्रमरावस्था संपल्यावर, निसर्गाच्या त्या विलक्षण आविष्काराची उत्पत्ती समजावून घ्यायचे प्रयत्न सुरू केले. संशोधनांती जे हाती लागलं ते वास्तवापेक्षाही सुंदर आणि आश्चर्यकारक होतं.

कोकण किनाऱ्यावर हरिहरेश्वरच्या सागरतीर्थासारखं दुसरं स्थान नाही. २४०० वर्षांपूर्वी आतापेक्षा ९ ते १० मीटरने इथला समुद्र उंच होता. त्या वेळच्या समुद्र लाटांनी आपटून त्या डोंगरकड्याची केलेली चाळण डोंगराच्या समुद्रवर्ती बाजूवर सर्वत्र सहजपणे दिसून येते. लहान-मोठ्या गुहा, आघात छिद्रे, यांनी डोंगरकडा अगदी विदीर्ण करून टाकल्याचे दिसते. त्यानंतर हळूहळू खाली उतरत गेलेली समुद्र पातळी आजच्या ठिकाणी येऊन थांबलीय.

आजही भरतीचं पाणी, डोंगराच्या पायथ्याशी तयार झालेल्या तरंग घर्षित मंचावर येतं. गेल्या हजारो वर्षांत या मंचावर लाटांनी झीज करून अनेक चित्रविचित्र आकाराचे

व कमी अधिक खोलीचे खड्डे खोदलेत. त्यात अडकलेले दगड धोंडे आजही त्यांचे झीज करण्याचे काम प्रत्येक भरती-ओहोटी दरम्यान अव्याहतपणे करीत आहेत. खड्ड्यांच्या दरम्यान पांढऱ्या शुभ्र दगडाच्या रेघांनी विलक्षण सुंदर आकृतिबंध बनवले आहेत. स्थानिक लोक श्रद्धेने या दगडाच्या रेघांना कपिला गाईच्या आचळातून पडलेल्या दुधाची धार समजतात. निसर्गदेवाच्या दृष्टीने पाहिले तर त्या कठीण अशा क्वार्ट्झ खनिजाच्या, न झिजलेल्या रेघा आहेत.

त्या पाषाणशिल्पाची हजारो मनोहारी रूपं पाहून झाल्यावरच माझी दृष्टी मंदिराच्या उजवीकडे असलेल्या पुळणीवर पडली. एका श्रीवर्धनच्या भेटीत, सहज हरिहरेश्वरला पुन्हा एकदा जाऊन यावं म्हणून गेलो आणि सागरतीर्थाकडे न जाता, ओहोटीची वेळ साधून पुळणीवर गेलो. वाळूच्या त्या विस्तीर्ण पसाऱ्यानं मला कोकण किनाऱ्यावरच्या पुळणीचा एक वेगळाच नमुना दाखवला. पांढरी शुभ्र वाळू, त्यात ओहोटीबरोबर तयार होणारे अनेक सूक्ष्म, तरंग निर्मित आकार, काळसर रंगाच्या वाळूचे लहान मडक्याच्या तोंडाच्या आकाराचे फुगवटे आणि इतर अनेक प्रकार सापडले. जेली फिश आणि स्टार फिशही आढळले. मी तो खजिना बघून अगदी भारावून गेलो.

१९९७मध्ये मीनाक्षी आणि प्रिया या माझ्या विद्यार्थिनींबरोबर मी पुन्हा एकदा या पुळणीच्या अभ्यासासाठी हरिहरेश्वरला आलो. माझ्या बरोबर, या वेळी माझी पत्नी प्रभा, मुलगा अभिजित आणि मुलगी अनुराधाही होती. अभिजित त्यावेळी चौथीत शिकत होता. अनुराधा तर खूपच लहान होती. त्यामुळे अर्थातच माझ्या पुळणीवर बेभान फिरण्यावर न कळत बंधन आलं होतं.

मला चांगलं आठवतंय. एक दिवशी या तिघांना आणि बरोबर आलेल्या प्रियाच्या आईला हरिहरेश्वरच्या देवळात बसवून आम्ही संध्याकाळी ४ नंतर पुळणीवर गेलो होतो. आमचा अभ्यास अगदी रंगात आला होता. पुळणीची मोजमापं, वाळूचे नमुने गोळा करणं, फोटो घेणं आणि जागोजागी उभं राहून चर्चा करणं यात भरती केव्हा सुरू झाली ते आम्हाला कळलंही नाही.

भरती जशी वाढू लागली तसा वाराही वाढला. हळूहळू काळोख होऊ लागला होता. माझं लक्ष देवळाकडे गेलं. तिथल्या कट्ट्यावर उभं राहून प्रभा हातवारे करून आणि ओरडून "परत या" अशा खुणा करीत होती. तिचा आवाज वाऱ्यामुळे ऐकू येत नव्हता. पण खुणांच्या पद्धतीवरून त्यांना काळजी वाटत असल्याचं जाणवत होतं.

आम्ही काम थांबवून देवळाच्या दिशेने निघालो आणि देवळापासून केवळ २०० मीटरवर आमच्यासमोर उभं असलेलं संकट पाहून हबकून गेलो!

पुळणीच्या मागून येणारा ओढा देवळापासून २०० मीटरवर पुळण आणि देऊळ

याच्या मधल्या भागात समुद्राला मिळत होता. भरतीचं पाणी त्या ओढ्यात झपाट्याने घुसत होतं. माझ्या लक्षात आलं, त्या दिवशी अष्टमी होती. पाण्याला प्रचंड ओढ होती. ओहोटीच्या वेळी जेमतेम पाऊलभर पाणी असलेला ओढा हीच एक देवळाजवळ जायची जागा होती. पुळणीच्या मागे चिखलाने भरलेला ओढा, त्यामागे केवड्याचं दाट बन आणि घराभोवतालची कुंपणं होती. त्यामुळे तिकडून किनाऱ्यावर जायचा प्रश्नच नव्हता.

परिस्थितीची जाणीव झाली आणि माझ्या दोन्ही विद्यार्थिनी भयंकर घाबरून गेल्या. भरतीचा जोर वाढण्यापूर्वी तो ओढा ओलांडणं गरजेचं होतं. मी त्यांना धीर दिला. आता पाण्यात उतरलो नाही तर पूर्ण भरती होऊन पाणी उतरायला लागल्यावर, दोन तासांनी म्हणजे मध्यरात्रीनंतरच पलीकडे जाता येईल, याची त्यांना कल्पना दिली आणि आम्ही पाण्यात उतरलो.

देवळाजवळून प्रभा आणि प्रियाची आई आमच्याकडे घाबरून नुसत्या बघत होत्या. देवळात इतर कोणीही नव्हतं.

आम्ही, वाळूचे गोळा केलेले नमुने, कॅमेरे, हॅमर, टेप, कंपास अशी सर्व साधनं भरलेल्या पिशव्या गळ्यात अडकवून, प्रचंड वेगानं खाडीत घुसणाऱ्या पाण्याशी कसाबसा मुकाबला करीत ओढा पार करीत होतो.

ओढ्याच्या मध्यावर आलो तेव्हा पाणी गळ्यापर्यंत पोहोचलं होतं. ती ओढ्याची सगळ्यात जास्त खोली होती. मी दोघींना धीर दिला. तिघांनी हातात हात घालून भक्कम साखळी बनवली आणि पुढे निघालो.

खाडीतली करपं लागून तिघांचेही पाय कापत होते. पाण्याबरोबर आत येणारे लहान मासे तोंडाशी, कानाशी हुळहुळत होते. काळोख चांगलाच दाटून आला होता. वाराही वाढला होता. नजरेसमोर फक्त पाणीच दिसत होतं.

"सर ........." मीनाक्षी एकदम घाबरून ओरडली.

"घाबरू नका. आपण सुरक्षित ठिकाणी चाललोय - उथळ भागाकडे! चला ....." मी म्हटलं.

खाडीच्या मध्यातून सहीसलामत वर आल्यावर आता अडचण नव्हती. त्या जाणिवेनंच आमच्या अंगात उत्साह संचारला. पुढच्या पंधरा मिनिटांतच आम्ही देवळाच्या पायऱ्यांपर्यंत पोहोचलो.

"कसलं हे तुमचं फिल्ड वर्क! नसते मिळाले वाळूचे नमुने तर काय बिघडलं असतं का? आमचा जीव इकडे टांगणीला लागलाय आणि तुम्हाला आहे का कसली काळजी" आम्ही देवळात प्रवेश करताच प्रभा चिडून म्हणाली. अर्थात ते साहजिकच होतं म्हणा. तो सगळा प्रकारच भयावह होता.

प्रियाची आई काहीच बोलत नव्हती. माझ्याबद्दलचा राग तिच्या नुसत्या हालचालींतून मला कळत होता. पण मी त्या गोष्टीला फारसं महत्त्व दिलं नाही. माझ्या विद्यार्थ्यांचं काम होणं माझ्या दृष्टीनं महत्त्वाचं होतं. ते करताना थोडी काळजी करण्यासारखी परिस्थिती निर्माण झाली होती, यात शंका नव्हती.

त्या वेळी हरिहरेश्वरला आम्ही दिलीप बोडस यांच्याकडे राहिलो होतो. आमची भरतीमुळे झालेली फसगत रात्री त्यांना सांगितली. तेव्हा ते म्हणाले होते, ''भरती होती म्हणून निभावले. ओहोटी असती तर काही खरे नव्हते! ओहोटीस ओढ मोठी. शिवाय आज अष्टमी! म्हणजे विचारायची सोयच नाही.''

माझ्या दृष्टीने भरतीच्या पाण्यातून ती अरुंद खाडी, चालत, पाय ओढत ओलांडण्याचा एक वेगळाच आनंद होता. भयमिश्रित आणि धास्तावलेल्या अशा मनस्थितीतच आम्ही ती खाडी पार केली होती हे नक्कीच. पण त्यामुळे भरतीचे प्रवाह खाडीत कसे पसरतात, कुठच्या किनाऱ्यावर त्यांचा वेग जास्त, कुठे कमी असतो, खाडीची खोली कुठे फसवी असते अशा अनेक गोष्टी अनुभवता आल्या.

माझ्या दृष्टीने त्या अथांग सागराच्या जबरदस्त शक्तिची ती एक आनंददायी झलकच होती! पण माझा हा आनंद फार काळ टिकला नाही.

दुसऱ्या दिवशी माझ्या विद्यार्थिनींपैकी एकीने मला म्हटलं,

''सर, काल इतक्या संध्याकाळी वाळूवर जाऊन संशोधन नसतं केलं आणि केलं म्हणून आकडेवारी लिहिली असती तर काय बिघडलं असतं! सगळे जण आजकाल असंच करतात.''

''म्हणजे?'' मला तो विचार अगदीच चुकीचा आणि धक्कादायक वाटत होता.

''स्वाती मॅडमकडे काम करणाऱ्या संतोषने मागच्या वर्षी असंच काहीतरी केलं. त्याला डिस्टींगशन मिळाली सर ....''

''असंच काहीतरी म्हंजे?''

''त्याने अंदाजाने सगळी मोजमापं लिहिली. दौंड जवळच्या एका नदीत आपण ती घेतली असंही त्याने दडपून लिहिलं...''

''ठीक आहे. आपण उद्या पुन्हा वाळूवर जायचं कारण मला दिसत नाही. तुम्ही संतोष मेथडने काय करायचं ते करा. गाइड म्हणून माझं नाव लिहू नका म्हणजे झालं,'' मी चिडून म्हटलं.

विचारांच्या त्या नव्या दिशेनं माझा उरलासुरला सगळा उत्साह संपुष्टात आला. पुण्याला परतल्यावर मी त्या मुलींच्या कामात लक्ष घालूच शकलो नाही.

या सगळ्याचा परिणाम अटळ होता. दोघींना त्या विषयात जेमतेम पास होण्याएवढे

मार्क मिळाले. त्यानंतर माझ्याशी त्यांनी कुठलाच संपर्क ठेवला नाही. त्यांच्या दृष्टीने मी एक न चालणारं नाणं होतो.

अशा पद्धतीने विचार करणाऱ्या विद्यार्थ्यांच्या संख्येत होणारी वाढ माझ्या लक्षात येत होती. कामापेक्षा न केलेल्या कामाचं दिवसेंदिवस वाढणारं प्रस्थ, त्या दृष्टीने तयार होणारी मानसिकता, खोटेपणाला मिळणारा सन्मान, या गोष्टींनी मन विषण्ण होऊ लागलं होतं. अशा वेळी मनाला उभारी येण्यासाठी मी पुन्हा पुन्हा सागर किनाऱ्याकडेच वळत होतो. त्याच्या गूढरम्य अस्तित्वाचा, अथांग खोलीचा, निळ्याशार रंगाचा, भणाणणाऱ्या वाऱ्याचा संजीवनी म्हणून उपयोग करून घेत होतो.

समुद्र हे निसर्गाला पडलेलं खरोखरच एक दैवदुर्लभ स्वप्न आहे - अतिशय निखळ आणि स्वच्छ, यावर माझा मनोमन विश्वास होताच!

२०११मध्ये मी पुन्हा एकदा हरीहरेश्वरला गेलो आणि पर्यटन व्यवसायामुळे व पर्यटकांमुळे तिथे झालेले बदल बघून व्यथित झालो. पर्यटकासाठी केलेल्या तथाकथित सुविधांमुळे या किनाऱ्याचे मुळचे सौंदर्य झपाट्याने बिघडू लागल्याची जाणीव झाली. पुळणीवर सगळीकडे पसरलेले घाणीचे साम्राज्य, बाटल्या, प्लास्टिकच्या पिशव्या यांचा खच, देवळाजवळच खाद्यपदार्थांच्या गाड्यांची गर्दी हे बघून आपल्या पर्यटन विकासाची दिशाही चांगलीच लक्षात आली.

# १०

# अस्पर्शित जुवे जैतापूर

कोकण किनाऱ्यावरच्या खाड्या हे या किनाऱ्याचं खरं वैभव आहे. रोजच्या भरती-ओहोटीबरोबर या खाड्यांकाठचा परिसर जणू सदैव स्पंदन करीत असतो. दर सहा तासांनी भरतीबरोबर इथला सगळा आसमंत एक नवीन रूप घेऊन येतो. संथ गतीने समुद्राचे पाणी खाडीच्या मुखातून आत प्रवेश करीत, खाडीच्या वरच्या टोकापर्यंत प्रवास करीत राहते. पाण्याची पातळी वाढते. खाडीच्या काठाच्या घरांच्या दारात समुद्राचं पाणी हजेरी लावतं. काठावर ओढून ठेवलेल्या होड्या हळुवारपणे जमीन सोडून पाण्यावर तरंगू लागतात. पक्ष्यांची किलबिल वाढते. खाडीकाठावरची झाडं, खारफुटीची जंगलं पाण्याखाली बुडून जाऊ लागतात.

भरती नंतर ओहोटीच्या वेळी पुन्हा एकदा पाणी समुद्राच्या दिशेनं उतरू लागतं. आता खाडीचा तळ, त्यावरची वाळू हळूहळू उघडी पडू लागते. आजूबाजूच्या गांवातून माणसं टोपल्या घेऊन शिंपले, कालवे, मुठे पकडण्यासाठी पाण्यात उतरू लागतात. सगळा आसमंत पुन्हा एकदा गजबजून जाऊ लागतो.

कोकणच्या या सदैव जिवंत अशा खाड्यांत अनेक ठिकाणी वाळूची बेटं दिसतात. काही खूप मोठी, काही अगदी लहान. यांना इथे जुवे म्हणतात, असंच एक अतीव सुंदर जुवं म्हणजे राजापूरच्या खाडीतलं जुवे जैतापूर.

२००३मध्ये प्राध्यापक पुरुषोत्तम घैसास आणि डॉ. माधव पेंडसे हे माझ्या जुवे जैतापूरच्या शोध मोहिमेत माझ्याबरोबर होते. सुरेंद्र ठाकुरदेसाईसुद्धा होता. खरं म्हणजे त्याच्या गाडीमुळेच आमची जुव्याची मोहीम सुखकर झाली होती. प्रा. घैसास हे माझ्याच महाविद्यालयातील प्राणीशास्त्राचे तर डॉ. पेंडसे हे वनस्पतीशास्त्राचे तज्ज्ञ. ते आमच्या बरोबर असल्यामुळे जुवे जैतापूर या बेटाचा शोध अभ्यास अधिकच नेमका व परिपूर्ण झाला.

जेमतेम एक चौरस किमी क्षेत्रफळाचं हे बेट पाहाणं हा एक मनस्वी अनुभव होता.

भरती-ओहोटीच्या वेळी चारही बाजूनी पाण्यानं वेढलेल्या ह्या बेटावर जुवे जैतापूर नावाची, विविध वृक्षांच्या विळख्यात दिसूनही न येणारी अशी एक छोटीशी वस्ती आहे. खाडीच्या दोन्ही तीरांवरूनही ही वस्ती, थोडी उंचावर असूनसुद्धा दिसत नाही. दिसतो तो फक्त लांबच लांब पसरलेला वाळूचा दांडा व त्यावर दाटीवाटीने वाढलेली गर्द खारफुटी.

ही खारफुटी म्हणजे तिथल्याच लोकांच्या भाषेत मारंडीची झाडं. जुव्याच्या सौंदर्याचं हे मुख्य आकर्षण आहे. ढोपरभर चिखलात वाढलेल्या या मारंडीची अनेक रूपं पाहाणाऱ्याची नजर खिळवून ठेवतात. प्रत्येक झाडाच्या आजूबाजूला, जागोजागी वर येणारी श्वसन मुळे आणि काही झाडांच्या खोडातून सर्वदूर पसरणारी व जमिनीत घुसणारी मुळे यांनी खारफुटीचं हे जंगल विलक्षण मोहमयी बनवलंय. भरतीच्या वेळी या जंगलातून एखाद्या छोट्या होडीतून प्रवास करणं हा एक रोमांचकारी अनुभव आहे.

खारफुटीचं हे जंगल इतकं दाट आहे की स्थानिक होडीवालाच त्यातून तुम्हाला फिरवून नंतर सुखरूप बाहेर नेऊ शकतो. खारफुटीच्या झाडांचं इतकं जवळून दर्शन घेण्यातही खूप आनंद आहे, यात शंका नाही.

खारफुटीच्या गर्द झाडीच्या माथ्यावरून किलबिलत जाणारे पक्षी, त्यांचे थवेच्या थवे, पाण्यात मधूनच उड्या मारणारे मासे आणि धिम्या गतीने वाढत जाणारी पाण्याची पातळी हा निश्चितच एक जगावेगळा अनुभव. खारफुटीच्या अभ्यासकांसाठी आणि पर्यटकांसाठीही.

जुवे जैतापूरच्या वस्तीत जाण्यासाठी होडीने बेटाच्या किनाऱ्यावर उतरावे लागते. तिथून लगेचच बेटाची चढण चढत जावे लागते. त्यासाठी एक चांगला पायवाट वजा रस्ताही आहे. रस्ता चुकलात तर, ''हकडे वाट नाय. खायल्या अंगानं जावा. मिळतली'' असा प्रेमळ सल्लाही मिळतो.

एकूण शंभर एक घरांचं गांव. पण गावातली खूपशी घरं बंद पडलेली. सगळीकडे पाला-पाचोळा यांचा थर साठलेला. उंचच उंच झाडातून धनेश पक्षाच्या भराऱ्या आणि भर दुपारीही जाणवणारा हवेतला गारवा! जुव्याचा सगळा परिसर असा भारून टाकतो. अंतर्मुख बनवतो. जुव्याच्या उंच भागात रवळनाथाचं, तिथल्या निसर्गाइतकंच देखणं मंदिर दिसतं.

गावातल्या मातीच्या रस्त्यावरून जाताना दोन्ही बाजूला आणि उताराावरून जाताना दोन्ही बाजूला दिसणारी गर्द झाडी खाडीपर्यंत पसरलेली दिसते. इतक्या विविध प्रकारचे वृक्ष एकाच ठिकाणी दिसणं आजकाल तसं दुर्मिळच झालंय. पेंडसे सरांनी इथे अनेक अस्पर्शित व अनोळखी वनस्पती असल्याचं सांगितलं.

खाडीच्या काठाजवळच्या अरुंद चिंचोळ्या सपाटीवर थोडीफार शेती आणि बाकी

सगळीकडे खारफुटीची दाट झाडं. रवळनाथाच्या देवळाजवळ सतीचे खडकाळ ठिकाण आणि एक-दोन छोटेखानी घुमटच्या! बेटाच्याभोवती सर्वत्र समुद्राचं पाणी आणि वातावरणात गूढ शांतता, असं हे जुवे जैतापूर.

गडबड गोंगाटाच्या प्रदूषित जगापासून अलिप्त असलेलं हे ठिकाण अजूनही खूपसं अस्पर्शितच राहिल असं वाटलं होतं. पण जवळच किनारी महामार्गासाठी पुलाचं काम झालंय आणि मुख्य भूमीशी बंधाऱ्यानं जुवं जोडलंही गेलंय.

माणसांची ये-जा वाढलीय. अस्पर्शित जुण्याला माणसांचा झालेला स्पर्श तिथलं वातावरण आता बिघडवू लागलाय.

# ११

# तांबळडेगचा वाळूचा पसारा आणि तोंडवलीचे वृक्षवन

केळशीच्या किनाऱ्यावर जशी वाळूची विलक्षण टेकडी दिसली तशी टेकडी कोकणात इतरत्र कुठे आहे का, ते पाहाण्यासाठी या किनाऱ्याचा खूप मोठा भाग मी अगदी बारीक नजरेने धुंडाळला. अजूनपर्यंत तरी तशी टेकडी कुठे आढळली नाही. मात्र अनेक ठिकाणी वाळूच्या टेकड्यांचे विस्तीर्ण पट्टेच्या पट्टेच दिसले.

दिवेआगर, मोचेमाड इथे वाळूच्या टेकड्यांच्या दोन किंवा तीन रांगाच आढळल्या. पहिली टेकड्यांची भिंत ही किनाऱ्याजवळ आणि किनाऱ्याला समांतर उत्तर-दक्षिण पसरलेली, दुसरी त्याच्या मागे पहिल्या रांगेला समांतर तर तिसरी त्याच्याही मागे. यातून वर-खाली चालत किनाऱ्याच्या दिशेने जाताना वाळूच्या प्रचंड पसाऱ्याची कल्पना येते. या टेकड्यांवर अनेक ठिकाणी काटेरी वनस्पतींची वाढ झालेली दिसते. किनाऱ्याजवळच्या टेकड्यांच्या रांगेवर आयपोमिआ या वनस्पतीचा एक हळुवार गालिचा पसरलेला दिसतो. त्याला आलेली जांभळ्या रंगाची फुले त्या गालिच्याचा दिमाख आणखीनच वाढवीत असतात.

कुणकेश्वरच्या दक्षिणेला ८-१० किमी अंतरावर तांबळडेग नावाची वस्ती आहे. ही सगळी वस्तीच एका वाळूच्या टेकड्यांच्या समुच्चयात विखुरली आहे. उत्तरेकडे असलेली एका डोंगराची रांग वगळता इतरत्र कुठेही दगड सापडत नाही. सगळीकडे वाळू आणि केवळ वाळूच.

माझ्या स्वतःच्या पीएच.डी.च्या संशोधनात मी तांबळडेगचा हा जगावेगळा वाळूचा पसारा आणि वाळूच्या टेकड्यांचा प्रदेश पाहिला होता. त्या वेळच्या प्रवासातल्या अडचणी, प्रदेशाची दुर्गमता आणि माझे विषयातले अपुरे ज्ञान यामुळे तो विषय तसाच राहून गेला होता.

तुषार शितोळे या माझ्या विद्यार्थ्यांसाठी पीएच.डी. करता तांबळडेगचा अभ्यास करण्याचे नक्की केले आणि १९९२ पासून सलग चार वर्षे त्या प्रदेशातील वाळूच्या

टेकड्यांचा अर्थ लावण्याचा प्रयत्न केला. या किनाऱ्याची पावसात होणारी धूप ही जवळच असलेल्या देवबागच्या किनाऱ्यापेक्षा थोडी कमी असल्याचे लक्षात आले. दोन्ही किनारे तितकेच सुंदर. पण तांबळडेगच्या सौंदर्याचं लक्षण होतं विस्तीर्ण प्रदेशात पसरलेल्या वाळूच्या टेकड्या.

योगेश पिसोळकर त्याच्या संशोधनाकरता देवबागचा अभ्यास करीत होता. देवबाग आणि तांबळडेग या दोन्ही किनाऱ्यांचा तुलनात्मक आणि एकत्रित अभ्यास आमचं किनारी प्रदेशांच्या अनेक पैलूंबद्दलचं ज्ञान, संपन्न करीत होता.

२६ डिसेंबर २००५च्या त्सुनामी नंतर देवबागला आणि तांबळडेगलाही थोडा परिणाम जाणवला. देवबागचं दक्षिणेकडंच टोक समुद्राच्या आक्रमणात नष्ट झालं. तांबळडेगला झीजेचं प्रमाण वाढल्याचे संकेत मिळाले.

२००६च्या मे मध्ये तांबळडेग या गावात राहूनच काम करायचं आम्ही ठरविलं होतं. त्या आधी आम्ही मालवणच्या नाथ पै सेवांगणात राहून, रोज तांबळडेगला येऊन-जाऊन काम करीत होतो. सेवांगणाची व्यवस्था आणि तिथली शांतता, उत्तम जेवण यामुळे इतर कुठे राहावं असं वाटायचं नाही. पण जाण्या-येण्यात नाही म्हटलं तरी फार वेळ जायचा. दुसरा तोटा असाही होता की तांबळडेगच्या समुद्र परिसराचं संध्याकाळचं आणि रात्रीचं रूप पाहायला मिळायचं नाही.

त्या दिवशी गावात एका स्थानिकाने त्याचं नवीनच बांधलेलं घर आम्हाला राहायला दिलं. आम्ही अगदी खुश झालो. मी, मनोज आणि तुषार आम्ही तिघेच होतो आणि आजूबाजूच्या वाळूच्या पसाऱ्यातलं नवीन घर राहायला मिळत होतं.

पण घर बघितलं आणि आमचा सगळा उत्साह संपला. सगळ्या घरात वाळू पसरली होती. खिडकीच्या काचा आणि झडपा वाळू अडकून घट्ट झाल्या होत्या. बाहेरच्या खोलीत एक बल्ब टांगलेला होता. दोन खोल्या कुलपं घालून बंद होत्या. एका खोलीत भरपूर लोखंडी आणि लाकडी सामान, दोऱ्या, सुंभ, घमेली असा पसारा पडला होता. म्हणजे फक्त बाहेरची एकच खोली वापरता आली असती.

संध्याकाळचा काळोख पसरू लागण्याआधी आम्हाला निर्णय घेणं आवश्यक होतं. कारण तिघांपैकी कोणाचीही त्या भयावह बंगलीत रात्र घालवण्याची इच्छा नव्हती.

''मिठबावला जाऊन जेवून येतो'' असा निरोप देऊन आम्ही तिथून सटकलो, ते पुन्हा परत न येण्यासाठी. मालवणच्या दिशेने जात असतानाच वाटेत आचऱ्याला एक नवीन लॉज सुरू झाल्याचे कळले. तिकडे मोर्चा वळवला. ते रेस्टॉरंट, बार व लॉज होते. खरं म्हणजे दिवसभराच्या कामाच्या थकव्यानंतर आता विश्रांतीची गरज होती. आम्हाला लॉजमध्ये मिळालेली खोली साधारण प्रकारात मोडणारीच होती; पण घेतली.

सामान खोलीत टाकलं. रात्रीचे साडे आठ वाजून गेले होते. जेवणासाठी हॉटेलच्या रेस्टॉरंटमध्ये गेलो. अगदी सुमार दर्जाचं जेवण कसंतरी घशाखाली ढकललं आणि पुन्हा खोलीकडे निघालो.

त्या तेवढ्या क्षणभरात एक प्रचंड मोठं वादळ खाडीच्या दिशेकडून घोंघावत आलं आणि लॉजच्या सगळ्या इमारतीला प्रचंड वेगाने धडकलं. पाठोपाठ तुफान पाऊस आणि विजांचा कडकडाट यांनी आसमंत घुसमटून गेला. आम्ही आणि तिथले सगळे जण अक्षरश: भिजून गेलो. हॉटेलच्या आडोशाला कसेबसे उभे राहिलो.

पुढचा जवळजवळ तासभर पाऊस, विजांसह वादळ नुसतं थैमान घालीत होतं. पाऊस थांबल्यावर साठलेल्या पाण्यातून वाट काढीत खोलीपर्यंत पोहोचलो. खोलीच्या उघड्या खिडक्यातून मोठमोठे किडे आत येऊन त्यांचा अगदी खच पडला होता. आम्ही खोली उघडताच समोरच्या खिडकीतून येणारे किडे चेहऱ्यावर येऊन आपटत होते.

खिडक्या दरवाजे बंद केले. लाइट केव्हाच गेले होते. मेणबत्तीच्या प्रकाशात खोली स्वच्छ करून, रात्र बहुतांशी जागूनच काढली.

सकाळी चहा हवा का विचारायला आलेल्या वेटरला म्हटलं, ''झोप नाही रात्रभर. काय भयंकर पाऊस पडला काल.''

''ह्या नेहमीचाच असा. कालचो पाऊस त्यामानान कमीच होतो. वादळ पण मोटा नव्हता. तुमका सवय नाय ना. म्हणून तसा वाटला.''

यापेक्षा मोठ्या वादळाची मी कल्पनाच करू शकत नव्हतो. माझ्या अंगावर सरसरून काटा फुलला.

तसं माझं कोकणात खूप वास्तव्य होतं. पण माळरानावर, खाडीतून येणारं वादळ किती जबरदस्त तडाखा देऊ शकतं त्याचा अनुभव नव्हता. निसर्गाचं हे रूपही खूप सुखद होतं, यात शंका नव्हती.

महाराष्ट्राच्या किनाऱ्यावर आज अनेक ठिकाणी सरकारी प्रयत्नातून सुरूची बनं (सुरू वनं) वाढविली गेली आहेत. किनाऱ्यावरील पुळणीच्या आणि वाळूच्या टेकड्यांच्या मागं असलेल्या गावांचं उडत येणाऱ्या वाळूपासून रक्षण करणं हा त्यामागचा एक उद्देश. दुसरा उद्देश असा की, वाळूच्या टेकड्यांची म्हणजे पर्यायानं किनाऱ्याची होणारी धूप थांबविणं.

निसर्गरक्षणाच्या या प्रयत्नात असं लक्षात आलं की, सुरूच्या दाट वनांमुळे प्रदेशाला जे सौंदर्याचं नवीन परिमाण प्राप्त होतं, त्याचा उपयोग पर्यटकांना आकर्षित करून घेण्यासाठीही करता येईल. रखरखीत वाळूत उभं राहून, डोक्यावर सूर्याची प्रखर उन्हं सोसून, समोरच्या अथांग निळ्याशार समुद्राचा आणि फुटणाऱ्या लाटांचा मनसोक्त आनंद

इच्छा असूनही पर्यटकांना घेता येत नाही. समुद्रासमोरच थंड, शांत अशी घनदाट सावली म्हणजे जणू स्वर्गसुखच. हे स्वर्गसुख देण्याचं काम ही सुरूची वनं करताहेत.

सुरूच्या वनातून समुद्राच्या फेसाळणाऱ्या लाटा पाहणं आणि त्यांच्या घनगंभीर आवाजानं काम तृप्त करून घेणं यांसारखे दुसरे आनंदाचे क्षण नाहीत. महाराष्ट्राच्या किनाऱ्यावर अशी मुद्दाम वाढलेली सुरूची अनेक वनं आहेत.

आता आणखी एक सुरू वन महाराष्ट्राच्या पर्यटन नकाशावर आले आहे; मात्र हे सुरू वन इतर सुरू वनांपेक्षा खूपच वेगळे, विलक्षण आकर्षक आणि गूढरम्यही आहे, यात शंका नाही. आजची त्याची गूढरम्यता आणि आकर्षकपणा नंतर कदाचित राहणार नाही.

हे ठिकाण म्हणजे सिंधुदुर्ग जिल्ह्यातील 'तोंडवली' सुरू वन. पर्यटनाची आवड असणाऱ्या प्रत्येकानं ते आवर्जून पाहावं असं.

देवगड-मालवण या सागरी महामार्गावर देवगडपासून ४० किलोमीटरवर किंवा मालवणपासून फक्त १५ किलोमीटरवर तोंडवलीकडे जाणारा फाटा आहे. इथून केवळ ५ किलोमीटरच्या अंतरावर तोंडवलीचं हे सुंदर, रमणीय वन आहे. स्थानिक लोक याला 'सुरू वन' म्हणून ओळखत असले, तरी प्रत्यक्षात ते एक घनदाट वृक्ष वन (Forest Garden) आहे. एकूण ३० हेक्टर क्षेत्रफळ असलेलं संमिश्र वृक्षांचं हे वन, त्यात प्रवेश केल्यापासूनच आपल्याला एका वेगळ्याच विश्वात घेऊन जातं.

मुख्य रस्त्यावरच्या फाट्यापासून जाणारा वळणावळणाचा सुबक रस्ता जांभा दगडाच्या पठारावरून जातो. आजूबाजूचं हे काळ्या रंगाचं सपाट उघडंबोडकं पठार पार करून पठाराच्या कडेच्या उतारावरून जाणारी वाट डावीकडे व्याघ्रेश्वर मंदिराकडे जाते. खूप जुने आणि एकाकी असे मंदिरही जाता-जाता बघण्यासारखे आहे. उजवीकडून जाणारी वाट तोंडवलीच्या वृक्ष वनांकडे जाते.

वृक्षवनाच्या सुरुवातीलाच, वनक्षेत्रपाल कुडाळ, सावंतवाडी वन विभाग यांच्यातर्फे लावलेली वृक्ष वनासंबंधीची पाटी दिसते. दोन्ही बाजूला नजर पोहोचते तिथवर निरनिराळ्या उंचच उंच वृक्षांचे दाट जंगल आपली नजर बांधून टाकते. भर दुपारच्या रखरखीत उन्हाचे केवळ कवडसेच आत येऊ देणारं ते जंगल या वृक्ष वनाचं वेगळेपण जाणवून देतं. कोकण किनाऱ्यावर इतकं दाट जंगल समुद्राजवळ फारच अभावानं दिसतं.

हे सगळं जंगल किनाऱ्याच्या ज्या भागात वाढलंय तो भाग आठ ते दहा मीटर उंचीच्या वाळूच्या टेकड्यांचा एक लांब-रुंद प्रदेश आहे, खूप जुना.

वृक्ष वनाकडे जाणारी वाट ही या वाळूच्या टेकड्यांतून मार्ग काढत जाणारी. पर्यटन केंद्र होणार म्हणून वाहनं नेता यावीत यासाठी वाळू आजूबाजूला ढकलून रुंद केलेली ही

वाट पूर्वी खूपच कष्टप्रद होती; पण दोन्ही बाजूंच्या गर्द वृक्षांमुळे किनाऱ्यांपर्यंत जायची उमेद देणारी! दोन्ही बाजूंच्या वृक्षांतून वाट काढीत टेकड्यांवर जाता-जाता वाटेत दिसणारी अनेक बंद, पडकी घरं म्हणजे माणसाच्या अस्तित्वाच्या केवळ खुणा! इथून भटकताना हे वृक्ष वन जणू अंगावर धावून येतं! दूरवर समुद्राची धीर गंभीर गाज, जंगलातल्या उंचच उंच झाडांतून पाझरणारं ऊन आणि पानांची गूढ सळसळ, सगळंच झपाटून टाकणारं!

मळलेल्या वाटेवरून, नाही तर टेकड्यांच्या उतारावरून, झाडाझाडांतून रस्ता काढीत आपण समुद्राच्या दिशेनं निघतो. जवळजवळ तीस ते चाळीस मिनिटांच्या मार्गक्रमणेनंतर किनाऱ्याजवळचं सुरू वन आणि सुरूच्या झाडांतून झळाळणाऱ्या समुद्रलाटांचं सुखद दर्शन होतं आणि आपण देहभान हरपून नव्या उमेदीनं समुद्राच्या दिशेनं चालू लागतो. आता जंगल थोडं मागं पडलेलं असतं. वाट सुरू वनातून जात असते. उन्हाचा चटकाही थोडा जाणवू लागतो. थोडसं पुढं समुद्रानजीकच्या उंच टेकडीवजा उंचवट्यावर आपण पोहोचतो आणि चहुबाजूंनी उंचबळणाऱ्या, हेलकावणाऱ्या जबरदस्त लाटांनी येऊन फुटणाऱ्या समुद्राचं आनंददायी दर्शन होतं. इतका वेळ चालण्यामुळे आलेला सगळा शीण क्षणार्धात संपून जातो!

तोंडवलीच्या वृक्ष वनातून जाण्यासाठी पूर्वी वाळूतून लांबवर चालायला लागायचं. वाहन घेऊन समुद्रापर्यंत जाता येत नव्हतं. दुसरा एक मार्गही इथं जायला उपलब्ध आहे. मालवणकडून उत्तरेकडे कोळंब खाडीच्या पुढं, तळाशील गावाकडे जाणारा फाटा आहे. तिथपर्यंत येऊन, होडीनं खाडी पलीकडे तोंडवलीच्या सुरू वनात जाता येते.

भटकंतीची मनापासून आवड असणाऱ्यांसाठी तोंडवलीचं वृक्षवन हा एक आगळा आनंद आहे, यात शंका नाही!

२००९मध्ये तोंडवली जवळच्या ६० मीटर उंचीवरच्या जांभ्याच्या पठारावर सी वर्ल्ड म्हणजे 'सागरी विश्व' या प्रकल्पाची योजना महाराष्ट्र सरकारतर्फे मांडण्यात आली. २०१५पर्यंत हा महत्त्वाकांक्षी प्रकल्प पूर्ण व्हायचा होता. मात्र स्थानिकांचा विरोध व इतर अनेक कारणांमुळे काहीच घडले नाही. २०१५मध्ये नवीन आलेल्या सरकारकडून मुळच्या प्रस्तावित १३०० एकर ऐवजी हा प्रकल्प केवळ ३०० ते ३५० एकरातच व्हावा अशी सूचना पर्यटन विभागाला करण्यात आली. त्यामुळे यानंतर कदाचित हा महत्त्वाकांक्षी प्रकल्प पूर्ण होईलही. भारताबरोबरच जगभरातल्या पर्यटकांना आकर्षित करण्यासाठी होऊ घातलेल्या या प्रकल्पामुळे पर्यटन विकास कदाचित होईलही. पण तोंडवली-वायंगणी परीसरातला सुंदर निसर्ग आजच्या इतका आकर्षक नसेल, हे नक्कीच!

# १२

# आरे-वारे ढोकामळेच्या समुद्र गुहा

मे २००८मध्ये रत्नागिरीच्या मुक्कामात, गणपतीपुळ्यापर्यंतचा किनारा पुन्हा एकदा नवीन झालेल्या किनारी महामार्गावरून पहावा असे ठरवले. मी माझा भाऊ अविनाश याला तसे म्हटलेही. त्याच्याकडून त्या भागातल्या नवीन सुधारणांबद्दल कळले. ढोकामळे गावानजीकचा एक कच्चा पूल आदल्या वर्षी पडल्यामुळे, त्या रस्त्याने होणारी वाहतूक बरेच दिवस थांबली होती. पण आता पुलाचे काम झाले होते. ढोकामळ्याच्या अलीकडे आरे - वारे या खाडी काठच्या गावांची दुर्गमताही आता संपली होती आणि पर्यटकांसाठी निसर्ग सौंदर्याचा आणखी एक खजिना किनाऱ्यावर उपलब्ध झाला होता! ही गोष्ट सिनेमावाल्यांपासून फार दिवस लपून राहिली नव्हती, त्यामुळे तिथे एका हिंदी सिनेमाचं शूटिंग चालू असल्याची माहितीही अविने पुरवली! सिनेमाचं शूटिंग किती दिवस चालेल माहीत नव्हतं आणि माझ्या मर्यादित मुक्कामात मला आरे-वारेचा समुद्र पहायचाच होता!

मी जायचं म्हटल्यावर घरातल्या बाकीच्यांनीही 'आम्ही पण येणार' हे नक्की करून टाकलं. दुपारी तीनच्या सुमारास सगळ्यांनी आरे-वारेच्या दिशेने प्रस्थान ठेवलं.

तासाभरातच आम्ही त्या परिसरात पोहोचलो. समुद्राजवळच्या पुलावरून डोंगराच्या दिशेने जाणारा रस्ता जसा वर चढू लागला, तसा आजूबाजूचा सगळा विलक्षण सुंदर परिसर अधिक विस्तृतपणे दिसू लागला. सागरतीराचं ते रूप खरोखरच अवर्णनीय असं होतं. लांबचलांब पसरलेली पांढऱ्याशुभ्र वाळूची पुळणं. मंद आवाज करीत. धीरगंभीरपणे, एका लयीत, एकामागून एक किनाऱ्यावर फुटणाऱ्या लाटा. मंद वाऱ्याबरोबर हेलकावणारी नारळाची झाडं. सगळं अगदी स्वप्नवत. घाट रस्ता चढून आम्ही माथ्यापाशी आलो. रस्त्याच्या उजवीकडे जांभा दगडाचे तीव्र उताराचे कडे आणि डावीकडे खूप खोलवर, खाली निळाशार अथांग समुद्र. तिथे काही पर्यटक गाड्या लावून थांबले होते. त्यांच्या सोयीसाठी एका स्थानिकाने एक चहाची गाडीही तिथे लावली होती. गाडीभोवती कोंडाळे करून उभे असलेले पर्यटक चहा पिण्यात आणि बिस्कीटं खाण्यात मग्न होते. काही जण

तर समुद्राकडे पाठ करूनच उभे होते! मला थोडं विचित्र वाटलं. मी त्या समुद्रदृश्याला क्षणभरही नजरेआड करू इच्छित नव्हतो. आणि इथे... मी तो विचार झटकून टाकला. थोडी पुढे नजर केली आणि मी अगदी गोंधळूनच गेलो. कारण पुढच्या वळणावर अगदी जत्रा भरावी अशी गर्दी होती!

''काका तिकडे बघा. शूटिंग चालू आहे.'' माझा पुतण्या अमित म्हणाला.

''खरंच की.'' अभिजित माझा मुलगा म्हणाला. दोघेही त्या दिशेने निघाले. मी म्हटलं, ''तुम्ही व्हा पुढे. मी आलोच.''

'आरे'च्या घाटातून दिसणाऱ्या अथांग समुद्राचं मला जास्त आकर्षण होतं. रस्त्याच्या कडेला जाऊन पन्नास फूट खाली दिसणारं ते दृश्यं खरोखरच केवळ अद्वितीय असं होतं. माझ्या सरावलेल्या नजरेला तिथे बरंच काही दिसलं. लांब-रुंद सागरी मंच, त्यावरची लहान-मोठ्या विवरांची नक्षी, लाट फुटून पाणी खाली गेल्यावर उघडी पडणारी सागरी वनस्पतींची जाळी, खड्ड्या, खड्ड्यात साठून राहणारा फेस आणि हे सगळं गिळंकृत करायला पुन्हा पुन्हा वर येणाऱ्या लाटा! मी थोडा खाली उतरलो आणि ज्या डोंगरावरून मी खाली उतरत होतो, त्यावरच तयार झालेल्या असंख्य गुहा नजरेच्या टप्प्यात आल्या! एकमेकांत गुंतलेल्या, अरुंद पण खोलवर डोंगरात गेलेल्या अशा गुहा, मी आजपर्यंत कुठेही बघितल्या नव्हत्या. मी आणखी खाली उतरलो. लाटांनी विदीर्ण करून टाकलेल्या डोंगराच्या पायथ्याचं ते गुहारूपी रौद्र सौंदर्य बघून माझं भानच हरपून गेलं. मी आणखी खाली उतरलो. मी गुहा बघण्यात इतका व्यग्र होतो की, अचानक पायापाशी येऊन फुटलेली लाटही मला जाणवली नाही! दगडावरच्या शेवाळ्यामुळे पाय घसरला, आणि मी पडता पडता सावरलो.

थोडा भानावर आलो, तेव्हा जाणवलं की, रस्त्यावरून सगळे जण हाका मारताहेत. 'आरे'च्या गुहा बघण्यासाठी पुन्हा यायलाच हवं होतं! त्यांचा अभ्यास तर करायलाच हवा; पण त्याचं हे रौद्र सौंदर्य आकंठ पिऊन घ्यायलाच हवं. मी इच्छा नसतानाच पुन्हा परतीच्या मार्गाला लागलो. सूर्यही आता क्षितिजावरून नाहीसा होत होता.

दुसऱ्या दिवशी इतर कोणाला काहीच न बोलता मी एकटाच आरेच्या गुहा बघण्यासाठी तिथे गेलो. मी तिथे पोहोचेपर्यंत सकाळचे दहा वाजून गेले होते. त्या दिवशी लाटाही जास्त वेगवान होत्या. भरतीचं पाणी क्षणाक्षणाला वर चढत होतं. डोक्यावर येणारा सूर्य अंग भाजत होता. पण एकमेकांत गुंतलेल्या त्या गुहा आणि विदीर्ण डोंगर पायथा बघायला मी अगदी आतुर झालो होतो. एका हातात कॅमेरा आणि दुसऱ्या हातात हॅमर घेऊन, फुटणाऱ्या लाटांच्या पाण्यात भिजत, बुळबुळीत खडकावर तोल सांभाळत, कड्याच्या कपारीतून चालत चालत मी कसाबसा त्या गुहांपर्यंत पोहोचलो.

जे मी बघत होतो, ते कल्पनाशक्तीच्या पलीकडचं होतं. वरवर पाहता त्यात काही नावीन्य नाही, असं कोणालाही वाटलं असतं. पण सागरी भूरूपांच्या माझ्या अभ्यासामुळे, त्या वरकरणी अनाकर्षक दिसणाऱ्या, पण मुळात क्लिष्ट रचनेच्या त्या गुहा, मला बरंच काही सांगून गेल्या. गुहांच्या निर्मितीचं एक वेगळंच रूप त्या दिवशी मला स्पष्टपणे जाणवलं. मी परत निघालो तोपर्यंत भरतीचं पाणी खूप वर चढलं होतं. पायाखालच्या खडकांच्या बुळबुळीतपणाचा अंदाज येत नव्हता. पण मला खात्री होती, मी सहजपणे त्यातून बाहेर पडलो असतो.

घरी आलो, तेव्हा पुण्याहून कांचन शेंडे या माझ्या सहकारी प्राध्यापिकेचा फोन आला होता. त्या सहकुटुंब दुसऱ्या दिवशी रत्नागिरीत येणार होत्या. त्यांना राहण्याची व्यवस्था हवी होती आणि एखादं अविस्मरणीय ठिकाण, तेही किनाऱ्यावरचं पहायचं होतं. ते कुठलं, हा आता प्रश्नच नव्हता. त्यांना 'आरे-वारे'ला न्यायचळ नक्की केलं.

प्रा. कांचन शेंडे, श्री. शेंडे व त्यांचा मुलगा गौरव यांनी जेव्हा आरे-वारे चा विलोभनीय समुद्र पहिला, तेव्हा तेही मंत्रमुग्ध झाले. शेंडे माझ्याबरोबर पुन्हा एकदा खाली उतरून, त्या विलक्षण मोहमयी गुहांच्या प्रदेशापर्यंत आले. पुढच्या वळणावर त्या दिवशीही शूटिंगसाठी गर्दी होती. आजूबाजूचा परिसर अस्वच्छ झाला होता. किनाऱ्यावर कृत्रिम घरे उभी करण्यात आली होती. पवनचक्की सदृश्य काही रचनाही तिथे उभ्या होत्या. आसमंतात कोलाहल होता आणि समोरचा समुद्र निपचितपणे पडून होता.

गेल्या काही वर्षांपासून कोकणात पर्यटन विकासामुळे होणाऱ्या निसर्गाच्या हानीबरोबरच, सिनेमा शूटिंगमुळेही या हानीला हातभार लागत होता. अशा ठिकाणी झाडे तोडून परिसर मोकळा करण्याचे अनेक प्रयत्न सरकारी आशीर्वादाने चालू झाले होते.

शेंडे माझ्याबरोबर ते निसर्ग लेणं समजावून घेत होते. समुद्र खोल कुठे आहे आणि उथळ कुठे आहे, हे कसं समजतं; असं त्यांनी गप्पांच्या ओघात मला विचारलं.

''लाटा जिथे फुटताना दिसताहेत तिथून पुढे, किनाऱ्याच्या दिशेने समुद्र उथळ होत जातो. त्याच्यामागे मात्र तो खोल असतो. यावरून कुठला किनारा पोहायला सुरक्षित किंवा धोकादायक आहे, याचाही अंदाज करता येतो!'' मी म्हटलं.

''ग्रेट! एकदम सगळं स्पष्ट झालं.'' शेंडेंनी उत्स्फूर्त दाद दिली होती. समुद्राचं खरं म्हणजे असंच आहे. तो ज्याला वैज्ञानिकदृष्ट्या जास्त समजतो, त्याला तो आकर्षक आणि आपलासा वाटतो. माझा तर हा नेहमीचा अनुभव आहे. समुद्रानं आपल्या पोटात अनेक रहस्यं दडवून ठेवली आहेत असं म्हणतात, ते खोटं नाही. यातली खूपशी रहस्यं आपल्याला अजूनही कळलेलीच नाहीत. समुद्राच्या पोटात जशी रहस्य आहेत; तशी ती किनाऱ्यावरही आहेत; मात्र ती शोधायला आपली शोधक नजर हवी.

# १३

# कोंडुऱ्याची हाक

माझ्या समुद्रशोधाच्या प्रवासात कोकण किनाऱ्यावरची अनेक ठिकाणं माझ्या मनात अगदी घट्ट रूतून बसली आहेत. त्यांपैकी कुठल्याही ठिकाणाचा एखादा संदर्भ सहजपणे जरी वाचनात आला किंवा कोणाकडून ऐकला; तरी माझ्या मनात, त्या ठिकाणच्या माझ्या सगळ्या भेटी आणि बारीक-सारीक घटना व अनुभव पटकन दाटून येतात.

गूढरम्यता हे तर कोकणच्या किनाऱ्यावरच्या सगळ्याच ठिकाणांचं एक विलक्षण सुंदर लक्षण आहे! देवगडजवळच्या मिठमुंबरीच्या पुळणीची पावसाळ्यातल्या समुद्राने चालवलेली वाताहात बघून मी जेवढा अस्वस्थ झालो, तेवढेच तिथल्या फुटणाऱ्या लाटांच्या वातावरण कोंदून टाकणाऱ्या आवाजाने आणि परिसराच्या धूसर गूढपणाने मला खिळवून ठेवले. 'आरे'च्या गुहेतील धुरकट प्रकाशाने आणि कोंदट कुंद वासाने माझी तीच अवस्था केली होती.

कोंडुरा हे वेंगुर्ल्याच्या जवळचं ठिकाण मात्र अनेक वेळा मी स्वप्नातही पाहिलंय. चि. त्र्यं खानोलकरांची 'कोंडुरा' ही तिथल्याच प्रदेशावर आधारित कादंबरी वाचल्यावर या ठिकाणाचं एक कल्पनाचित्र मी माझ्या मनात तयार केलं होतं. त्यामुळे 'कोंडुरा' पाहायचंच होतं. ती इच्छा तशीच दडपून ठेवली होती. खरं म्हणजे कोंडुऱ्याची हाक आणि त्याचं आर्जव समजूनही, तिथं जाणं काही जमत नव्हतं.

मी मनात साकारलेल्या कोंडुराला मूर्त स्वरूप दिलं, ते वेंगुर्ल्यातल्या एका फोटोग्राफरच्या दुकानात बाहेर लावलेल्या मोठ्या फोटोग्राफनं. वेंगुर्ल्याच्या मुक्कामात संध्याकाळी मुख्य रस्त्यावरून फिरताना रामेश्वराच्या देवळासमोरच्या एका स्टुडिओत एक चित्र बाहेरचं लावलं होतं. माझी त्यावर नजर पडली आणि मी नखशिखान्त मोहरून गेलो. मी स्वप्नात तसा निसर्ग आणि पुळण अनेक वेळा पाहिली होती. मी धावतच तिथं गेलो. स्टुडिओचे मालक बाहेरच उभे होते.

''येता. फोटो काढूचो असा?'' त्यांनी विचारलं.

''हा फोटो-'' मी त्या फोटोकडे पाहत म्हटलं.

''विकूचो नाय. आमच्या कोंडुन्याचो तो-'' ते म्हणाले.

फोटोवर काही लिहिलं नव्हतं. कुठला फोटो, कोणी घेतला; असे काही तपशील नव्हते. 'कोंडुन्याचो' म्हटल्यावर मी क्षणभर गोंधळून गेलो. मी हा किनारा, किनाऱ्यावरची माडाची ती उंच झाडं, एक छोटेखानी देऊळ आणि पुळणीच्यामागचे भयावह समुद्रकडे; हे सगळं अगदी असंच स्वप्नात पाहिलं होतं. माझा माझ्या नजरेवर विश्वास बसत नव्हता.

चित्रातल्या आणि स्वप्नातल्या निसर्गचित्रांतलं ते साधर्म्य खूपच आश्चर्यकारक होतं; की मला तसं वाटलं होतं? कदाचित खानोलकरांच्या हुबेहुब वर्णनाचाही तो परिपाक असेल.

''विलक्षण सुंदर!'' माझा तोंडून नकळत उद्गार बाहेर पडले.

''जाऊन येवा. प्रत्यक्षात याच्यापेक्षा सुंदर असा. पण जास्त वेळ थांबण्याचा धाडस नको करू. भय वाटू लागात-''

''कसला भय?'' मी विचारलं.

''भय म्हंजे भय नाय हो. कायतरी गूढ वाटत ऱ्हता ना म्हणून म्हटलय.'' स्टुडिओच्या मालकांनी म्हटलं.

''उद्याच जावून बघतय.'' असं म्हणून मी निघालो. मी त्या वेळी लक्ष्मी ढवळीकर यांच्या पीएच.डी.च्या कामासाठी वेंगुर्ले परिसरातच हिंडत होतो. दुसऱ्याच दिवशी मी कोंडुन्याला जायची योजना आखली.

कोंडुन्याचं आर्जव मला स्वस्थ बसू देत नव्हतं. त्याची आस मला अनेक दिवसांपासून लागून राहिली होती. कोंडुन्याच्या हाकेला प्रतिसाद देण्याची वेळ येऊन ठेपली होती. कोकण किनाऱ्यावरचा हा माझा अनुभव नित्याचा होता. मनात असूनही, खूप ठिकाणं योग्य वेळ आल्यावरच, मी बघू शकलो होतो. काही ठिकाणं तर, इच्छा असूनही पुन्हा तिथे जाण्याचा योग येत नव्हता. कदाचित आता तिथे झालेले बदल, तिथली माणसांची वाढलेली वर्दळ आणि किनाऱ्याचा केविलवाणेपणा; मी पाहू नये आणि मन व्यथित होऊ नये, असाच काहीतरी संकेत त्यात असावा.

आगरगुळ्याच्या पुळणीवर पुन्हा जायचा योग कधीच येत नव्हता, हे मी यापूर्वीच म्हटलं आहे. २००९मध्ये मी तो योग जुळवून आणला आणि माझ्या स्वत:च्या गाडीने पुन्हा एकदा शशिकांत यांच्याचबरोबर, त्यांच्या रंगू आत्याच्या घरी आणि पर्यायाने तिथल्या पुळणीवर जाऊन आलो. या वेळी माझा भाचा अनिकेत आणि मुलगा अभिजित हेही माझ्याबरोबर होते. १९७६च्या आगरगुळ्याने मला झपाटून टाकले होते. २००९

मधल्या भेटीत आगरगुळ्याची सगळी शानच संपून गेलेली आढळली. आता रंगू आत्याच्या त्या अजूनही तशाच विदीर्ण असलेल्या मातीच्या घराच्या बाजूने, डांबरी रस्ता गेला होता. जवळपास काही नवीन, बसकी घरं उभी राहिली होती. समुद्र जवळच होता; पण दिसत नव्हता. त्याचा आवाजही ऐकू येत नव्हता. माणसाच्या वाढत्या वर्दळीमुळे, त्याने बिचकून जाऊन माघार घेतली असावी. आगरगुळ्याचं ते रूप मला खरंच बघवत नव्हतं!

कोंडुरा माझ्या मनात अनेक दिवस घर करून होता. दुसऱ्या दिवशी त्याचं दर्शन मला नक्की होणार होतं. वेंगुर्ल्याहून मालवणकडे जाताना खानोलीकडून कोंडुऱ्याला जाण्यासाठी वळता येतं. नाहीतर थोडं पुढे जाऊन, 'हरीचरणगिरी' या वाडीच्या दिशेनेही तिथे पोहोचता येतं. आम्ही 'हरीचरणगिरी'पर्यंत गेलो. तिथून कोंडुऱ्याच्या परिसराचा उत्तरेकडचा परिसरच दिसेल, असा माझा अंदाज होता. मधल्या डोंगरामुळे सगळा कोंडुरा दिसेल याची खात्री नव्हती.

'हरीचरणगिरी' वाडीतल्या, एका झोपडीतल्या मुलाने कोंडुऱ्याकडे कसं जायचं ते सांगितलं. डोंगराच्या एका भूशिराला धरून, ती वाट ५० फूट खाली कोंडुऱ्याच्या पुळणीकडे उतरत होती. डोंगराला धरून जाणाऱ्या त्या अरुंद पायवाटेने दहा मिनिटं चाललो आणि पुळणीच्या दिशेकडून येणारे वारे जाणवू लागले. समुद्राची गाज आणखी गडद होऊ लागली. डोंगराच्या पलीकडून धीरगंभीर आवाज करीत, समुद्राच्या दिशेने कोसळणाऱ्या नदीप्रवाहाचा ध्वनी आसमंत भेदू लागला होता!

त्या अरुंद वाटेवरून आणखी पंधरा पावलं पुढे गेलो आणि फेसाळलेल्या समुद्रलाटा आणि उजवीकडे एक लांबच लांब पुळण एकदम अवतीर्ण झाल्यासारख्या दिसू लागल्या! ती पुळण कोंडुऱ्याची नव्हती. जवळच्या फोंडकेळूसची होती.

वाट जिथे संपली, तिथून खाली उंचउंच समुद्रकडे दिसत होते. कडे, कपारीत वाढलेल्या केळीच्या झाडांनी आणि किनाऱ्याजवळच्या हेलकावणाऱ्या माडाच्या झाडांनी, कोंडुऱ्याच्या सौंदर्याचा एक कोपरा आमच्यासमोर उघडा केला होता!

पण मी स्वप्नात पाहिलेला कोंडुरा आणि वेंगुर्ल्यात पाहिलेला कोंडुऱ्याचा फोटो असा नव्हता! उत्तर टोकाकडून आम्ही कोंडुरा पाहत होतो. मध्ये एक भूशिर होतं. खानोलीच्या दक्षिण टोकाकडून कोंडुरा अधिक पूर्णत्वाने दिसला असता. पण आमचं गणित चुकलं होतं. पुन्हा खानोलीकडून कोंडुरा पाहण्यात वेळ गेला असता. आम्ही परतलो. त्यानंतर चार वर्षं कोंडुरा नुसता खुणावत होता. प्रत्यक्ष भेटीचा योग नंतरच आला. २००८च्या पावसाळ्यात मी पुन्हा कोंडुऱ्याला गेलो. या वेळी खानोलीकडूनच वळलो. जेवढं शक्य होतं, तेवढी गाडी पुढे नेली. पण पुढचा रस्ता तीव्र उताराचा आणि कच्चा होता. चालत जाणं सोईस्कर होतं. तुषार, सुरेंद्र आणि मी डोंगर उतरू लागलो

आणि पावसाचं आगमन झालं. तोही आमच्याबरोबर डोंगर उतरू लागला.

अर्ध्या वाटेवरूनच दूरवर पसरलेला अथांग सागर झाडाझाडांतून तुकड्या तुकड्यांनी दिसू लागला. उजवीकडच्या दरीतून रोरावत खाली जाणाऱ्या नदीचा आवाज हळूहळू वाढू लागला. थोडं आणखी पुढं गेलो आणि सगळा आसमंत त्याच्या नेहमीच्या थाटात अंगावर धावून आला!

मी सुखावलो. कोंडुऱ्याचं हेच सुंदर दृश्य मला परिचित होतं. मी याआधी ते प्रत्यक्ष पाहिलं नव्हतं; पण ते इतकंच आकर्षक होतं याची मला खात्री होती.

आम्ही हळूहळू किनाऱ्यावर आलो. किनाऱ्यावर थोडसं आत, लिंगेश्वर मंदिर आहे. त्याचा परिचित कळस मी खाली येत असतानाच बघितला होता. मंदिरात बसून आजूबाजूचा मोहमयी परिसर निवांतपणे अनुभवता येतो. अर्थात तिथेही आपण जास्त वेळ बसू शकत नाही. समोरच्या समुद्राची आर्जवी गाज तुम्हाला बसू देत नाही. नकळत आपण त्या अथांग, अमर्याद सागराकडे खेचले जातो.

कोंडुऱ्याच्या किनाऱ्यावर पुळणीच्या बाजूने एक खळाळता नदीप्रवाह; मागच्या उंच डोंगरावरून खाली येऊन, खोल घळईतून पुढे सरकत समुद्राला येऊन मिळतो. निसर्गाचं हे रूप आपल्या काळजाचा ठोकाच चुकवतं. नदीच्या खोल घळईत प्रचंड मोठ्या शिळा पडलेल्या दिसतात. थोडं वर चालत गेलं, तर एक मोठी कोंड दिसते. आणखी वर गेलं, तर अजूनही एखादी कोंड गच्च झाडीत लपलेली दिसते. कदाचित म्हणूनच याला 'कोंडुरा' म्हणत असावेत.

कोंडुऱ्याच्या या सगळ्या आसमंतात कोंडीतून वाहणाऱ्या पाण्याचा एक गूढ ध्वनी सर्वत्र भरून राहिलेला आहे. आपण एका जगावेगळ्या, निर्जन, गूढ परिसरात असल्याची जाणीव हा ध्वनी आपल्याला सदैव करून देत असतो. पावसाळ्यात तर हा अनुभव नेहमीचाच. पावसाळ्यात खरं म्हणजे कोंडुराचा हा परिसर रौद्र असे सुंदर रूप धारण करतो. प्रचंड ताकदीने येणाऱ्या समुद्रलाटा कोंडुराची पुळण उद्ध्वस्त करून टाकतात आणि पुळणीच्या दोन्ही बाजूला असलेल्या तीव्र उताराच्या कड्यांवर जबरदस्त शक्तीने आपटतात. लाटांच्या आघातातून पसरलेले जलकण, परिसरात एक पांढराशुभ्र असा तलम पडदाच तयार करतात.

कोंडुरा हे कोकणच्या किनाऱ्यावरचं एक अलौकिक सौंदर्य लेणं आहे. तिथल्या गूढरम्यतेतून मी अजूनही बाहेर पडलेलो नाही. तशी इच्छाही नाही.

# १४

# डहाणू - बोर्डीच्या चिखल पुळणी

ठाणे जिल्ह्यात पालघर, सातपाटी, उचेली, नवापूर, दांडी परिसरातील किनारा मला परिचित होता. पण कोकणच्या उत्तर टोकाचा डहाणू परिसर पहाणं राहूनच गेलं होतं. सुनील केळकरच्या पीएच. डी. अभ्यासच्या निमित्ताने, नोव्हेंबर २००८मध्ये आम्ही डहाणू-बोर्डी किनाऱ्यास भेट दिली. या वेळी तुषार शितोळे हाही आमच्याबरोबर होता.

मुंबई अहमदाबाद पश्चिम महामार्गावरच्या फाट्यापाशी आम्ही डावीकडे वळलो. अरुंद आणि अनेक ठिकाणी उखडलेल्या रस्त्याने डहाणू गावात पोहोचलो आणि उजवीकडे, किनाऱ्याला समांतर जाणाऱ्या रस्त्याने बोर्डीच्या दिशेने निघालो. हा रस्ता मात्र अतिशय आखीव-रेखीव. रस्त्याच्या डावीकडे समुद्र, तर उजवीकडे रस्त्याला लागून अनेक छोटेखानी घरं. रस्त्यावर वाहनांची वर्दळ तशी कमीच. लांबच-लांब रस्ता, फारशी वळणं नाहीत. दोन्ही बाजूला उंचचउंच झाडांच्या रांगा. रायगड, रत्नागिरीपेक्षा खूपच वेगळा परिसर.

डहाणूपासून बोर्डीपर्यंतच्या सगळ्या किनाऱ्यावर भरती-ओहोटीचा प्रभाव जास्त. सिंधुदुर्ग, रत्नागिरी जिल्ह्यात समुद्राचं दिसणारं आक्रमक रूप इथे दिसत नाही. प्रचंड वेगाने किनाऱ्यावर येऊन आपटणाऱ्या लाटा इथे नाहीतच. याउलट भरतीबरोबर संथ गतीने हळूहळू वर चढत, किनारा शांतपणे गिळकृंत करणे, असा इथल्या समुद्राचा थाट. आसमंतात पसरलेल्या लाटांचा आणि वाऱ्याचा आवाजही खूप कमी. डोळे मिटून किनाऱ्यावर थांबल्यावर समोर समुद्र आहे, याची जाणीवही होणार नाही, इतका शांत समुद्र.

सगळ्या किनाऱ्यावर वाळूच्या रुंद पुळणी आणि त्यासमोर आणि पुळणीवर ठिकठिकाणी उघडा पडलेला विस्तृत खडकाळ (Rock Platforms) तटीय मंच, हे इथलं मुख्य वैशिष्ट्य. तटीय मंच, भरती-ओहोटीच्या प्रभावामुळे क्षतिग्रस्त झालेले. त्यामुळे फारसे उंचसखल नाहीत. ठिकठिकाणी पाणी साठून त्यावर तयार झालेली भरतीच्या पाण्याची डबकी आणि भेगा, फटी, छिद्रे यात साठून राहिलेला चिखल हे दृश्य माझ्या

दृष्टीने वेगळेच होते. इतक्या वर्षांत भरती-ओहोटीच्या प्रभावाखाली तयार झालेले खडकाळ मंच पाहण्याची संधी मिळाली नव्हती. सागरी भूरूपशास्त्राच्या पुस्तकात तसे उल्लेख वाचले होते. त्यांचे फोटोही बघितले होते. पण आपल्याच किनाऱ्यावर हेही भूरूप आहे, याची कल्पना नव्हती. कोकणचा किनारा जगातल्या सगळ्याच किनाऱ्यांचं प्रतिनिधित्व करतो, असं मला नेहमी वाटायचं. डहाणू-बोर्डीचे तटीय मंच बघून माझा विश्वास आणखीनच दृढ झाला.

अलिबागच्या दक्षिणेला नागाव पुळणीवर दिसणारा प्रचंड चिखल आणि उत्तरेला रेवस खाडीमुखाशी आढळणारा चिखल आणि चिखलाचे गोळे आम्हाला खपू परिचित होते. त्याचा सविस्तर अभ्यास करून, त्याच्या उगम स्थानाविषयी व ऋतुनुसार होणाऱ्या बदलाविषयी आम्ही आमचे विचार मांडले होते. बोर्डीच्या किनाऱ्यावर आम्हाला पुन्हा एकदा चिखलाने व्यापलेले विस्तृत पुळण प्रदेश दिसले. मात्र इथला चिखल अधिक चिकट (Sticky) आणि प्रवाही आहे. त्यातून चालणे केवळ दुरापास्त. शिवाय भरती-ओहोटीच्या प्रभावाखाली असल्यामुळे, प्रत्येक भरती-ओहोटीत चिखलाचे खूप संचयन झाल्यामुळे, खूप खोलपर्यंत असलेले त्याचे अस्तित्व!

या चिखलाचा अभ्यास करणं म्हणूनच खूप कठीण. सुनील केळकरला त्याच्या पीएच.डी.च्या अभ्यासात तो करावाच लागणार होता.

'सुनील, कळतंय ना मी काय म्हणतोय?' सगळा विषय नीट समजावून सांगितल्यावर मी त्याला म्हटलं.

''होय सर. मुळातच मी या विषयात अगदी कच्चा. आणि हे आव्हान पेलायचं म्हणजे जरा अवघडच वाटतंय. पण तुम्ही आहात. त्यामुळे मी निर्धास्त आहे!'' सुनीलने आपली लंगडी बाजू मनमोकळेपणाने मांडली. मला ते आवडलं. 'मला सगळंच कळतं' असं म्हणणाऱ्यांची संख्या आजकाल जास्त आहे. त्यामुळे हे वेगळेपण मला आवडलं.

डहाणू-बोर्डीच्या याच दौऱ्यात आम्ही उंबरगाव या गुजरात सीमेजवळच्या भागातही गेलो. बोइसर, नवापूर, उचेलीनंतर किनाऱ्याच्या बऱ्याच मोठ्या भागात न सापडलेली अश्मिभूत पुळण (Fossil Beach) इथे पुन्हा एकदा दिसली आणि आम्हाला विलक्षण आनंद झाला. ही पुळण इतकी कमी लांबीची कशी, अशी शंका मनात होतीच. त्यामुळे पुन्हा बोर्डीपासून डहाणू पर्यंतचा भाग उलट्या दिशेने पिंजून काढला. माझा अंदाज चुकला नाही. डहाणूजवळ नरपडपाशी एका लहानशा ओढ्याकाठी अश्मिभूत पुळणीचा काही भाग डोकावताना आढळला. थोडं इकडे-तिकडे खोदल्यावर त्याचा उंबरगावच्या पुळणीशी असलेला संबंधही लक्षात आला. नमुने गोळा करून आणलेत. पुळणीचं वय अजून नक्की करायचं आहे. ते झालं की, कोकणच्या उत्तर टोकापासून दक्षिण टोकापर्यंत प्राचीन समुद्र पातळीची पूर्वेकडची सीमा नक्की करणं सोपं होईल.

## १५

# उन्हवरे – पन्हाळे काजी – आंजर्ले

२००९च्या जानेवारीत अनेक वर्षांनी कॉलेजमधल्या बी. एस्सी.च्या विद्यार्थ्यांना कोकण किनाऱ्यावर न्यायचा योग आला. योग आला म्हणण्यापेक्षा, मी तो जुळवून आणला. कारण त्या आधी काही वर्षे विद्यार्थ्यांबरोबर सहलीला गेल्यावर आलेले अनुभव इतके विचित्र होते की, यापुढे अशा सहलींबरोबर जायचं नाही असं मी ठरवूनच ठेवलं होतं. गेल्या पाच-सहा वर्षांत विद्यार्थ्यांच्या विचारसरणीत आणि वागणुकीत झालेला बदल मला अस्वस्थ करीत होता. किनाऱ्यावर अभ्यास करताना, किनाऱ्याचं विलोभनीय आणि गूढ आव्हान वर्णन करून सांगताना, विद्यार्थ्यांची या सगळ्याकडे पाहण्याची थंड, निरुत्साही, अलिप्त वृत्ती बघून, माझा सगळा उत्साह गळून पडत होता.

कुठल्याही प्रकारची जिज्ञासा नाही, नवीन पाहण्याचा उत्साह नाही, धाडस करायची तयारी नाही; केवळ नाचगाणी, धुडगूस, हिंदी गाण्यांच्या भेंड्या, अंताक्षरी, मुलींची छेडछाड आणि मुलींची सर्व मर्यादा पार करून मुलांबरोबर चाललेली घसट. पैशापैशांचा हिशोब ठेवण्याची वृत्ती. राहण्याच्या, जेवण्याच्या ठिकाणी कुठलीही तडजोड नाही. एखादी गोष्ट हवी म्हणजे हवीच, ती वसूल करून घेण्याची वृत्ती, हे सगळं इतकं सहजपणे होत होतं की, त्याबद्दल कुणाला कसलीच खंत नव्हती.

एवढं सगळं करून सगळे एकत्रितपणे आहेत, असं म्हणायलाही जागा नाही. पंचवीस-तीस विद्यार्थ्यांच्यात अनेक लहान-मोठे गट, गरीब वेगळे, श्रीमंत वेगळे, इंग्लिश बोलणारे वेगळे, मराठी बोलणाऱ्यांचा वेगळा गट, ग्रामीण भागातून आलेल्यांचा पंथ वेगळा. मुली मुलींपेक्षा मुलांतच जास्त मिसळलेल्या. जवळजवळ प्रत्येकाच्याच कानाला लटकलेली आयपॉडची नाही तर एम.पी.थ्री. प्लेअरची केबल. तोंडात चुईंगम आणि वेळ मिळेल तेव्हा आणि तेथे आडोसा करून मारले जाणारे सिगारेटचे झुरके! असे विद्यार्थी, समुद्रशोधाच्या माझ्या मनस्वी उद्योगात मलाच वेडा ठरवणारे होते. त्यामुळे मी विद्यार्थ्यांबरोबर जाणं इतकी वर्ष निश्चयाने टाळत होतो.

पण माझं मन मला स्वस्थ बसू देत नव्हतं. आपल्याला मिळालेली माहिती या तरुणांना द्यावी, निसर्गाची ही अगदी अनभिज्ञ दालनं त्यांच्यासमोर उघडी करून दाखवावी, निदान एखाद्याला तरी त्यातून प्रेरणा मिळेल; असं सारखं वाटत होतं. म्हणून २००९मध्ये पुनश्च एकदा प्रयोग करून पहावा असं ठरवलं चेतना आरलीकट्टी व अविनाश शेलार. हे माझे सहकारी या वेळी माझ्याबरोबर माझ्या समुद्रशोधात सहभागी झाले होते.

या वेळच्या कोकण भेटीला माझ्या दृष्टीने एक वेगळं महत्त्व होतं. गेल्या काही वर्षांत या किनाऱ्याकडे बघण्याची माझी दृष्टी बदलली होती. ती अधिक वास्तव झाली होती. किनाऱ्याचं आकर्षण तर होतंच. ते तर माझ्या जीवनाचं अविभाज्य अंगच होतं. पण आता या किनाऱ्याकडे मी त्रयस्थाच्या भूमिकेतून पाहू शकत होतो. पूर्वी किनाऱ्यावरची वाताहात बघून, काळजाला घरं पडत. आता ते वास्तव स्वीकारत मी या असाहाय्य किनाऱ्याकडे बघत होतो.

माणसं बदलणार नाहीत. राजकारणी पुढारी, बांधकाम व्यावसायिक यांच्या वृत्तीत बदल होणार नाही. स्थानिक माणूस दुर्बळ आहे. तो कुठलाच विरोध करू शकत नाही, या गोष्टी आता अगदी नक्की होत्या. वाढलेल्या भ्रष्टाचारी वृत्तीमुळे देशविघातक कारवाया करणाऱ्यांना मदत करून, आमचीच माणसे किनाऱ्यावरून मायभूमीवर प्रवेश करायला मदत करत होती! हे वास्तव होतं आणि मी ते स्वीकारलं होतं.

बी.एससी.च्या विद्यार्थ्यांबरोबर मी निघालो खरा; पण अपेक्षेप्रमाणे पहिल्या दिवशीच माझा सगळा उत्साह मावळला. मी समुद्रकिनारा, तिथं तयार झालेली विलक्षण सुंदर भूरूपं, लखलखत्या पुळणी, उंचचउंच कडे याबद्दल एक आत्मीयता निर्माण करायचा प्रयत्न करीत होतो. ऐकणारे वेगळ्याच विश्वात वावरत होते. काही मुली तर मी काय सांगतोय ते ऐकतच नव्हत्या. त्यांनी त्यांच्याकडे असलेले रेकॉर्डर चालू करून ठेवले होते. मी बोलत होतो, ते त्यात ध्वनिमुद्रित होत होते आणि या मुली मुलांच्याबरोबर पॉपकॉर्न खाणे, चुईंगम चघळणे, धक्के मारणे या कार्यक्रमांत गुंतल्या होत्या.

पहिल्या दिवशी संध्याकाळी चारच्या सुमारास आम्ही उन्हवरे या दापोली तालुक्यात असलेल्या, वशिष्ठी नदीखोऱ्यातल्या गावी पोहोचलो. इथे एक उत्तम उष्ण पाण्याचा झरा आहे. हा झरा मी २०००मध्ये यापूर्वी पाहिला होता. तेव्हा त्याचं पाणी एका छोट्याशा कुंडात एकत्र होत होतं. आजूबाजूला भरपूर झाडी, गरम पाण्यामुळे उष्ण झालेली जमीन, वातावरणात गरम पाण्याच्या पसरलेल्या वाफा; असं ते एक अतिमोहक असं आकर्षक दृश्य होतं. आता जेव्हा आम्ही तिथं पोहोचलो तेव्हा तिथली परिस्थिती बघून मन खिन्न झालं. मोठमोठी कुंडं बांधून आणि पन्हाळी काढून या उष्ण पाण्याला वाट काढून देण्यात आली आहे.

जमिनीच्या खोल अंतरंगातून येणारं हे विलक्षण पाणी आज आजूबाजूच्या अस्वच्छ, गलिच्छ भागातून वाहत नदीला जाऊन मिळतं आहे.

पर्यटन केंद्र म्हणून या ठिकाणाला महत्त्व आणून देण्याच्या प्रयत्नात याचं मूळचं महत्त्व, सौंदर्य आणि जगावेगळेपण नष्ट होऊ लागलं आहे. ऊनवाऱ्याचा उष्ण पाण्याचा झरा, हा पश्चिम किनाऱ्यावरचा एक अतिशय कुतूहलजनक असा आविष्कार आहे. इथे पाण्याचे तापमान ७१° सेल्सिअस आहे. दर सेकंदाला साडेचौदा लीटर या वेगाने पाणी उत्सर्जित होत असते. समुद्रसपाटीपासून ५ ते ९० मीटरच्या या प्रदेशात लाव्हाचे ६ स्तर उघडे पडलेले दिसतात. उत्तर-दक्षिण दिशेत काही महत्त्वाच्या प्रस्तभंग रेषा दिसून येतात. वशिष्ठी नदीच्या एका उपनदीतील सपाट दलदलीचा प्रदेश व खोऱ्याच्या उत्तर किनाऱ्यावरचा गाळ यांच्या दरम्यान हा झरा पाणी उत्सर्जित करताना दिसतो.

झऱ्याचे उष्ण पाणी जिथे बाहेर पडते, त्याच्याभोवती उष्ण दलदलीचा प्रदेश असून, त्याच्या आजूबाजूला थंड व कोमट पाण्याचे प्रदेशही आढळतात. साधारणपणे २५०० चौ. मीच्या प्रदेशात उष्ण पाण्याच्या झऱ्याचा प्रभाव जाणवतो. इथे भूजल पातळी स.स. पासून ९५ मी, ४० मी, २० मी, १५ मी व ५ मीटर उंचीवर स्थिरावल्याचे आढळून येते. लाव्हाचा सगळ्यात खालचा स्तर व त्यावरचा स्तर यांच्या मर्यादेवर उष्ण पाण्याचे हे उत्सर्जन दिसून येते. निसर्गाचा हा जगावेगळा आविष्कार बघून मन खरोखरच थक्क होऊन जाते. हे पाणी नदीच्या पाण्याला मिळाल्यावर, त्या पाण्यावर व तिथल्या जीव - जंतूंवर होणारे परिणामही मोठे विलक्षण आहेत. हे सगळं मी सांगत होतो. समजावून देत होतो. कोणाला ते किती भावतंय याचा अंदाज येत नव्हता, हेही तितकच खरं होतं!

ऊनवाऱ्यातून निघालो, तेव्हा सूर्य पश्चिमेकडे कलला होता. दापोलीला जाण्यापूर्वी वाटेत असलेल्या पन्हाळे काजीच्या लेण्यांची निदान झलक तरी या विद्यार्थ्यांना दिसावी, म्हणून ड्रायव्हरला सांगून गाडी तिकडे वळवली. कोरजई या वशिष्ठी नदीच्या पात्रात एका पश्चिम वाहिनी उपनदीच्या संगमाजवळ दक्षिण किनाऱ्यावर ही लेणी आहेत.

गाडीतून खाली उतरल्यावर लगेचच रस्त्याच्या उजव्या बाजूला, डोंगराच्या पायथ्याशी लेण्यांचं पहिल दर्शन झालं आणि अनेकांच्या तोंडून अभावितपणे एखाद आश्चर्य पहावं, तसा उद्गार निघाला. त्या लेण्यांचा थाटच तसा होता. मावळतीच्या पिवळसर प्रकाशात ते लेणं गूढ वस्त्र परिधान करून बसल्यासारखं जणू आमच्याकडेच पाहत होतं.

आता काळोख पडण्यापूर्वी आणखी लेणी दिसतात का ते पाहायची उत्सुकता सगळ्यांनाच लागली होती. सगळे जण नदीच्या काठानेच पुढे पुढे जाऊ लागलो, तसतशी लेण्यांची एक लांबचलांब माळ आमच्यासमोर प्रकट होऊ लागली. सगळे जण

भारल्यासारखे माझ्या मागून चालत होते. फोटो काढत होते. लेण्यात जाऊन परत येत होते. एखादा मोठा खजिना हाती लागल्यासारखीच सगळ्यांची स्थिती होती.

पन्हाळे काजीची ही लेणी १३०० वर्षांपूर्वीची बुद्ध काळातील लेणी आहेत. मात्र हिंदू गुहांशी आणि लेण्यांशी अधिक जवळीक दाखवणारी आहेत. गेल्या ६०० वर्षांत कोरजई नदीने वाहून आणलेल्या ७ मीटर जाडीच्या गाळाच्या प्रचंड ढिगाऱ्याखाली ही लेणी गाडली गेली होती. कोरजई नदीच्या दक्षिण किनाऱ्याजवळच्या डोंगर उताराच्या पायथ्याशी ही लेणी आहेत. इथे ३३ लेणी आज दिसून येत असली, तरी अजून चाळीसएक लेणी सापडण्याची शक्यता आहे.

प्रत्येक लेणीची लांबी साधारणपणे ७ मीटर आहे. लेणी २ ते ४ मीटर रुंद आहे. लेण्यांत गणेश, सरस्वती, मारुती, शंकर यांच्या मूर्ती आढळतात. लेण्यांच्या भिंतीवर योद्धे, सैनिक, नृत्यांगना यांची चित्रेही दिसतात.

पन्हाळे काजीच्या त्या लेण्यांची भेट आटपून रात्री आंजर्ले गावी आम्ही मुक्काम केला. श्री. माधव साठे यांनी आमची सगळ्यांची राहण्याची व जेवण्याची छान व्यवस्था केली होती. ब्राह्मणी थाटाचं त्यांचं जेवण काही जणांना पसंत पडलं नाही. पण निदान त्या रात्री तरी तेच जेवण घेणं आवश्यक होतं. काही विद्यार्थ्यांनी तोंड वेडीवाकडी करीत, उद्या उत्तम मच्छीचं जेवणच घ्यायचं असं ठरवून टाकलं, कारण ते महत्त्वाचं होतं. उद्या आपण किनाऱ्यावर काय पाहणार आहोत याविषयी कोणी काही विचारलं नव्हतं. त्याची त्यांना आवश्यकता वाटत नव्हती. 'एन्जॉयमेंट'मध्ये असले प्रश्न दुय्यम असतात, हे मलाही आता कळून चुकलं होतं.

दुसऱ्या दिवशी सकाळीच साठेकाकांकडून नाष्टा म्हणून डबाभर पोहे करून घेतले व ते बरोबर घेऊनच कड्यावरच्या गणपतीकडे निघालो. आंजर्ल्यातलं 'कड्यावरचा गणपती' हे एक अतिशय रम्य असं ठिकाण आहे. ६० फूट उंचीवर असलेल्या एका उंचचउंच अशा डोंगरमाथ्यावर ते आहे. तिथून दिसणारं समोरच्या समुद्राचं दर्शन तर, कोणालाही खिळवून ठेवील असं सुंदर आहे. मंदिरापासून पश्चिमेकडे डोंगराच्या टोकापर्यंत, अगदी कड्यापर्यंत चालत गेलं की, दूरवर मुरुडपासून केळशीपर्यंतचा किनारा तुमची नजर अगदी जखडून ठेवतो. समुद्राच्या अथांग आणि विस्तीर्ण तेचं हे रूप पाहणाऱ्याच्या मनात अगदी घर करून राहतं.

देवळाचा परिसरही स्वच्छ व आल्हाददायक. देवळाच्या दक्षिणेला गणपतीचं दगडात कोरलं गेलेलं पाऊल, हा एक वेगळाच निसर्ग चमत्कार. देवळाच्या आजूबाजूला असलेल्या बेसॉल्ट खडकाला 'शीट रॉक' असं म्हणतात. त्यात लाव्हाच्या अनियमित थंड होण्यामुळे तयार झालेले असे विविध आकार एखाद्या संशोधकाला निश्चितच दिसतात.

दक्षिणेकडे दिसणारी जोग नदीची आंजर्ले खाडी आणि त्यापलीकडचा हर्णेचा डोंगर सारेच स्वप्नवत वाटावे इतके अविश्वसनीय दृश्य! कड्यावरच्या गणपतीवर पूर्वी चालत जावे लागे - आता मोठी वाहनेही अगदी मंदिराच्या जवळपर्यंत जातात. कड्यावरून खाली येताना, डोंगराच्या पश्चिम दिशेला असलेल्या खडकांत अनेक लहान-मोठ्या गुहा, छिद्रे आणि पूर्वीच्या उच्चतम सागर पातळीने छिन्नविच्छिन्न केलेली कड्यांची भिंत दिसते.

आंजर्ले हे गाव म्हणजे किनाऱ्याला समांतर अशी लांबलचक वस्ती आहे. या रस्त्याने पुढे गेल्यावर आढे पाडळेचा सुंदर वाळूच्या पुळणीने आच्छादलेला किनारा आणि समुद्रात ५० / ६० मीटरवर एखाद्या आगंतुकासारख्या वाढलेल्या खारफुटी झाडांचा एक बेटासारखा प्रदेश दिसतो. हा प्रदेश म्हणजे पूर्वी किनाऱ्याजवळ असलेलं एक छोटेखानी बेट असावं. सर्वत्र लहानमोठ्या आकाराच्या दगडधोंड्यांनी भरून गेलेलं हे बेट, हळूहळू केवळ भरतीच्या वेळीच पाण्याखाली जाऊ लागलं. आज या बेटाचा बराच मध्यवर्ती भाग भरतीच्या वेळीही पाण्यावर डोकावताना दिसतो. दगड धोंड्याच्या ह्या पसाऱ्यात भरड आकाराची वाळू आणि लाटांबरोबर वाहत आलेला चिखलयुक्त गाळही कुठेकुठे दिसू लागला आहे. अशा गाळात, खारफुटी वाढू लागली आहे. येत्या काही वर्षांत खारफुटीची संख्या वाढून इथे एक छानसं खारफुटीचं वन तयार होईल, अशी लक्षणं आहेत! समुद्र पातळी हळूहळू खाली गेल्यामुळे, उघड्या पडू लागलेल्या बेटाच्या जमिनकडच्या बाजूनेही आता वाळू भरून जाऊ लागली आहे. हा सगळा बदला गेल्या केवळ पंचवीस वर्षांतला. तो मी स्वत: बघू शकलो आणि समुद्राची पातळी वाढणे, कमी होणे म्हणजे काय; याचा नेमका अर्थ लावू शकलो. माझ्या दृष्टीने या बेटाला म्हणूनच खूप महत्त्व होते.

माझ्याबरोबर असलेल्या सगळ्या विद्यार्थ्यांना निसर्गाचा तो विलक्षण आविष्कार मी समजावून सांगितला आणि आम्ही केळशीच्या दिशेने निघालो.

केळशीला आम्हाला पूर्वी जिथे त्सुनामी सदृश घटनेचे पुरावे सापडले होते, त्या टेकडीची आता फार दयनीय अवस्था झाली होती. किनारी महामार्ग तयार करण्याच्या कामामुळे टेकडीचा वरचा भाग तोडला गेला होता. तिथली वाळू उंचावरच आजूबाजूला पसरली होती. त्याखाली आम्ही शोधलेले अनेक महत्त्वाचे पुरावे गाडले गेले होते. माझं मन विषण्ण झालं. मनाच्या त्या तसल्या अवस्थेतच मी टेकडीच्या माथ्यापर्यंत गेलो. माझ्यामागून सगळे विद्यार्थीही वर आले. त्यांनी पूर्वीची टेकडी पाहिली नव्हती, त्यामुळे त्यांना टेकडीचं हे उद्ध्वस्त रूप डाचत नव्हतं.

टेकडीच्या माथ्यावरून खाडीच्या पलीकडे चालू असलेलं रस्त्याचं काम स्पष्ट

दिसत होतं. आसमंतात सर्वत्र डांबर व खडी मिसळण्याच्या यंत्राचा आवाज, वाहतूक करणाऱ्या वाहनांचा कोलाहल आणि घसरणाऱ्या दरडींचा ध्वनी साठून राहिला होता! माणूस निर्दयपणे निसर्गावर जे आक्रमण करीत होता, त्यातल्या सगळ्या क्रौर्यामुळे झाडंझुडुपं, प्राणी, पक्षी निपचित पडून होते. आवाज होता तो फक्त यंत्रांचा! त्या आवाजापुढे समुद्राचा धीरगंभीर आवाज जराही ऐकू येत नव्हता. दिसत होत्या त्या फक्त लाटा, उसळणाऱ्या आणि खाडीत घुसू पाहणाऱ्या! डोळ्यांत नकळत जमा झालेले अश्रू मी पटकन टिपले आणि केळशीची ती उद्ध्वस्त टेकडी खाली उतरू लागलो!

दुसऱ्या दिवशी आम्ही आंजल्याहून दाभोळच्या दिशेने निघालो. आंजले खाडीतल्या खारफुटी जंगलाचं डोळे भरून दर्शन घेता आलं. ओहोटीची वेळ होती, त्यामुळे खारफुटी जंगलांनी भरून गेलेली अनेक बेटं खाडीत जागोजागी विखरून पडली होती. पुलावर गाडी थांबवून ज्या गाळात ही विलक्षण सुंदर वनस्पती वाढली होती, त्याचं निरीक्षण करता आलं. इथली झाडं इतकी दाट की, खालच्या गाळाचं दर्शन तसं अभावानेच घडत होतं. खारफुटीच्या दाट वृक्षसंभारात अनेक पक्षांनी आपली घरटी केली होती. त्यांच्या विविध प्रकारच्या आवाजांनी ते सगळं जंगल, सकाळच्या त्या रम्य वेळी अगदी गजबजून गेलं होतं. खारफुटीचं इतकं मोहक रूप मी अनेक दिवसांनी कोकणच्या खाडीत पाहत होतो.

खाडी पार करून नवीनच झालेल्या रस्त्याने, आमची गाडी हर्णेचा डोंगर चढून वरच्या पठारावर आली. निसर्गनि केलेली सौंदर्याची उधळण म्हणजे काय, ते फक्त इथेच कळतं! अतीव सुंदर किनारा, दूरवर पसरलेलं खाडीचं पाणी; किनाऱ्यावर येऊन आपटणाऱ्या, फेसाळलेल्या लाटा; सर्वत्र ऐकू येणारी सागराची चिरपरिचित अशी धीरगंभीर गाज; पश्चिमेला दिसणारा हर्णेचा किल्ला आणि खाली एकमेकांना चिकटून असलेल्या घरांची पाचपांढरीची वस्ती आणि समुद्रात घुसलेली खडकाळ भूशिरं आणि मंच!

''सही यार सही!'' कुणीतरी उत्स्फूर्त दाद दिली. बाकीचे इतके स्तिमित झाले होते की, ते दैवदुर्लभ सौंदर्य बघून त्यांच्या तोंडून शब्दच फुटत नव्हते. मी अनिमिषपणे ते सौंदर्य मनात साठवून ठेवत होतो. स्वतःचं अस्तित्व पूर्णपणे विसरून!

हर्णेचा डोंगर उतरू लागताच, डाव्या बाजूला किनाऱ्याजवळची एक एकांडी उंच टेकडी आपलं लक्ष वेधून घेते. पूर्वीचं हे समुद्र सान्निध बेट, आज मुख्य भूमीचाच भाग झालेलं आहे. त्याच्या एकूण थाटमाटावरून त्याचं वेगळेपणे कुणाच्याही लक्षात याव असं. हर्णे, मुरूड, दापोली दरम्यान श्री. ना. पेंडशांच्या गारंबीलाही भेट देणं आवश्यक. आसूदच्या व्याघ्रेश्वर मंदिराच्या परिसरात उभं राहिलं, की, गारंबीच्या बापूचं सगळं नाट्य नजरेसमोर तरळून जातं.

दापोलीहून दाभोळला जाताना मुख्य रस्ता सोडून लगेचच उजवीकडे वळलं की, रस्ता 'लाटघर तामसतीर्थ'च्या दिशेने वळतो.

लाटघरचा परिसर त्यापूर्वी मी डॉ. अशोक मराठे यांच्याबरोबर पाहिला होता. त्या वेळी आमच्याबरोबर गोव्याच्या 'राष्ट्रीय सागरविज्ञान संस्थे'चे म्हणजे N.I.O. चे दोन शास्त्रज्ञ डॉ. ए. आर. गुजर व डॉ. राजीव निगम होते. लाटघरच्या परिसरात किनाऱ्याला समांतर अशी एक लांबलचक अश्मीभूत पुळण सापडली होती. एन. आय. ओ.सारख्या प्रथितयश संस्थेतील शास्त्रज्ञ किती मन लावून व प्रमाणिकपणे काम करतात, ते यानिमित्ताने मला पाहता आले. शिवाय जी निरीक्षणे केली, जे नमुने गोळा केले; त्यावर रात्री सर्वांनी एकत्र बसून चर्चा केली. विचारांचे, कल्पनांचे, सिद्धान्तांचे हे मनमोकळे आदानप्रदान; ही कुठल्याही संशोधनाच्या खरेपणाची मुख्य गरज आहे, हे त्या वेळी मला अगदी प्रकर्षाने जाणवले.

अश्मिभूत पुळणीच्या आतल्या बाजूला लोकांनी जिथे जिथे विहिरी खोदल्या होत्या, तिथे तिथे त्यांना विहिरीत भरपूर वाळू व शिंपले सापडले होते. किनाऱ्यापासून हजार-बाराशे मीटर वरच्या या सगळ्या विहिरी वाळू कोसळून बुजून जाऊ नयेत, म्हणून दगडांनी बांधलेल्या होत्या. आम्हाला एखादी न बांधलेली नवीन विहीर पाहायची होती.

गावात थोडी चौकशी केल्यावर अशा एका विहिरीची माहिती मिळाली. तिथे गेलो. पण विहिरीचे मालक जोगळेकर विहिरीपाशी फिरकूही द्यायला तयार नव्हते. त्यांच्या घराच्या अंगणातच, सत्तरीकडे झुकलेल्या त्या वृद्ध व्यक्तीला मग आमचा अभ्यासाचा हेतू नीट समजावून सांगितला. यात 'सरकारी' असं काही नाही हे पटल्यावर मात्र, त्यांनी आम्हाला भरभरून मदत केली. त्यांच्याच घरी काम करणाऱ्या एका गड्याला त्यांनी लगेच हाक मारली.

''बाबल्या शिडी घेऊन ये आणि शेतातल्या विहिरीत सोड जा.'' बाबल्या लगेचच त्याच्याकडची लांबचलांब शिडी खांद्यावर टाकून विहिरीकडे निघाला.

''जावा तिकडे आणि सुरू करा तुमचं काम. मी येतोच थोड्या वेळात.'' जोगळेकर म्हणाले.

''तुम्ही नाही आलात तरी चालेल.'' मी म्हटलं.

''असं कसं? मला नको का कळायला तुमचा विषय?'' असं म्हणतं ते घराच्या मागच्या बाजूला निघून गेले.

त्या विहिरीत उतरून डॉ. गुजर यांनी विहिरीच्या आतल्या बाजूच्या वाळूचे भरपूर नमुने घेतले. डॉ. निगम यांनी फोटो घेतले आणि इतर निरीक्षणे नोंदवली. आम्ही गुजरयांना नमुने घेण्यासाठी मदत केली. तासाभरातच जोगळेकरही तिथे आले. येताना आमच्यासाठी

चहा घेऊन आले. जवळजवळ तीनेक तासांनी आमचं काम झालं आणि आम्ही निघालो.

''निघतो जोगळेकर साहेब, खूप मदत झाली तुमची. आभारी आहोत.'' मी म्हटलं.

''असू दे, असू दे. या पुन्हा काही लागलं तर आणि आमचं नाव लिहायला विसरू नका तुमच्या अहवालात. तुमच्याबरोबर आहेत ते मराठे उत्तम ज्योतिषी आहेत असे कळले. खरे का?'' मी काही उत्तर देणार तेवढ्यात अशोक मराठे तिथे आले आणि मला उद्देशून म्हणाले.

''चल प्राध्यापका, निघुया.''

जोगळेकर पटकन पुढे आले आणि त्यांनी मराठेंच्या पायाला हात लावून नमस्कार केला. ''श्रीराम!'' मराठेंनी छातीपाशी हात नेत म्हटलं.

''मला आत्ताच कळलं की, जोगळेकर बोलू लागले.''

''बोलू पुढच्या वेळी. आता थोडे घाईत आहोत. बरंय मग निघू?'' मराठेंनी अतिशय नम्रपणे विषय टाळला.

''बरे बरे. या. जा सांभाळून.'' जोगळेकरांनाही आता ती वेळ नाही, हे कळले.

जोगळेकरांच्या त्या विहिरीतून घेतलेल्या नमुन्यांच्या विश्लेषणातून, दापोलीच्या लाटघर परिसरातील प्राचीन समुद्र पातळीची बरीच कोडी उलगडली!

# १६

# 'वायंगणी'च्या विध्वंसक भरती लाटा

२३ ते २६ जुलै २००९ या काळात कोकण किनाऱ्याने भरतीच्या महाकाय लाटांचा तडाखा अनुभवला. खरे म्हणजे, अशा प्रचंड मोठ्या लाटा हा जून-जुलैमध्ये किनाऱ्यावरच्या स्थानिकांना हमखास अनुभवाला येणारा प्रसंग. पण त्या वर्षीच्या लाटांची तीव्रताही अधिक होती आणि त्यांनी अनेक ठिकाणी केलेले तांडवही विध्वंसक होतं. या काळात केवळ मुंबईच्या किनाऱ्यावर आलेल्या लाटांना मोठी प्रसिद्धी मिळाली; पण देवबागपासून अलिबागपर्यंतच्या अनेक लहान-मोठ्या पुळणींची झालेली क्षती फारच कमी लोकांना समजली.

कोकणच्या किनाऱ्यावर आजही अनेक दुर्गम आणि एकाकी ठिकाणं आहेत. या ठिकाणांचा पावसाळ्यात, बाकीच्या जगाशी असलेला संपर्क तुटतो. अशा गावांतून भरतीच्या या लाटांनी केलेल्या विध्वंसाचे वृत्त हळूहळू स्थानिक वृत्तपत्रातून समजत होते. पण विध्वंसाचे नेमके स्वरूप समजत नव्हते.

२५ जुलैला मी एका पीएच. डी.च्या विद्यार्थ्याबरोबर वेंगुर्ल्याला जाणारच होतो. पण त्याची काही अडचण निर्माण झाली आणि कार्यक्रम रद्द झाला. समुद्राचं ते तांडव बघण्याची संधी हुकत होती, म्हणून मी थोडा निराशच झालो होतो. पण समुद्रालाच बहुधा त्याचं ते रूप मला दाखवायचं होतं आणि घटनाही तशाच घडत गेल्या.

२६ जुलैला रात्री वायंगणकर या वेंगुर्ल्यातील वायंगणी गावातील एका जुन्या परिचिताचा फोन आला. लक्ष्मी ढवळीकर यांच्या पीएच.डी.च्या काळात या वायंगणकरांची आणि माझी ओळख झाली होती.

''कोण बोलताहा? कार्लेकर सर आसत काय?'' फोनवरच्या व्यक्तीने विचारलं.

''होय कार्लेकरच बोलतोय. आपण कोण?'' मी म्हटलं.

''सर वायंगणीतून बोलतय वायंगणकर. तुम्ही पाच वर्षांपूर्वी इला होतात ना इकडे? संशोधन करूक. कोणतरी ढवळी मॅडम आणि त्यांचा झील होतो बघा तुमच्याबरोबर.''

मला लगेचच आठवलं. लक्ष्मी ढवळीकर यांच्या पीएच.डी. काळात माझी या वायंगणकरांशी ओळख झाली होती.

''हो ओळखलं. बोला वायंगणकर. काय म्हणताय?'' मी विचारलं. ''समुद्रावर लय मोठ्या लाटा येतहंत. दोन दिवस कायतरी बिगडलेला दिसता. तुमका अभ्यास करुचो असलो तर येवा. म्हणून फोन केलो.'' वायंगणकरांनी त्यांच्या गोड मालवणी भाषेत अगदी प्रेमाने निमंत्रण दिलं.

मी दुसऱ्याच दिवशी वेंगुर्ले गाठलं. सिंधुदुर्ग जिल्ह्यातील वायंगणी, नवाबाग, देवबाग, तळाशील, उभादांडा आणि मोचेमाड या गावांनी दरवर्षीप्रमाणेच, पण मोठ्या प्रमाणावर भरतीच्या लाटांचा हा आघात सोसल्याचे वृत्त वेंगुर्ल्यातच कळले. दुसऱ्या दिवशी वायंगणीला गेलो. पण त्या दिवशी समुद्र एकदम शांत झाला होता. भरती-ओहोटीचं नेहमीचंच चक्र सुरू होतं.

मला समुद्राच्या त्या विध्वंसक लाटा दिसल्या नाहीत; म्हणून वायंगणकरांना जेवढं वाईट वाटलं, त्यापेक्षा मी त्यांच्या एका फोनवर तिथे पोहोचलो, याचाच खूप आनंद झाला. त्यांच्याबरोबर आजूबाजूला फिरून निसर्गाच्या त्या तांडवाचे परिणाम जवळून पाहिले.

रत्नागिरी, सिंधुदुर्ग जिल्ह्यांच्या किनारपट्टीजवळची समुद्रबूड जमीन (कॉंटीनेंटल शेल्फ) तुलनेने जास्त उथळ आहे. त्यामुळे इथे उंचावलेल्या लाटांचा प्रभाव अधिक प्रकर्षाने जाणवला. त्या दोन-तीन दिवसांत किनाऱ्यावरच्या पाण्यात प्रचंड भोवरे निर्माण झाल्याचे वृत्त तिथल्या लोकांनी दिले. मासेमारीकरता लावलेली जाळी तुटून समुद्रात ओढली गेली. पुळणीच्या प्रदेशात, सखल भागात अनेक छोटी डबकी तयार झाली होती. खवणे, केळूस या भागात अशी डबकी जास्तच आढळली.

किनाऱ्यावर जिथे धक्के, धूपरोधक बंधारे यांसारखी बांधकामे होती; त्यांना आपटून भरतीच्या लाटा अधिकच विध्वंसक बनल्या होत्या. काही ठिकाणी तर लांबच लांब पुळणीवरून वाळूचे ढीगच्याढीग लाटेबरोबर अक्षरशः फरपटत समुद्राच्या दिशेने गेले होते. लहानमोठ्या खाड्यांतून भरतीच्या महाकाय लाटांची भिंतच आत सरकत गेली होती.

या लाटा कशामुळे निर्माण होतात, ते वायंगणकरांना मी समजावून सांगितले होते. पण त्या कशा निर्माण होतात, यापेक्षा त्या काय विध्वंसक घडवू शकतात, यात त्यांना जास्त रुची होती आणि तेही साहजिकच होतं.

जुलैमधल्या या महाकाय लाटा समुद्रावर एकाएकी निर्माण होणाऱ्या तीव्र लघुभार पट्ट्यांमुळे निर्माण होतात. लघुभार पट्ट्यांमुळे समुद्रपृष्ठावरील हवेचा भार कमी होऊन समुद्रपृष्ठ थोडे उंचावते. याच्या जोडीला वेगवान नैर्ऋत्य मोसमी वारे असतात, त्यामुळे

ही घटना अधिक तीव्र बनते. अमावास्या किंवा पौर्णिमा जवळपास असेल, तर अशा महाकाय लाटा हमखास निर्माण होतात.

रोज समुद्रावर तयार होणारा लघुभार प्रदेश व त्याची तीव्रता तपासली आणि लघुभार प्रदेशांच्या वृद्धीचे आणि मार्गक्रमाचे भाकीत केले, तर अमावास्या पौर्णिमेच्या मागे-पुढे समुद्रावर तयार होणाऱ्या महाकाय भरती लाटांचे नेमके भाकीत करता येते. नेमकी किती वाजता भरतीची सर्वोच्च लाट येईल तेही सांगता येते आणि हे भाकीत केवळ ५-१० मिनिटांच्या फरकानेच चुकू शकते.

२३ ते २६ जुलै २००९मध्ये समुद्रपृष्ठ १५ ते ३० सेंमीनी सर्वत्र उंचावले होते. नेहमीच्या भरती ओहोटीची जी व्याप्ती असते (टायडल रेंज), त्यापेक्षा दीड ते दोन मीटरनी भरतीच्या लाटेची उंची अशा वेळी वाढू शकते. अमावास्या किंवा पौर्णिमेच्या जवळपास समुद्रपृष्ठावर असणाऱ्या चंद्राच्या आकर्षणामुळे मुळातच भरतीच्या लाटेची उंची जास्त असते. त्यातच तीव्र लघुभार प्रदेशाच्या निर्मितीमुळे समुद्रपृष्ठ आणखी उंचावते. मान्सूनमधल्या जोरदार नैर्ऋत्य वाऱ्यांमुळे या उंचचउंच लाटा मग किनाऱ्याकडे झेपावतात आणि किनाऱ्याची धूळधाण उडवतात.

''बावीस तारखेक अवस होती आणि त्यात ह्यो मोसमाचो पाऊस. या कारणानं ह्या सगळा घडला.'' वायंगणकराचं अनुभववावर आधारित स्पष्टीकरण माझ्या पुस्तकी ज्ञानाशी जुळत होतं, हे मात्र खरं. मी त्यांना तसं म्हटलंही. त्यांनी त्यांच्या या स्पष्टीकरणाला आणखी एक पुष्टीही जोडली.

''ह्यो समुद्रपण दरवर्षी आंत घुसताहा. या वर्षी माझ्या बागेत इला पाणी-'' ते म्हणाले.

जागतिक तापमान वृद्धी आणि बर्फाचे विलयन यामुळे सुमद्रपातळीत जागतिक स्तरावर हळूहळू वाढ होत असल्याच्या खुणा, सर्वत्र दिसू लागल्या आहेत. त्यामुळे समुद्राचे जवळपासच्या प्रदेशात आक्रमण वाढते आहे. जमिनी खारवट बनत आहेत. किनाऱ्याजवळचं विहिरीचं पाणी मचूळ आणि खारट होतं आहे.

वायंगणीच्या त्या भेटीने समुद्राच्या ताकदीची आणि अनिश्चितपणाची मला पुन्हा एकदा बोचरी जाणीव करून दिली. उथळ किनारीप्रदेश, छोट्या छोट्या पुळणी आणि खाड्यांची मुखे; इथे या भरतीच्या महाकाय लाटा जास्तच उंच आणि विस्तृत क्षेत्र व्यापीत होत्या. पुळणीची क्षती, त्यावरून समुद्रात निघून गेलेली वाळू आणि किनाऱ्यावरचे उघडे पडलेले खडक; हे या लाटांच्या परिणामांचे कोकण किनाऱ्यावरचे दृश्य रूप आहे. ते फारसे कुणाला कळले नाही. फक्त मुंबईच्या किनाऱ्यावरचे हे तांडव लोकांनी टिव्हीवर वारंवार पाहिले. बाकीची ठिकाणं उपेक्षितच राहिली.

# हेदवी वेळणेश्वर

डिसेंबर २००९मध्ये रत्नागिरीतल्या सर्वच वर्तमानपत्रांतून, वेळणेश्वर किनाऱ्यापासून समुद्रात काही किमी अंतरावर आढळलेल्या भिंतीचे वृत्त झळकले होते. पुण्याच्या डेक्कन कॉलेजमधले प्राध्यापक डॉ. अशोक मराठे यांनी पाणबुड्यांच्याबरोबर स्वत: समुद्रात खोल जाऊन पाहिलेल्या भिंतींबद्दलचे ते वृत्त होते. या आधी पालशेत येथेही जुन्या बंदराचा शोध लागलेला होता. २००९ च्या सुरुवातीस वेळणेश्वरच्या किनाऱ्यावर एका घराचा पाया खोदताना, मृत माणसांचे अनेक सांगाडे व हाडे डॉ. मराठे यांना सापडली होती. त्या वेळी मीही त्यांच्याबरोबर होतो. डॉ. मराठे व त्यांच्या विद्यार्थ्यांनी तिथे अनेक नमुने गोळा केले. 'केळशीच्या टेकडीशी आणि तिथल्या घटनांशी वेळणेश्वरच्या वाळूच्या टेकडीचे काही साधर्म्य असावे का' याचा शोध ते घेत होते. कारण ज्या ठिकाणी ही हाडे व सांगाडे सापडले होते, ती पूर्वीची दफन भूमी (बरीअल साइट) नसावी हे नक्की होते.

ज्या प्रकारे ते सांगाडे व हाडे पसरली होती, त्यावरून पुरातत्त्व विज्ञानानुसार तिथे एखादी वादळ सदृश्य घटना अचानकपणे घडली असावी व मोठ्या प्रमाणावर मनुष्यहानी झाली असावी, असे अनुमान प्रारंभिक पुराव्यावरून काढता येत होते. सागरी भूरूपशास्त्राच्या दृष्टीने आणखीन काही सूचना मिळतात का ते पहावे आणि तो किनारा समोरच्या बाजूने समुद्रातून पाहावा; म्हणून आम्ही एका यांत्रिक बोटीने हेदवी ते वेळणेश्वर असा प्रवास केला. त्या वेळी खोल समुद्रात मासेमारी करणाऱ्या एका ट्रॉलवरही जाऊन आलो. ट्रॉलवरून ज्या पद्धतीने मासे सरसकट स्वरूपात गोळा केले जात होते, ते पाहून खूप वाईट वाटले. मोठ्या माशांबरोबर अनेक लहान मासे व इतरही सागरी जीव अक्षरश: ओरबाडून काढल्यासारखे समुद्रातून काढले जात होते. आम्ही ज्या लहान यांत्रिक बोटीवरून तिथे गेली होतो, त्यावर आमच्यासोबत आलेल्या कोळ्यांनी त्यांचे दु:ख सांगितले. लहान लहान होड्यांतून कमी प्रमाणात मासेमारी करणाऱ्या कोळ्यांच्या जाळ्यात 'ट्रॉलर्समुळे' फारच कमी मासे लागतात. त्यांची जी उपासमार चालू आहे, त्याला हे

ट्रॉलर्स जबाबदार आहेत. पण इथेही धनदांडग्यांचा व स्थानिक पुढाऱ्यांचा इतका जोर आहे की; सामान्य कोळ्याकडे लक्ष द्यावे, त्याचे दु:ख समजावून घ्यावे; अशी कोणाचीही इच्छा नाही. निळ्याशार अथांग सागरातली ही संपदा ओरबाडून घेणाऱ्यांनाच सरकारचा 'आशीर्वाद' इथेही लाभलेला आहे!

नखण या जयगड खाडीजवळच्या गावातले नामवंत डॉ. कैलास वैद्य हेही या वेळी आमच्याबरोबर होते. पेशंट म्हणून त्यांच्या संपर्कात आलेल्या अनेक कोळ्यांची ही व्यथा त्यांनीही बोलून दाखवली. डॉ. वैद्य वेळणेश्वरच्या त्या परिसरात खूपच प्रसिद्ध आहेत. आम्ही होडीतून उतरून, किनाऱ्यावरून गोखले यांच्या घराकडे येईपर्यंत डॉक्टरांना त्यांचे अनेक पेशंट भेटत होते. 'या बसायला' असा आग्रह करीत होते. आग्रह करण्याची आणि 'या बसायला' म्हणण्याची ही पद्धत मी पहिल्यांदाच बघत होतो. त्यात डॉक्टरांविषयीचे प्रेम आणि आदर ओथंबून वाहत होता, हे नक्की.

समुद्राकडून पाहताना हेदवी वेळणेश्वरचा किनारा खूपच विलोभनीय दिसत होता. किनाऱ्याला समांतर असलेली लांबचलांब पुळण, उंच समुद्रकडे, लहान-मोठी भूशिरे आणि वाट मिळेल तिथून किनाऱ्याच्या दिशेने झेपावणारे पाणी; असं अगदी वेगळं दृश्य समुद्राकडून दिसत होतं. पक्ष्यांचे किनाऱ्याकडे झेपावणारे थवे, त्यांचे आवाज, किनाऱ्यावरच्या दगडांवर लाटा आपटून निर्माण होणारी गाज, त्यातच होडीच्या इंजिनाचा आवाज आणि सदैव हिंदकळत असलेली होडी! समुद्र दर्शनाचा तो एक नक्कीच वेगळा अनुभव होता. हा अनुभव मला तसा नवीन नव्हता. पण वेगळा खासच होता. याआधी मी रत्नागिरीच्या मिऱ्या बंदराच्या परिसरात असा प्रवास केला होता, ऐन पावसाळ्याच्या तोंडावर.

त्या वेळी समुद्र खळबळलेला होता. होडी क्षणभरही स्थिर राहत नव्हती. प्रत्येक लाटेबरोबर ती पाच-सहा फूट वर जात होती. पुन्हा तितकीच खाली येत होती. किनाऱ्यावर येईपर्यंत आम्ही त्या वेळी कसातरी तग धरला होता. सगळे अंग घामाने चिंब भिजून गेले होते.

केवळ तासभराचीच ती सफर होती. पण त्या वेळी समुद्राच्या ताकदीची पूर्ण कल्पना आली. दुरून समुद्र आणि लाटा बघणं खूपच आनंददायी होतं; पण त्यावर आरूढ होऊन, त्यांच्याबरोबर वर-खाली होणं, हा माझ्या दृष्टीने थरकाप उडवणारा प्रसंग होता.

हेदवी - वेळणेश्वरचा समुद्रातला प्रवास हा पावसाळ्यातला नव्हता. या वेळी समुद्र शांत होता. म्हणूनच प्रवासही आनंद देणाराच होता, यात शंका नाही. पावसाळ्यात आणि त्या आधी समुद्र खवळलेला असताना, समुद्रात जाण्यास बंदी का असते; ते

मिर्‍याच्या त्या प्रसंगातून मला चांगलंच उमजलं होतं. त्या वेळीही मी किनाऱ्याकडे पाहत; भगवती किल्ल्याच्या बाजूचे उंच कडे, मिर्‍याच्या भूशिरावर दिसणाऱ्या गुहा, सागरीकडे, हे अभ्यासकाच्या दृष्टीने पाहण्याचा प्रयत्न करीत होतो. पण त्यापेक्षा सदैव वर-खाली होणाऱ्या होडीतल्या अनुभवाचा थरार अधिक जाणवत होता!

# १८
# देवबागचे दु:ख

देवबाग ही कोकण किनाऱ्यावरची सदैव चिघळत जाणारी जखम आहे. नावाप्रमाणेच जणू देवाची बाग असलेलं, हे विलक्षण समुद्र सौंदर्याने नटलेलं ठिकाण, आज त्याच्या अस्तित्वाची लढाई लढत आहे. निसर्गापुढे माणूस किती हतबल आहे, याची जाणीव सदैव करून देणारं हे ठिकाण; आपले किनारपट्ट्यांच्या संरक्षणाचे प्रयत्न किती वरवरचे, अपुरे आणि खोटे आहेत; ते लक्षात आणून देणारं ठिकाणही आहे!

मालवणच्या दक्षिणेला दहा-पंधरा किलोमीटर अंतरावर असलेल्या तारकर्ली या पर्यटन स्थळाच्या लांबलचक छायेतून; देवबाग या अतीव सौंदर्याने नटलेल्या, पुळण आणि खाडीच्या मध्ये वसलेल्या गावाला; बाहेर पडायला अनेक वर्षं लागली. तारकर्ली म्हणजे कार्ली खाडीच्या तरी जवळचं म्हणजे फेरी जवळचं गाव. पांढऱ्याशुभ्र वाळूने लखलखणारी लांबच लांब पुळण, अस्ताव्यस्त पसरलेल्या वाळूच्या २ ते ३ मीटर उंचीच्या टेकड्या आणि सगळ्या पुळणीच्या जमिनीकडच्या बाजूला दाट सुरूची झाडं; यामुळे तारकर्ली हे प्रथम दर्शनीच आपल्याला बांधून टाकतं. 'महाराष्ट्र राज्य पर्यटन विकास मंडळा'ने इथे केलेल्या सोयी, टेंट रिसॉर्ट्स आणि आता तर बोटिंगची सोय, डॉल्फिन पाहण्याचं ठिकाण; यामुळे तारकर्ली हे वेगाने पर्यटन केंद्र म्हणून विकास पावले आणि आज बहुधा तितक्याच वेगाने किनारी पर्यावरणाच्या ऱ्हासाचे ते एक उदाहरणही बनले आहे.

तारकर्ली जिथे संपते तिथून देवबाग सुरू होते. तारकर्ली देवबाग हा रस्ता किनाऱ्यावरूनच जाणारा. देवबागची पुळण आता अनेकांच्या लक्षात आल्यामुळे पर्यटकांचा प्रवास तारकर्लीला संपत नाही. तो देवबागपर्यंत जातोच. सात किमी लांबीची ही पुळण मोबारवाडी या कार्ली खाडीच्या मुखाशी असलेल्या वाडीजवळ संपते.

अतीव सौंदर्याने नटलेल्या देवबागला बहुधा हळूहळू नष्ट होण्याचा शापही मिळालेला आहे. आम्ही १९९४ पासून ही पुळण सातत्याने बघत आहोत. माझा पीएच.डी.चा

विद्यार्थी योगेश पिसोळकर याने २००५ पासून २००८पर्यंत देवबागचा अगदी इंचनइंच अभ्यास केला. तिथे दरवर्षी होणाऱ्या पुळणीच्या क्षतीचे प्रमाण, त्याची कारणे; त्यामुळे देवबाग वस्तीवर होणारे परिणाम, याचे सविस्तर संशोधन केले. त्याला त्याच्या या कामासाठी पुणे विद्यापीठाची पीएच.डी. पदवीही मिळाली.

या कालखंडात आमची देवबागशी खूप घट्ट नाळ जुळली. उजव्या बाजूने कार्ली नदीची खाडी आणि डावीकडून समुद्र यांच्यामध्ये एका लांबचलांब वाळूच्या दांड्यावर देवबागची वस्ती आहे. सुरुवातीची काही वर्ष पावसाळ्यात समुद्राकडून होणारे आक्रमण व होणारी झीज हेच काळजीचे कारण होते. मात्र हळूहळू हे संकट कार्ली खाडीकडून वाढू लागले. आज हे गाव या दोन्ही महाशक्तींच्या कचाट्यात सापडले आहे. खाडीमुख रुंद झाल्यामुळे, खाडीच्या बाजूने वस्तीवर आक्रमण चालू झाले आहे. पावसाळ्यात समुद्र पश्चिमेकडून त्याच्या अखंड ताकदीनिशी देवबागवर चाल करतोच आहे.

परिणामी देवबाग मोबारवाडीचा धोका दिवसेंदिवस वाढतोच आहे. समुद्राच्या लाटा आता मोबारवाडीतील माड बागायतीत घुसल्या आहेत. माड पडू नयेत; म्हणून स्थानिकांनी दोरीच्या साहाय्याने बांधून ते वाचविण्याचा केविलवाणा प्रयत्न सुरू केला आहे.

पावसाळ्यातल्या अमावस्येला केवळ दोन दिवसांत आता अर्ध्याहून अधिक पुळण क्षतिग्रस्त व्हायला लागली आहे. २००८च्या पावसाळ्यात किनाऱ्यावरच्या पाचशे सुरूच्या झाडांपैकी एकही शिल्लक राहिले नाही. १९९६मध्ये देवबागच्या पुळणीची सगळ्यात जास्त झीज झाली होती. २००८ आणि २००९मध्ये समुद्राने ही मर्यादाही ओलांडली. आता समुद्र थेट वस्तीत घुसू पाहतो आहे. जुलैच्या एकाच महिन्यात तीनशे मीटर रुंदीचा पट्टा समुद्राने गिळंकृत केला.

देवबागच्या ग्रामस्थांमध्ये आता केवळ भीतीचे वातावरण आहे. देवबागला आता कोणी वाचवू शकणार नाही, असे त्यांना वाटते. गेली १५/२० वर्षे प्रशासनाने देवबागला जीप गाड्यांतून भेटी देण्याव्यतिरिक्त, फारसे काही केले नाही; अशी गावकऱ्यांची खंत आहे. एका अर्थी ते बरोबरही आहे. वाळूची पोती टाकून आणि धूपरोधक भिंती बांधून वस्ती वाचवण्याचे केविलवाणे प्रयत्न सरकारी पातळीवर झाले. पण त्यात कुठल्याही प्रकारची तळमळ आणि निश्चित योजना कधीच तिथल्या लोकांना जाणवली नाही.

देवबागच्या उत्तरेला मालवणपासून १०/१२ किमी वर तोंडवली-तळाशील इथेही समुद्राने पुळणीचा विस्तृत पट्टा २००८ / २००९मध्ये गिळंकृत केला. तिथेही लोकांची हीच व्यथा आणि तक्रार आहे. तळाशील आणि देवबाग इथे बांधलेले धूपरोधक बंधारे ही केवळ वरवरची मलमपट्टी! शासनाची याबाबतीत अतिशय उदासीन भूमिका लोकांमध्ये

चीड निर्माण करणारी आहे.

''आम्ही आता जावचा खय? करूया काय?'' या देवबागकराच्या प्रश्नाला,

''पाव्हणे आसत ना मालवणात नायतर मुंबैत? जावा थकडे. पावसाळो झाल्यार येवा.'' असं निर्लज्ज उत्तर शासकीय कर्मचाऱ्यांकडून मिळते.

खरं म्हणजे इ.स.१९५२ पासूनच देवबागच्या पुळणीची झीज आणि समुद्राचे आक्रमण चर्चेत आहे. त्यानंतर १९५६, १९६०, १९७२, १९७५, १९७८, १९८०, १९९०, १९९५, १९९६, १९९८, २००४, २००७ आणि २००९ असा हा देवबाग-वासियांचा खडतर प्रवास आहे. किनाऱ्याची झीज, माडाची झाडे उन्मळून पडण्याच्या घटना, मासे खारवण्याचे आणि वाळवण्याचे चौथरे उद्ध्वस्त होण्याचे प्रसंग, सुरूच्या झाडांचा विध्वंस आणि मोबारवाडीचे टोक तुटून समुद्राने गिळकृंत करण्याची घटना; याबरोबरच किनारा आणि खाडीकाठच्या घरात पाणी घुसणे आणि त्यांची पडझड हा सगळा आकांत इथे सातत्याने चालू आहे!

मोबारवाडीच्या मोबार संगम या देवबागच्या दक्षिण टोकाजवळ १९७२पर्यंत कार्ली खाडीचे पात्र ९ मीटर खोल होते. आज प्रचंड गाळ साठल्यामुळे त्याची खोली केवळ २ मीटर एवढीच आहे. याच वर्षी पुळणीच्या उत्तर टोकाकडील काही भाग पूर्णपणे पाण्याखाली गेला. १९७५ ते ७८ या काळात मोबारचे टोक मुख्य पुळणीपासून तुटून दूर गेले. देवबागच्या इतक्या वर्षांच्या दु:खाची, सरकार दरबारी अतिशय संवेदनाहीन पध्दतीने नोंद घेतली गेल्याचे आमच्याही लक्षात आले. वर्तमानपत्रे, टेलिव्हिजन आणि प्रत्यक्ष भेटी यांपैकी कशाचाच फारसा परिणाम अजूनही नाही. शासकीय यंत्रणेचा सुस्त अजगर नुसता निपचित पडून आहे. हलायला आजही तयार नाही.

या नैसर्गिक संकटाच्या जोडीला आता देवबागसारख्या अती संवेदनशील भागात, पर्यटकांच्या सुखसोईंसाठी हॉटेल्स आणि पर्यटक निवाऱ्यांच्या बांधकामांची जणू शर्यतच चालू आहे. यामुळे इथले पर्यावरण जास्त वेगाने ऱ्हास पावते आहे. याचं भान कुणालाही नाही.

## १९

# दिमाखदार दीव

महाराष्ट्राच्या किनाऱ्याव्यतिरिक्त भारतातले इतर किनारे एकसुरी असले तरी त्यातही काही दुर्मीळ प्रकार आढळतात. 'दीव'चा सगळा किनाराच समुद्रातून वर आलेला आहे. त्याचा दिमाख अगदी पहात रहावा असा.

गुजरातच्या दक्षिण किनाऱ्याजवळ, किनाऱ्यानजीकच असलेले 'दीव' हे एक अतिशय दिमाखदार आणि देखणे असे बेट आहे. देशाच्या पर्यटन नकाशावर 'दीव'ने गेल्या काही वर्षांत आपले असे स्वतंत्र स्थान निर्माण केले आहे. सोमनाथच्या मंदिरापासून फक्त ९० किलोमीटर अंतरावर असल्यामुळे सोमनाथच्या पवित्र दर्शनानंतर या बेटाच्या सौंदर्याचा आस्वाद घेणे सहज शक्य आणि सोईस्कर आहे.

'उना' हे मुख्य भूमीवरचे गाव त्या दृष्टीने महत्त्वाचे. उना आणि दीव यामधल्या चिंचोळ्या समुद्राच्या भागात हल्लीच झालेल्या पुलामुळे दीवला जाणे आता सोपे झाले आहे. उना येथून देशाच्या महत्त्वाच्या भागाकडे जाण्यासाठी वाहने उपलब्ध आहेत. देलवाडा हे आठ किलोमीटर अंतरावर असलेले रेल्वेस्टेशन. या ठिकाणी खूपच कमी रेल्वेगाड्या उपलब्ध आहेत. द्वारका, वेरावळ, सोमनाथ या मार्गानेही उना येथे येऊन दीवला येणे शक्य आहे.

दीवला निसर्गाने सौंदर्याची अक्षरश: उधळण केलेली आहे. मन मोहून टाकणाऱ्या सागर किनाऱ्यावर कितीतरी लहान-मोठ्या पुळणी तयार झाल्यात. प्रत्येक पुळणीचे स्वत:चे असे आकर्षण आहे. महाराष्ट्राच्या किनाऱ्यापेक्षा खूपच वेगळ्या धाटणीचा हा किनारा पर्यटकाला एका वेगळ्याच विश्वात घेऊन जातो.

बेटाच्या ईशान्य दिशेला असलेल्या दीव-उना या रस्त्यावरील चेकपोस्ट जवळच आहे. अहमदपूर मांडवी बीच या रस्त्याने पुढे येऊन समुद्रावर बांधलेला पूल ओलांडला की, आपण प्रवेश करतो दीवमध्ये. दीवच्या दक्षिणेच्या सागर किनाऱ्यावर जागोजागी तयार झालेल्या पुळणींमध्ये काही पुळणी अशा आहेत की, ज्या बघितल्याशिवाय दीवची

सहल पूर्ण होऊच शकत नाही. दीवच्या प्रसिद्ध किल्ल्याच्या जवळ सर्वांत प्रथम दिसतो तो जालंदर बीच. इथून पुढे पश्चिमेला आहे चक्रतीर्थ बीच. फुदाम गावाच्या दक्षिणेला असलेले गणेश्वर मंदिरही प्रेक्षणीय. नागोवा गावाचा नागोवा बीच आणि वेंकाबाराचा वेंकाबारा बीचही अतिशय आकर्षक.

नागोवा हा दीव बेटावरचा कदाचित सर्वांत सुंदर असा बीच. इथला समुद्र इतका शांत आणि सुंदर की, क्षणभर थांबून तुम्हाला निसर्गाच्या या सौंदर्यशिल्पाचे देखणेपण आपल्या मनात साठवून ठेवायला लावणारे! लांबच लांब पसरलेली वाळू आणि ताड वृक्षांची दाट सावली मनाचा सारा थकवा क्षणार्धात दूर करते. नागोवा पुळणीवर जमिनीच्या दिशेने ठिकठिकाणी काळ्या दगडांचे पुंजके आढळतात. शास्त्रीय परिभाषेत यांना 'बीच रॉक' म्हणतात. पूर्वीच्या वाळूच्या पुळणी घट्ट होऊन त्यापासून हे खडक बनलेले आहेत. नागोवा पुळणीच्या दोन्ही टोकांना अशा तऱ्हेच्या खडकांमुळे किनारा अनेक तुकड्यांत कापून ठेवल्यासारखा दिसतो. नागोवा बीचवरून चालत जाऊन त्याच्या पूर्वेकडच्या टोकापाशी असलेली ही पाषाणशिल्पं पाहणेही महत्त्वाचे. भूशास्त्रीय अभ्यासात यांना फारच महत्त्व आहे. यामुळे दीवच्या सर्व बाजूंना असलेल्या समुद्राची पातळी पूर्वी जास्त उंच असावी, असा अंदाज बांधता येतो. नागोवाच्या पश्चिम टोकाजवळही अशीच विलक्षण सुंदर अशी पाषाणशिल्पं तयार झाली आहेत. समुद्रलाटांच्या आघातामुळे त्यावर असंख्य छिद्रं तयार होऊन त्यात वेगवेगळे आकारही तयार झालेत. नागोवा बीचच्या दर्शनाने होणारा आनंद हा केवळ अवर्णनीय अशाच स्वरूपाचा असल्याचे हा बीच पाहिल्यावर जाणवते.

जागोजागी विखुरलेल्या पुळणींबरोबरच दीव बेटाचे दुसरे महत्त्वाचे आकर्षण म्हणजे दीवचा किल्ला. लांब-रुंद अशा विस्तीर्ण किल्ल्यावरून खूप मोठा परिसर नजरेत येतो. इ.स. १५३५ ते १५४१ या कालखंडात बांधलेला हा किल्ला अजूनही सुस्थितीत आहे. किल्ल्यावर पूर्वेकडच्या बुरुजावर दीपगृह आहे. किल्ल्याच्या समोरच 'फोर्ट दी मार' हा एक छोटेखानी संरक्षक किल्लाही आढळतो. १४ व्या शतकापासून १६ व्या शतकापर्यंत दीव हे महत्त्वाचे बंदर व आरमारी ठाणे होते. अगदी सुरुवातीला जालंदर राजाच्या राजवटीत असलेले दीव नंतर वाघेला राजपुतांनी ताब्यात घेतले. १३८०च्या सुमारास मुसलमान राज्यकर्त्यांचे दीववर वर्चस्व होते. त्यानंतर पोर्तुगिजांनी किल्ल्याचा व दीव बेटाचा ताबा घेतल्याचे उल्लेख आढळतात. दीवने पाहिलेल्या या सर्व लष्करी आणि राजकीय चढ-उताराचे पुरावे आजही दीवच्या किल्ल्यावर आढळतात. किल्ल्याच्या समुद्राकडील बाजू झिजून काही ठिकाणी कोसळू लागल्या असल्या, तरी अजूनही किल्ला खूपच चांगल्या स्थितीत आहे.

दीवचे क्षेत्रफळ फक्त ३९ चौरस किलोमीटर आहे. समुद्रसपाटीपासून जास्तीत जास्त उंची फक्त ३० मीटर आहे. या छोटेखानी बेटावर चाकाबारा, बुचरवाडा, नागोवा, फुदाम आणि घोगला, दीव अशा लहान लहान वस्त्या आहेत. सगळीच गावे आणि वस्त्या गर्द ताड वृक्षांत आणि नारळाच्या झाडांत लपलेली आहेत. बेटावर मिठागरे आहेत. पक्ष्यांची अभयारण्ये आहेत आणि सर्वांत महत्त्वाचे म्हणजे सगळ्या बेटावर मनाला मोहून टाकणारी शांतता आहे. ठिकठिकाणी मंदिरे आणि चर्च आहेत. बेटाच्या सर्व बाजूंनी धीरगंभीर आवाजात साद घालणारा अथांग समुद्र आहे.

अस्वस्थ आणि अशांत मनाला दिलासा देण्याची विलक्षण ताकद या बेटाच्या परिसरात आहे, यात संशय नाही.

# २०

# महाबलिपुरम

भारताच्या पूर्व किनाऱ्यावर असणाऱ्या सुंदर आणि प्रसिद्ध ठिकाणांपैकी एक आहे. महाबलिपुरम, चेन्नईच्या दक्षिणेला साठ किलोमीटरवरचं महाबलिपुरम हे तमिळनाडूच्या, मद्रास-कांचीपुरम-महाबलिपुरम या सुवर्ण त्रिकोणातलं (गोल्डन ट्रॅंगल) एक अतीव सुंदर पर्यटन स्थळ आहे.

सुंदर सागर तट आणि देखण्या वास्तुशिल्पांमुळे महाबलिपुरमला एक वेगळेच सौंदर्य परिमाण प्राप्त झालेले आहे. मात्र, महाबलिपुरमच्या वेगळेपणाचा आस्वाद घेण्यासाठी त्याची पूर्वपीठिका माहीत असणंही गरजेचे आहे.

महाबलिपुरमचं सध्याचे नाव आहे 'मम्मलापुरम'. पहिल्या महेंद्र वर्मनचा मुलगा नरसिंह वर्मन हा पल्लव घराण्यातला एक विक्रमी राजा. या राजाने त्याच्या कारकिर्दीत सहाव्या व सातव्या शतकांत अनेक सुंदर मंदिरे बांधली. कांचीपुरम, मद्रासमधील पार्थसारथी मंदिर आणि ज्याचा उल्लेख नेहमीच एक उत्तम शिल्पकाव्य म्हणून केला जातो, ते महाबलिपुरमचे मंदिर. ही मंदिरं याच राजाच्या कारकिर्दीत बांधली गेली. नरसिंह वर्मनला 'मम्माला' हा किताब देण्यात आला होता. म्हणून हे मम्मलापुरम.

तमिळनाडूच्या उत्तर किनाऱ्यावर म्हणजे कोरोमंडल किनारपट्टीवर प्राचीन काळी मैलापूर, पुंपूहर आणि महाबलिपुरम ही महत्त्वाची बंदरं होती. येथून रोम, ग्रीसकडे आणि अति पूर्वेकडील देशांकडे व्यापारी जहाजे ये-जा करीत असत. महाबलिपुरमच्या बंदरातून श्रीलंकेकडे युद्धनौकाही जात असत.

आता मात्र महाबलिपुरमचं बंदर म्हणून असलेलं महत्त्व पूर्णपणे संपुष्टात आलेलं आहे; पण शिल्पकलेचा एका उत्तम नमुना म्हणून असलेलं त्याचे महत्त्व आजही अबाधित आहे. द्रविड पद्धतीच्या वास्तुकलेचे इतके आकर्षक उदाहरण अभावानेच दिसून येते.

पल्लव शिल्पकलेचे प्रथमदर्शनीच नजरेत भरणारे एक उदाहरण म्हणजे, महाबलिपुरमच्या परिसरातील खडकात खोदलेले सुंदर पांडव रथ, याचबरोबर गोवर्धन

पर्वत उचलून घेणारा कृष्ण दाखविणारा 'कृष्ण मंडपम्', शेषशाही विष्णू असलेली महिषासुरमर्दिनी गुहा आणि वराह मंडपम ही सगळीच पाषाण शिल्प नजर वेधून घेणारी.

जगातलं सगळ्यात मोठं एकाच खडकात खोदलेलं शिल्पही याच परिसरात आढळतं. महाबलिपुरमचं, अर्थातच सगळ्यात मोठं आकर्षण म्हणजे किनाऱ्यावरचं विष्णू आणि शंकराचे मंदिर. सातव्या शतकाच्या उत्तरार्धात बांधलेले हे 'शोअर टेंपल' म्हणजे वास्तुकलेतील कुशलतेचं एक सर्वोत्तम उदाहरण.

मंदिराचे काम पूर्ण होण्याआधीच अर्धवट सोडून दिलेले वाटावे अशा अवस्थेत असल्यासारखे दिसते. सातव्या शतकापासून आजपर्यंत वादळ-वाऱ्याने आणि रखरखीत उन्हाने या शिल्पाची खूपच नासधूस केलीय. तरीसुद्धा आजही त्याचा आकर्षकपणा सगळ्या जगातल्या पर्यटकांना आकर्षून घेतोय. आज हे मंदिर भारतीय पुरातत्त्व खात्याच्या अखत्यारित आहे.

सगळ्यात महत्त्वाची गोष्ट म्हणजे महाबलिपुरमची किनाऱ्यावरची मंदिरं समुद्राच्या वाढत्या आक्रमणामुळे हळूहळू खाली खचत आहेत. आजूबाजूच्या भागातील पुळणींची झपाट्याने होत असलेली झीज आणि देवळाच्या दिशेने वाढत असलेली समुद्राची पातळी यामुळे भविष्यातही या देवळांना फार मोठ्या नैसर्गिक धोक्याची शक्यता आहे.

इसवी सन ९०० पासून या भागात समुद्राची पातळी वाढत असून, हा भाग समुद्राच्या आक्रमणामुळे हळूहळू खचतो आहे. यासंबंधीचे निश्चित पुरावेही महाबलिपुरमच्या आसपास सापडले आहेत. आज येथे आढळणाऱ्या उंचच उंच आणि एकांड्या दगडांच्या प्रदेशापर्यंत समुद्राचे आक्रमण झाले असावे, ही गोष्ट साधारणपणे दहा हजार वर्षांइतकी जुनी. त्यानंतर समुद्र पातळी पुन्हा खाली गेली व चार हजार वर्षांपूर्वी पुन्हा वर आली.

टॉलेमीने महाबलिपुरमचा 'कडल मलई' या नावाने उल्लेख केल्याचे आढळते. इथल्या शिलालेखावरून असा अर्थ निघतो की, पूर्वी किनाऱ्याजवळ सात पॅगोडा मंदिरे होती. आज मात्र इथे केवळ एकच पॅगोडा मंदिर आहे. उरलेली सहा मंदिरे, वाढलेल्या समुद्र पातळीमुळे पाण्यात बुडाली. आताची मंदिरे येत्या काही वर्षांत पाण्याखाली जातीलही. भारतीय पुरातत्त्व सर्वेक्षण खात्याने मंदिराच्या आजूबाजूला तटरक्षक भिंती बांधल्या आहेत. समुद्राच्या वाढत्या आक्रमणाला त्या कितपत तोंड देतात, ते महत्त्वाचं!

## २१

# किनाऱ्यावरचे गड, किल्ले

संशोधनाच्या निमित्ताने फिरत असताना कोकणातल्या दुर्गम डोंगराळ भागात आणि किनाऱ्यावरच्या भूशिर प्रदेशात पर्यटकांच्या फारसे पसंतीचे नसलेले अतिशय जुने, पडके, वाडे, गड आणि किल्ले पाहिले. काही किल्ल्यांना तर स्वत:ची अशी नावेच नव्हती. ते ज्या गावाजवळ आहेत तेच त्यांचे नांव.

माझ्या दृष्टीने या सर्व परिचित अपरिचित गड किल्ल्यांचं भूराजनैतिक महत्त्व हे त्याच्या इतिहासापेक्षा जास्त महत्त्वाचं होतं. त्यांच्या भौगोलिक स्थानाला माझ्या दृष्टीने जास्त अर्थ होता. अर्थात या गड-किल्ल्यांचे ऐतिहासिक महत्त्व, त्याच्या स्थानमहात्म्याशीच निगडित होतं हे त्यांचा इतिहास वाचल्यावर लक्षात आलं. कोकण किनाऱ्यावरचे किल्ले जेव्हा बांधले गेले, तेव्हाची किनाऱ्याची ठेवण थोडी वेगळी होती आणि समुद्राची पातळी आजच्यापेक्षा वर होती याचे निश्चित पुरावे माझ्याच संशोधनातून माझ्या हाती आले होते. त्यामुळे प्राचीन समुद्रपातळीचा संदर्भ लक्षात घेऊन कोकणातल्या गड-किल्ल्यांकडे पाहिले तर अनेक अनाकलनीय व अनावश्यक वाटणाऱ्या गोष्टींचा उलगडा होतो. राजापूर, खारेपाटण, संगमेश्वर, चिपळूण यांसारख्या खाडीकाठी वाढलेल्या अनेक वस्त्या, तिथले जुने ऐतिहासिक वाडे, बंदरे यांचा संबंध पूर्वीच्या भरतीच्या उच्च पातळीशी म्हणजे आजच्यापेक्षा जास्त उंच असलेल्या समुद्रापातळीशीच होता. ही ठिकाणे खाडीकाठी जरूर आहेत. पण खाडी आहे म्हणून आज त्यांना महत्त्व नाही.

अलिबागच्या किल्ल्यावर जायचे असेल तर आपल्याला ओहोटीची वाट पाहावी लागते. भरती आल्यावर ह्या किल्ल्याचा संपर्क तुटतो. म्हणजे चालत किल्ल्यावर जाता येत नाही. किल्ला ज्या बेटासारख्या खडकाळ जागेत बांधला आहे ते भूशास्त्रीय इतिहासात बेटच होते. तिथे ओहोटीच्या वेळीही जाणे शक्य नव्हते. त्यानंतर समुद्रपातळी हळूहळू खाली गेली. आता केवळ ओहोटीच्याच वेळी या भागात जाता येते.

कुंडलिका नदीच्या मुखाशी असलेला कोर्लई किल्ला तर वाळूच्या एका अरुंद

संचयनाने मुख्य भूमिशी जोडला गेला आहे. आंबोलगड किल्ला व मुख्य किनारा यातही असाच वाळूचा जणू नैसर्गिक पूल आहे. शास्त्रीय परिभाषेत याला 'टोंबोलो' किंवा 'भूबद्ध सेतू' म्हटले जाते. समुद्रपातळी या दोन्ही ठिकाणी खाली गेल्यामुळे वाळूचे हे पूल तयार झाले आहेत.

रेडीच्या किल्ल्याच्या पश्चिम तटबंदीजवळ पोर्तुगिजांच्या वेळेपर्यंत खाडी व दलदल होती. तसे गॅझेटिअरमध्ये उल्लेखही आढळतात. आज या किल्ल्यावर फिरताना या दोन्ही गोष्टींचा मागमूसही लागत नाही.

रत्नागिरी शहराच्या उत्तरेला असलेला मिर्‍याचा डोंगर आज मुख्य शहराचा भागच झालेला आहे. सर्व्हे ऑफ इंडियाच्या नकाशावर तो भाग पूर्वी मुख्य भूमीपासून स्वतंत्र होता, असे दाखविणारा मिर्‍याच्या पुळणीचा लांबलचक पट्टा दिसतो. पांढरा समुद्र म्हणून तो भाग प्रसिद्ध आहे. त्याच्या दुसर्‍या बाजूला मिर्‍याचा उपसागर आहे.

कोकण किनार्‍यावर आज दिसणारा समुद्र पूर्वी थोड्या जास्त उंचीवर होता याचे असे अनेक सबळ, सशक्त पुरावे याच किनार्‍याने जवळपास पसरून ठेवले आहेत. अनेक दुर्गम गड, भूशिरे, मंदिरे, लेणी ही पर्यटनाबरोबरच संशोधक वृत्तीने बघितली तर हे सगळं आपल्याला सहज उमगतं, जाणवतं आणि या प्राचीन वैभवाचं महत्त्वही लक्षात येतं.

## अलिबागचा किल्ला

अलिबाग शहराच्या वायव्येस किनार्‍यापासून सुमारे २०० मीटर दूर असलेला एक छोटेखानी किल्ला आहे. छत्रपती शिवाजीमहाराजांच्या अनेक किल्ल्यांपैकी एक. मात्र किल्ल्याला खरे महत्त्व प्राप्त झाले ते मराठ्यांच्या आरमाराचा प्रमुख कान्होजी आंग्रे यांच्या कारकिर्दीत.

सतराव्या शतकाच्या मध्यास जेव्हा कल्याणच्या दक्षिणेकडील संपूर्ण कोकण शिवाजीराजांच्या ताब्यात आले तेव्हापासूनच राजांनी या किल्ल्याचा किनार्‍याच्या संरक्षणासाठी उपयोग करायला सुरुवात केली. राजांनी किल्ल्याची जबाबदारी मायनाक भंडारी यांचेकडे सोपवली. १६९८ पासून कान्होजी आंग्र्यांनी किल्ल्याची धुरा समर्थपणाने पेलायला सुरुवात केली. इ.स. १७१३मध्ये बाळाजी विश्वनाथ पेशव्यांशी झालेल्या करारानुसार इतर अनेक किल्ल्यांबरोबरच कुलाब्याचा किल्लाही आंग्र्यांना देण्यात आला. ४ जुलै १७२९ रोजी कान्होजी आंग्र्यांचा मृत्यू झाला. त्यानंतर त्यांचा मोठा मुलगा सेखोजी किल्ल्यावर राहून त्याची देखभाल करू लागला.

याच दरम्यान हॉमिल्टन यांनी कुलाब्याच्या किल्ल्याला भेट देऊन त्याचे वर्णन केले.

'एका लहानशा खडकावर बांधलेला अन् भरतीच्या वेळी चारही बाजूंनी पाण्याने वेढला जाणारा एक किल्ला' असे त्यांनी अलिबागच्या किल्ल्याचे वर्णन करून ठेवले आहे.

आजही, इतर किल्ल्यांपेक्षा हा किल्ला वेगळा वाटतो तो यामुळेच. भरतीच्या वेळी हा किल्ला म्हणजे पाण्याने वेढलेले एक सुंदर बेटच बनते. तर ओहोटीच्या वेळी समुद्राचे पाणी खूप दूर जाते व किल्ल्याच्या भोवतालचा प्रदेश उघडा पडतो. या वेळी अलिबागच्या पुळणीवरून चालत सहजपणे किल्ल्यावर जाता येते. पुन्हा भरती येईपर्यंत किल्ल्यावर हिंडताफिरता येते. पण भरती यायला लागल्यावर लगेचच अलिबागकडे परतणे झाले नाही तर पुढची ओहोटी येईपर्यंत किल्ल्यावरच मुक्काम करणे इष्ट!

एका खडकाळ बेटावर हा किल्ला बांधलेला आहे. याची उत्तर-दक्षिण लांबी ३०० मीटर व पूर्व-पश्चिम विस्तार १२० मीटर इतका आहे. ८५० मीटर परिघाची किल्ल्याची बाहेरची तटबंदी आज बरीचशी ढासळलेली आहे.

किल्ल्याला दोन दरवाजे आहेत. आग्नेयेस असलेला दरवाजा हा मुख्य दरवाजा असून त्याला 'महादरवाजा' असे म्हटले जाते. तो खूपच लहान आहे. किल्ल्याच्या उत्तरेस मुख्य किल्ल्यापासून थोडं दूर सर्जेकोट नावाचा एक बुरूजवजा पण अतिशय आकर्षक असा किल्ला आहे. मुख्य किल्ल्याच्या बांधकामानंतर त्याचे उत्तरेकडून संरक्षण करण्याच्या इराद्याने सर्जेकोट बांधला गेला. आज या किल्ल्याचीही बरीच पडझड झाली आहे.

कमानीच्या आकाराचा अलिबाग किल्ल्याचा मुख्य दरवाजाही बराच मोडकळीस आलेला आहे, मुख्य किल्ल्याची बाहेरची तटबंदी केवळ दहा मीटर उंचीची आहे. किल्ल्याच्या आत अनेक पडलेल्या, मोडकळीस आलेल्या वास्तू दृष्टीस पडतात. ठिकठिकाणी मातीचे ढिगारे आहेत अन् झाडे वाढलेली आहेत. किल्ल्याच्या ईशान्येच्या बुरुजावर दोन जुन्या तोफा आजही आढळून येतात. या बुरुजाच्या दक्षिणेस दहा-पंधरा पायऱ्या उतरून मुख्य किल्ल्यात येता येते.

महादरवाजाच्या आत आणखी एक छोटा दरवाजा असून त्याच्या जवळच पद्मावतीची मूर्ती आहे. याचबरोबर किल्ल्यावर महिषासुरी देवी, भवानी, वेताळ आणि गणपतीमूर्ती व देवळे आहेत.

किल्ल्याच्या मध्यावर छत कोसळलेला अन् पडझड झालेला, कान्होजी आंग्र्यांचा मुख्य वाडा आहे, हा वाडा 'थोरला वाडा' म्हणून ओळखला जात असे. याच्या दक्षिणेस पाण्याचे मोठे तळे आहे. आंग्र्यांच्या काळात या तळ्याचे केवळ एक भांडंभर पाणी घेण्याची प्रत्येक व्यक्तीला परवानगी होती, असे उल्लेख आढळतात.

तळ्याच्या समोरच किल्ल्यावरील मुख्य मंदिर, गणपती पंचायतन आहे. हे मंदिर

राघोजी आंग्रे यांच्या कारकिर्दीत (१७५९ ते १७९३) बांधले गेले. गणपती पंचायतनाच्या दक्षिणेस कान्होबाच्या घुमटीचे अवशेष आढळतात. किल्ल्याच्या दक्षिण तटबंदीजवळ जुन्या, पहाऱ्याच्या जागा दिसतात.

किल्ल्याच्या मोडकळीस आलेल्या तटबंदीवरून आजूबाजूला पसरलेल्या अथांग सागराचे मनमोहक दृश्य दिसते. एका बाजूला झाडात लपलेले अलिबाग गाव दिसते.

स्वातंत्र्योत्तर काळात किल्ल्याची थोडीफार डागडुजी केली असती तर किल्ल्याचे आजचे उद्ध्वस्त स्वरूप निश्चितच थोडेफार वेगळे दिसले असते. सध्यातरी, वाऱ्यावादळाला समर्पित केलेला छत्रपतींचा आणखी एक किल्ला एवढेच याही किल्ल्याबाबत म्हणावेसे वाटते.

## कोर्लई

महाराष्ट्राच्या किनाऱ्यावर दृष्ट लागावी इतकी सुंदर अशी अनेक ठिकाणे आहेत. बरेच वेळा या ठिकाणांच्या जवळपास राहणाऱ्यांनाही ती माहिती नसतात. पर्यटन विकास महामंडळाच्या नकाशावर ती नाहीत; मग दूरवर राहणाऱ्यांना ती कळणेही कठीण!

अशाच निसर्गसुंदर ठिकाणांपैकी एक म्हणजे अलिबागच्या दक्षिणेला असलेले कोर्लई गाव आणि कोर्लई किल्ला. अलिबाग-मुरूड या दोन महत्त्वाच्या आणि परिचित पर्यटन केंद्रांच्या रस्त्यावरच असलेले हे ठिकाण फारच थोड्या लोकांना माहीत आहे आणि म्हणूनच कदाचित अजूनही या ठिकाणचे नैसर्गिक सौंदर्य अबाधित राहिले आहे.

अलिबागहून मुरूडला जाताना वाटेत चौल, रेवदंड्याचा रमणीय सागरकिनारा मन मोहून टाकतो. रेवदंड्याकडून मुरूडकडे जाताना कुंडलिका नदीवरचा पूल ओलांडला की, उजवीकडे वळल्यानंतर समोरच समुद्रात घुसलेला कोर्लईच्या किल्ल्याचा परिसर दिसतो. थोडेसे थांबून, नीट निरीक्षण केले की, या प्रदेशाचे वेगळेपण लक्षात येते. कोर्लईची टेकडी हे खरे म्हणजे पूर्वीचे एक सागरी बेट. समुद्रपातळी गेल्या दोन-अडीच हजार वर्षांत खाली गेली आणि हे बेट एका संलग्न वाळूच्या दांड्याच्या निर्मितीनंतर मुख्य भूमीला जोडले गेले.

कोर्लईच्या टेकडीच्या उजवीकडे, कुंडलिका नदीच्या मुखाच्या प्रदेशात एक लहानसे, सहज लक्षात न येणारे बेट आहे. त्याचे नाव आहे 'रॅट आयलंड'. ओहोटीच्या वेळेला त्याचे अस्तित्व जाणवते. भरतीच्या वेळेला थोडे निरखून पाहावे लागते.

मुरूडकडे जाताना रस्ता एका टेकडीच्या दिशेने थोडा चढतो आणि तिथेच कोर्लईचा फाटा आहे. या फाट्यावर उतरायचे आणि कोर्लई किल्ल्याच्या दिशेने चालायला सुरुवात करायची. चालायची तयारी नसेल त्यांच्यासाठी तेथे रिक्षाही आहेत; पण फारशी पायपीट

करावी लागत नाही. दीड-एक किलोमीटर चालल्यानंतर कोर्लईचा किल्ला नजरेला पडतो. ज्या रस्त्यावरून आपण चालत असतो, तो एक वाळूचा दांडाच आहे. गावात कुठेही कमीत कमी दहा मीटर खोदल्याशिवाय पाणी मिळत नाही. दगडही नाही. कारण हा प्रदेश वाळूचा आहे. समुद्राची पातळी खाली गेल्यामुळे कोर्लई बेट आणि मुख्य भूमी यांना जोडणारा हा भूसेतू. कोर्लई टेकडीची उंची ८० मीटर आहे. पश्चिम दिशेचे सर्व उतार अतिशय तीव्र आहेत. पूर्व बाजूलाही जवळपास तीच स्थिती; पण पश्चिमेकडची बाजू अधिक देखणी, आकर्षक आहे. टेकडीच्या पायथ्यापासून एक सुंदर वळणावळणांची वाट आपल्याला थोड्याशा उंचीवर असलेल्या दीपगृहापर्यंत घेऊन जाते. या वाटेवरून जाताना डाव्या बाजूला दिसणारा अथांग, उसळता समुद्र आणि उजव्या बाजूचा उंच उभा डोंगरकडा पाहताक्षणीच मनात ठसतो. डोंगरकड्याच्या माथ्यावर पडके बुरूज आणि उद्ध्वस्त किल्ला. उतारावर ठिकठिकाणी थबकलेले प्रचंड आकाराचे दगड. वाहत खाली आलेल्या मातीचे ढिगारे आणि त्यात तयार झालेल्या घळी. डाव्या बाजूला डोंगराच्या पायथ्याशी ठिकठिकाणी तयार झालेल्या लहान-मोठ्या आकाराच्या वाळूच्या पुळणी आणि जवळपासच दिसणारे कडे, समुद्र-आघात छिद्रे, चित्रविचित्र खडक आणि त्यावरची नैसर्गिक जाळी. हे सर्वच मनाला विलक्षण आनंद देणारे आहे.

दीपगृहाच्या मनोऱ्यावरून आजूबाजूचा समुद्र पाहता येतो; पण त्यापेक्षा डोंगरातल्याच वाटेने माथ्यावर जाऊन तेथून समुद्रदर्शन घेणे अधिक आनंददायी ठरते.

टेकडीच्या माथ्यावर गेल्यानंतर कोर्लई हे पूर्वी बेट होते, याची कल्पना येते. माथ्यावरून उजवीकडच्या उतारावरून खाली येऊन, पायथ्याजवळून प्रदक्षिणा पूर्ण करता येते. भरती-ओहोटीबरोबर श्वासोच्छ्वास करणारा धीरगंभीर समुद्र आणि वाळूऐवजी चिखलयुक्त पुळणी, असे अगदी वेगळे दृश्य या बाजूला दिसते. जुन्या, मोडकळीस आलेल्या, झिजून गेलेल्या धक्क्यांच्या खुणा अजूनही दिसतात. डोंगरातून झऱ्यांच्या स्वरूपात खाली येणाऱ्या पाण्याचे अस्तित्व जागोजागी आढळते. या बाजूलाही माथ्यावरून खाली येणाऱ्या मातीचे ढीग आणि उतारावर थबकलेले विशाल दगड दिसतात.

टेकडीच्या उत्तरेला लाटांमुळे झिजलेले दगड व पुळणी लक्ष वेधून घेतात. एखादा कालवा खोदावा, अशी आखीवरेखीव पाषाणशिल्पे, ज्यांना भूशास्त्रीय परिभाषेत भित्तीखडक म्हणतात, तशी येथे बरीच आढळतात. समुद्र, सागरी गुहा, पुळणी यांसारख्या निसर्गशिल्पांची आवड असणाऱ्यांनी कोर्लईचा परिसर पाहणे आवश्यक आहे.

इतके सुंदर निसर्गसौंदर्य लाभलेल्या किल्ल्याचा थोडाफार इतिहास माहिती असला, तर किल्ला पाहण्याच्या आनंदात भर पडते. 'एक उत्तम पोर्तुगीज किल्ला' असे त्याचे वर्णन केले जात असे. युरोपियन लोकांना सोळाव्या शतकात हा किल्ला 'चौल रॉक' या नावाने

परिचित होता. इ.स. १५२० ते १७००पर्यंत या किल्ल्याने पोर्तुगीज, मुस्लीम, मराठे आणि ब्रिटिश यांच्यांतील अनेक युद्धे पाहिली. जगातील एक उत्कृष्ट किल्ल्याचा दर्जा त्याला प्राप्त झालेला होता. किल्ल्यावर आजही या घडामोडींच्या खुणा अवशेषांच्या स्वरूपात शिल्लक आहेत. इ.स. १७३९ ते १८१८मध्ये किल्ल्यावर मराठ्यांची हुकुमत होती. गणेश बुरूज, पश्चिम बुरूज, देवी बुरूज आणि राम बुरूज ही नावे याच काळातली.

किल्ल्याची लांबी साधारणपणे ९८० मीटर व रुंदी ३० मीटर आहे. किल्ल्याला पूर्वी अकरा दरवाजे होते. त्यातले चार बाहेरच्या, तर सात आतल्या तटबंदीला आहेत. किल्ल्याच्या उत्तरेला, पूर्व बाजूस असलेला दरवाजा आजही बन्यापैकी शाबूत आहे.

रायगड जिल्ह्याच्या किनाऱ्यावर आपल्या वेगळेपणामुळे उठून दिसणाऱ्या या कोर्लई किल्ल्याच्या परिसराला भेट देणे किती आनंददायी आहे, हे तेथे गेल्याशिवाय कळणे कठीण!

कोर्लई किल्ल्याबरोबरच कुंडलिका नदीच्या डाव्या किनाऱ्यावरचे बिर्ला गणेश मंदिरही पाहण्यासारखे आहे. रेवदंड्याचा समुद्रकिनारा नागावपर्यंत पुळणीवरून चालत जाऊन सहजपणे पाहता येतो.

## यशवंतगड

महाराष्ट्रातील ऐतिहासिक किल्ल्यांची दयनीय स्थिती पाहायची असेल, तर सिंधुदुर्ग जिल्ह्यातील रेडीच्या किल्ल्यावरून ती लक्षात यावी. कोकण किनाऱ्यावरील किल्ल्यांचं भूराजनैतिक महत्त्व, यांचं लष्करी महत्त्व, शत्रूंचे हल्ले परतवून लावण्याची त्यांची ताकद आणि त्याकरिता त्यांनी आपल्या अंगावर झेललेले घाव-हे सगळं अजूनही मूकपणे व्यक्त करीत, दुर्लक्ष आणि अवहेलना सहन करीत अजूनही हे किल्ले उभे आहेत.

सिंधुदुर्ग जिल्ह्यातील रेडी या गावाच्या उत्तर टोकाला रेडी खाडीच्या किनाऱ्यावर असलेला यशवंतगड हा किल्ला पर्यटकांइतकाच अभ्यासकांनाही अपरिचित आहे. रेडी गावातून आणि रेडीच्या प्रसिद्ध गणपती मंदिरापासून किल्ल्याकडे जाणारा अरुंद दुर्लक्षित रस्ता, पर्यटकांना किल्ल्याकडे जायला उद्युक्त करीत नाही. किल्ल्याकडे कसं जायचं, असं गावात विचारल्यावर मिळणारं उत्तरही निराशाजनक - "हा काय त्या किल्ल्यार? कशाक जावक व्हया थकडे? काय बघोक मिळोचा नाय-" या उत्तरानं किल्ला बघायला निघालेल्यांचा उरलासुरला उत्साह क्षणार्धांत संपुष्टात येतो.

ज्यांना उद्ध्वस्त किल्ल्यावरून फिरायला आणि इतिहासाची दारं किलकिली करायला आवडतं, ते रेडीच्या यशवंतगडाकडे जातातच. मुख्य रस्ता सोडून खाडीच्या दिशेनं जाणाऱ्या कच्च्या, अरुंद मार्गावरून अर्धा-एक किलोमीटरवर एका लहानशा

उंचवट्यावर दिसतो, यशवंत गड.

किल्ल्यावर हळूहळू चढत जाणारी वाट आपणच ओळखायची आणि त्यावरून चालायला सुरुवात करायची. आजूबाजूला जांभ्या दगडाची लाल माती, सर्वत्र वाढलेली जंगली झाडं आणि आसमंतात टिटवीचा आर्त आवाज ऐकू येतो. थोडं चालल्यावर समोर दिसतं किल्ल्याचं पश्चिमेकडचं प्रवेशद्वार. त्याच्या प्रथम दर्शनानंच मन गलबलून जातं. अंगावर सरसरून काटा फुलतो आणि आत जावं की नाही, या संभ्रमात सापडून आपण क्षणभर खिळून उभं राहतो.

दरवाजाच्या उजव्या भिंतीवरून पसरलेली झाडाची पांढरीशुभ्र खोडं एखाद्या गूढकथेत शोभावी तशी भासतात. भिंतीवर लहान-मोठी गवाक्षं आणि आतल्या बाजूला लगेचच डावीकडे वळलेली पायऱ्यांनी बांधलेली वाट, आत काय असेल, याची जराही चाहूल लागू न देणारी!

दरवाजातून आत गेल्यावर दिसतो तो आणखी एक दरवाजा. थोड्याशा अंतरावर. सगळीकडे जागोजागी झाडं वाढलेली. मातीचे प्रचंड ढीग दारातच साठलेले. बुरुजाच्या भिंती नष्ट करणारी वृक्षांची पाळंमुळं. मागं वळून पाहावं तर थोडंसं खालच्या बाजूला दिसणारा, आपण जिथून आलो तो पहिला दरवाजा.

आणखी आत गेल्यानंतर दिसतो तो गर्द झाडीनं सर्व बाजूंनी वेढून टाकलेला तिसरा दरवाजा. रुंद, भक्कम आणि दरवाजापलीकडे आणखी वर चढत जाणारी अरुंद पायऱ्यांची वाट. इथून पुढं गेल्यानंतर वातावरण इतकं शांत की, जवळच असलेल्या समुद्राची जराही चाहूल लागत नाही. वाटेत पडलेल्या पाला-पाचोळ्यावरून काळजीपूर्वक चालत आणखी थोडं पुढं गेल्यानंतर किल्ल्यावर अजूनही शिल्लक असलेल्या बुरुजाच्या भिंती दिसू लागतात. त्यातल्या कमानी, त्यांची चिरेबंदी रचना, मोडकळीस आलेले स्तंभ आणि प्रत्येक ठिकाणी चिऱ्यांच्या फटीतून आपली मुळं भक्कम रोवून वाढणारी झाडं दिसतात.

किल्ल्याचा सगळा परिसरच एका विलक्षण प्रवासाची अनुभूती देणारा. किल्ल्यावरचं वातावरण, पाखरांची किलबिल आणि सर्वत्र जाणवणारी बोचरी शांतता खरं म्हणजे एका वेगळ्याच विश्वात नेते.

शिवाजीमहाराजांनी मालवणच्या समुद्रात सिंधुदुर्ग बांधला त्याच सुमारास म्हणजे इ.स. १६६२मध्ये रेडीचा किल्ला बांधला किंवा बहुधा दुरुस्त करून वापरात आणला. त्यापूर्वी हा किल्ला विजापूरच्या राजांच्या ताब्यात होता. शिवाजीमहाराजांच्यानंतर पोर्तुगीज आणि इंग्रजांच्या कारकिर्दीत किल्ल्याचे बरेच नुकसान झाले. किल्ल्याच्या पश्चिम व दक्षिण तटबंदीवर याचे अनेक पुरावे अजूनही आढळतात.

गडावरील बालेकिल्ल्याचा भाग एका डोंगरसदृश्य उंचवट्यावर असून, त्याभोवती

चारही बाजूंनी बुरुजांची भिंत असावी. किल्ल्याची आग्नेय बाजू पूर्वी भरतीच्या वेळी पाण्यानं वेढली जात असावी. तिथं भरपूर दलदलही असावी, कारण एवढ्या एकाच बाजूला किल्ल्याचं बांधकाम फारसं भक्कम नाही.

किल्ल्याच्या पश्चिम बाजूकडचा भाग सपाट असून, पूर्व दिशेला किल्ल्याची उंची हळूहळू वाढत जाते. बालेकिल्ल्याच्या भिंती ९ ते १० मीटर उंच असाव्यात. किल्ल्याच्या दक्षिणेला असलेल्या हस्त डोंगरावरून पोर्तुगिजांनी १८१७मध्ये किल्ल्यावर तोफांचा मारा केला होता. त्याच्या खुणा दक्षिणेकडच्या बुरुजावर अजूनही आढळतात. बालेकिल्ल्याच्या शिल्लक भिंती तिथल्या प्राचीन वैभवाची कल्पना देतात. किल्ल्याच्या दक्षिणेकडील हस्त डोंगरवरील गुहा आणि पश्चिमेकडील अखाली बेट, हेही अभ्यासकाला आव्हान देणारं. ऐतिहासिक काळात यशवंतगडाचा विस्तार पश्चिम दिशेला असलेल्या 'मामा भाचे' या बेटांपर्यंत असावा, असे उल्लेख आढळतात.

रेडी हे दोन-अडीच हजार वस्ती असलेलं एक छोटेखानी गाव आहे. प्राचीन वाङ्मयात 'रेवतीद्वीप' म्हणून त्याचा उल्लेख आढळतो. इ.स. ६१० ते ६११मध्ये चालुक्य राजा स्वामीराजाचे रेडी हे मुख्य केंद्र होतं.

रेडीच्या परिसरात लोह व मँगेनीजच्या अनेक खाणी आहेत. इथलं प्रसिद्ध गणेश मंदिर हे या भागातलं आणखी एक आकर्षण, रेडी गावातील नागोले वाडीत हे मंदिर आहे. एका आख्यायिकेनुसार १९७६मध्ये, सध्याच्या मंदिराच्या आजूबाजूचा प्रदेश खाणकामाच्या वेळी सपाट करीत असताना, जांभा दगडात खोदलेली २ मीटर उंचीची गणेश मूर्ती प्रकट झाली. ही मूर्ती प्राचीन असून अखंड आहे.

रेडीच्या परिसरात तसं पाहण्यासारखं बरंच काही आहे. एक जुना तलाव आहे. आज तो उषा इस्पात या कंपनीच्या अखत्यारीत आहे. गावात १४ वाड्या आहेत. प्रत्येक वाडीत एक तरी देऊळ आहेच. इथलं देवी माऊलीचं मंदिरही प्रसिद्ध आहे. जवळच कन्याळे येथे अतिशय देखणं असं नवदुर्गा मंदिर आहे.

आज रेडीचा धक्का पूर्णपणे मोडकळीस आलेल्या अवस्थेत आहे. खाणकामामुळे जुन्या संपन्न रेडीचा चेहरामोहरा आमूलाग्र बदलून गेला आहे.

किनाऱ्यावर सर्वत्र खनिज प्रदूषणाच्या खुणा पसरलेल्या आहेत. पाणी दूषित आहे. पूर्वीची दाट जंगलं व काजूची भरपूर झाडं नाहीशी होऊन सगळीकडचे डोंगर उघडे व भकास बनले आहेत. काही प्रमाणात लहान होड्या व गलबते नांगरण्यासाठी 'रेडी बंदराचा' उपयोग होत असला तरी, पूर्वीची खोल खाडी गाळानं भरून गेल्यामुळे बंदराचं महत्त्वही हळूहळू ओसरत आहे.

रेडी बंदर आणि रेडी गावाच्या सुधारणेच्या आज अनेक महत्त्वाकांक्षी योजना

आहेत. मात्र, यशवंतगडाच्या सुधारणेची काहीही योजना नसावी असं दिसतं.

आज किल्ल्यावर कोणी पर्यटक फारसे येताना दिसत नाहीत. किल्ल्यावर कसली व्यवस्थाही नाही. सिंधुदुर्ग जिल्हा, पर्यटन जिल्हा म्हणून घोषित होऊनही पूर्वीइतकाच दुर्लक्षित आहे.

## अंजनवेल

'एन्रॉन' प्रकल्पामुळे परिचित असलेल्या दाभोळ खाडीच्या परिसराला निसर्गसौंदर्याचा जणू वरदहस्तच लाभलेला आहे. लांब, रुंद, विस्तीर्ण खाडी आणि दोन्ही किनाऱ्यांलगत समांतर धावणाऱ्या उंच भूशिराच्या रांगांनी या प्रदेशाला एक वेगळीच छटा प्राप्त झालेली आहे.

दापोलीच्या बाजूने दाभोळ गावाकडे येण्यापूर्वीच थोड्याशा उंचीवरून इथला रम्य परिसर नजर वेधून घेतो. वशिष्ठी नदीच्या या खाडीच्या विस्तीर्णपणामुळे एक प्रकारचा लोभसपणा सर्व आसमंतात निर्माण झाल्यासारखं वाटतं. दाभोळच्या खाडीची रुंदी तिच्या मुखाजवळ जवळजवळ दोन किमी इतकी आहे. खाडीच्या उत्तरेकडच्या किनाऱ्यावर आहे दाभोळ गाव. खाडीच्या पाण्याची खोली १५ मीटर, तर उत्तरेकडच्या टेकडीची उंची ९० मीटर. भरतीच्या वेळी खाडीतून आत शिरणारे पाणी ३० किमी इतक्या अंतरापर्यंत नदीतून आत येते.

दाभोळ बंदराच्या बरोबर समोर दिसते ते वेलदूर आणि त्याच्या पश्चिमेला खाडीच्या दक्षिण किनाऱ्यालगत दिसतो अंजनवेलचा आकर्षक किल्ला. दाभोळ गावाकडून पश्चिमेकडे जाताना सुरूच्या झाडांनी झाकलेला सागर किनारा आणि आंब्याच्या झाडांनी गच्च भरून गेलेले दिसतात डोंगरउतार. दाभोळच्या खाडीचे वैशिष्ट्य आहे ते खाडीच्या मुखाशी तयार झालेल्या वालुकासंचयात! चुरपुलटी हा किनाऱ्यालगतचा वाळूचा दांडा तर इ.स. १८८० पासूनच या प्रदेशात तयार झालाय. खाडीच्या मुखाशी असलेल्या वाळूच्या दांड्यावर लाटा आपटून फुटत असतात. पावसाळ्यात तर इथे लाटांचे तांडव चालू असते.

एका बाजूला खोल खाडी आणि मागे उंच टेकडी यामुळे दाभोळ हे गाव लांबट वस्तीच्या स्वरूपातच वाढलेले दिसते. तसे हे गाव खूप जुने आहे. इ.स. १३१२ पासून या गावाला इतिहास आहे. दाभोळ हे गाव १३५७मध्ये बहमनी साम्राज्याची सीमा म्हणून ओळखले जात होते. त्या वेळी ते फार प्रसिद्ध असे व्यापारी केंद्र होते. 'स्वर्गीय सुखाचा आनंद देणारे गाव' असे या गावाचे वर्णन ऐतिहासिक नोंदीमध्ये आढळते. इ.स. १६६२मध्ये शिवाजीराजांच्या राज्यात दाभोळचा समावेश झाला. गावात फारशा जुन्या

मशिदी किंवा मंदिरे आढळत नाहीत. इ.स. १६५९मध्ये विजापूरच्या राजाच्या आमदानीत बांधलेली एक मशीद मात्र आढळते.

खाडीच्या दक्षिण किनाऱ्यावर वेलदूरच्या पश्चिमेला आहे विस्तीर्ण टोळकेश्वराचे पठार. याची उंची १०० मीटरच्या आसपास आहे. या पठारावर टोळकेश्वराचे प्राचीन मंदिरही आहे.

याच बाजूला आहे अंजनवेलचा किल्ला. या किल्ल्यावरून खाडीचा सारा परिसर, समोरचे सुरूचे बन, खाडीतले वाळूचे दांडे, दाभोळ गाव या विलक्षण सुंदर अशा प्रदेशाचा आस्वाद घेता येतो. इथे दाभोळ गावातून होडीने खाडी पार करून येता येते. नाहीतर गुहागरकडूनही इथे अगदी पायथ्यापर्यंत वाहन आणता येते.

अंजनवेलचा किल्ला १६ व्या शतकात विजापूरच्या राजांनी बांधला. इ.स. १६६०मध्ये शिवाजीराजांनी तो भक्कम केला. १६८१ ते १६८९च्या दरम्यान संभाजी महाराजांनी तो आणखी सुधारला. १६९९मध्ये जंजिऱ्याच्या हबशीने तो काबीज केला. १७४४मध्ये तुळाजी आंग्रे यांनी तो मिळवला आणि त्याचे नामकरण केले गोपाळगड.

७ मीटर उंचीचे भक्कम बुरूज अजूनही सुस्थितीत आहेत. किल्ल्यांत तीन विहिरी आहेत. किल्ल्याचा सगळा परिसर अजूनही वैभवशाली इतिहासाची साक्ष देत चांगला टिकून आहे. तीन बाजूंनी समुद्राने वेढलेल्या टेकडीवरचे या किल्ल्याचे स्थान म्हणजे टेहळणीसाठी असलेली अत्यंत सुयोग्य अशी जागा. दाभोळ खाडीच्या परिसरावर अहोरात्र पहारा देत असलेला हा किल्ला पाहणे हा खरोखरच एक वेगळा अनुभव आहे.

## पन्हाळेदुर्ग

रत्नागिरी जिल्ह्यातील दापोली तालुका अजूनही डोंगर उतारावर शिल्लक असलेल्या वनराईमुळे रम्य बनलेला. दापोलीहून खेडकडे जाताना मार्गावर लागते वाकवली गाव. या गावातून दाभोळ खाडीच्या दिशेने आपण डोंगरडोंगरातून जाणारा रस्ता उतरू लागतो. शेजारून वाहते कोरजाई नदी. ही नदी आणि तिच्या आजूबाजूचा परिसरही तितकाच गूढरम्य. कोरजाईला पूर्वी खूप पाणी असायचे. पावसाळ्यात अगदी रौद्र रूप धारण करून ही नदी दाभोळ खाडीला जाऊन मिळायची. आज मात्र कोरजाईचे पात्र गाळाने खूपसे भरून गेलेले आहे.

डोंगराच्या पायथ्याशी नदी किनारी आहे एक विलक्षण रमणीय गाव - पन्हाळे. अतिशय दुर्गम, साऱ्या जगाशी संबंध तोडून टाकल्यासारखे!

कोरजाई नदीचे उथळ पात्र ओलांडून पलीकडे गेल्यावर, पलीकडच्या किनाऱ्यावर पायथ्याला आढळतात ती विलक्षण सुंदर आणि अजूनही उपेक्षित जिणे जगणारी दगडात

कोरलेली लेणी. डोंगराच्याभोवती, अर्धवर्तुळाकारात तीस ते पन्नास गुंफा झाडांच्या आडोशात लपलेल्या आहेत.

पन्हाळेची ही लेणी इसवी सनाच्या सहाव्या ते बाराव्या शतकाच्या काळातली असावीत, असा पुरातत्त्व खात्याचा अंदाज आहे. केवळ योगायोगाने एका शेतकऱ्याला या लेण्यांचा शोध काही वर्षांपूर्वी लागला.

येथे असलेल्या विविध लेण्यांमध्ये हिंदू देवतांची असंख्य चित्रं आहेत. गणपतीचे शिल्प तर विलक्षण सुंदर असे आहे. हे शिल्पवैभव आजही पूर्णपणे दुर्लक्षित आहे. गैरसोयीचे रस्ते, दुर्गम प्रदेश आणि सर्वच प्रकारच्या असुविधा यामुळे या लेण्यांच्या आनंदाचा आस्वाद घ्यायला फारसे कुणी उत्सुक दिसत नाहीत. लेण्यांच्या आवारातील काही मूर्ती तर एखाद्या अडगळीच्या खोलीत टाकून दिल्यासारख्या एक गुंफेत एकत्र करून ठेवलेल्या दिसतात! प्राचीन शिल्पवैभवाची ही क्रूर उपेक्षा जेव्हा संपेल तो सुदिन!

## पूर्णगड

कोकणच्या किनाऱ्यावर भटकंती करताना अनेक वेधक आणि आकर्षक असे गड, किल्ले, तटबंद्या आणि बुरूज आढळतात. यातल्या बहुतांशी वास्तूंची आजची अवस्था किती दयनीय आहे, ते सर्वांनाच परिचित आहे. परिचित असलेल्या गडकिल्ल्यांवर निदान पर्यटकांची थोडी फार तरी ये-जा असते; पण अपरिचित आणि दुर्गम किल्ले व गड यावर सध्या झाडेझुडपे, गवत आणि पालापाचोळा यांचेच साम्राज्य आहे. असे असूनही किनाऱ्यावरच्या अनेक लहान-मोठ्या किल्ल्यांचा परिसर आजही पूर्वीइतकाच आकर्षक आहे. केवळ भ्रमंती करण्यासाठी आणि प्रत्येक ठिकाणच्या जगावेगळ्या वातावरणाचा आस्वाद घेणाऱ्यांसाठी पूर्णगड हे असेच एक ठिकाण आहे.

पूर्णगडचा किल्ला त्यावर गेल्यावरही पटकन लक्षात येत नाही. कदाचित तो सहजपणे दिसू नये, हाच त्याच्या रचनेमागील उद्देश असावा. भूराजनैतिकदृष्ट्या या किल्ल्याचे स्थानमाहात्म्य फारच उच्च दर्जाचे आहे. गडाच्या मुख्य दरवाजातून आत गेल्यावर त्याचे स्थानमाहात्म्य एकदम लक्षात येते. रत्नागिरीच्या दक्षिणेला, पावसच्या पुढे १० ते १२ किलोमीटरवर, मुचकुंदी नदीच्या मुखाजवळ पूर्णगडचा किल्ला आहे. पूर्णगड गाव या किल्ल्याच्या आजूबाजूस वसले आहे. मुचकुंदी नदीवर, पूर्णगडजवळ हल्लीच एक पूल झाला आहे. यामुळे नदीपलीकडची गावखडी, वेत्ये, आडिवरे ही गावे रत्नागिरीला जोडली गेली. पुलामुळे राजापूरही ४० किलोमीटरच्या टप्प्यात आले आहे. वाहनांची वर्दळही वाढली आहे; पण पूर्णगडचा किल्ला अजूनही या सगळ्यापासून पूर्णपणे अलिप्त आहे.

मुचकुंदीच्या उत्तर किनाऱ्यावर, नदीमुखापाशी असलेल्या टेकाडावर हा किल्ला बांधलेला आहे. पूर्णगड गावातून समुद्राच्या दिशेने जाताना टेकडीच्या पायथ्याशी शंकराचे देऊळ लागते. या देवळाजवळ गेल्यावरही मागच्या टेकडीवर किल्ला असल्याचा अजिबात मागमूस लागत नाही. देवळाच्या मागे डोंगर उतारावर जी घरे आहेत त्यांच्या जवळूनच एक पायवाट वर चढते. आंब्याच्या बागा आणि इतर झाडांनी आच्छादून गेलेल्या या वाटेने वर चढणे तसे फार सोपे. दमछाक होईल अशी उंची नाही आणि घसरण्याची शक्यता तर अजिबात नाही.

दहा एक मिनिटे चढल्यावर गडाच्या मुख्य दरवाजापाशी आधी डाव्या बाजूला एक मारुती मंदिर दिसते. रंगरंगोटीमुळे मंदिर अधिकच अनाकर्षक झाले आहे. देवळाजवळून प्रवेशद्वाराकडे जाताना आपण किल्ल्यात प्रवेश करीत असल्याची जाणीव होऊ लागते. जुन्या काळातील बुरुजांची बांधणी अजूनही चांगली असल्याचे दिसते.

दरवाजातून आत गेल्यावर मात्र एकदम मोकळी जागा आणि त्यापलीकडे किल्ल्याच्या मुख्य प्रवेशद्वारातून आत गेल्यावर उजवीकडच्या बाजूला तटबंदीवर चढण्याच्या पायऱ्या आहेत. त्यावरून वर गेल्यावर झेंड्याच्या बुरुजावरून, मुचकुंदी खाडीचा आणि आजूबाजूचा विलक्षण सुंदर असा परिसर दिसतो. नवीनच झालेला किनारी महामार्गावरील पूलही इथूनच दिसतो.

तटबंदीवरून चालतच किल्ल्याला फेरी मारणे सोईस्कर. किल्ल्याची ही सगळी तटबंदी जांभा दगडाच्या चिऱ्यांची बांधलेली आहे. ठिकठिकाणी सुटलेले दगड व भरपूर उंच वाढलेले गवत यातून वाट काढीत आपण किल्ल्याच्या पश्चिमेला पोहोचतो आणि समोरचा अथांग निळाशार समुद्र चोहोबाजूंनी जणू अंगावर चालूनच येतो, असे वाटते.

आपण ज्या बुरुजावर उभे असतो तो किल्ल्याच्या पश्चिमेकडचा डोंगरकड्यावर बांधलेल्या भक्कम तटबंदीचाच एक भाग. मुचकुंदी खाडीच्या मुखाजवळ उंच डोंगरावर असलेले किल्ल्याचे हे स्थान भूसामरिक आणि भूराजनैतिकदृष्ट्या अतिशय महत्त्वाचे. इथून आजूबाजूच्या विस्तीर्ण प्रदेशाची सहजपणे टेहळणी करता येते. लांबवर पसरलेला समुद्र व खाडीचे मुख यासह आजूबाजूच्या खूप मोठ्या भूभागावर नियंत्रण ठेवणेही शक्य होते. खाडीच्या पलीकडच्या किनाऱ्यावर असलेल्या पुळणीवरची सुरूची बनेही पटकन लक्ष वेधून घेतात. झाडाझुडपांच्या आणि गवताच्या पसाऱ्यात गडाची तटबंदी अजूनही चांगल्या अवस्थेत आहे. पावसाळ्यात मात्र पूर्णगडावर उभे राहणेही कठीण अशी परिस्थिती असते. सर्व दिशांनी जबरदस्त वेगाने वाहणारे वारे आणि अखंड पडणारा पाऊस यामुळे गडाचा दगड अन् दगड पाण्याने चिंब भिजत असतो आणि वाऱ्याच्या थपडांना सामोरा जात असतो.

या गडाच्या इतिहासाविषयी फारशी माहिती उपलब्ध नाही. इ.स. १८७२मध्ये पूर्णगडाच्या आसपास ५०० लोकसंख्या असलेली वस्ती होती. १८१९ ते १८७८ या काळात पूर्णगड हे लहानसे बंदर म्हणून प्रसिद्ध होते. केवळ २२ एकर क्षेत्र असलेला चौकोनी आकाराचा हा किल्ला म्हणजे एक लहानशी गढीच. इ.स. १८६२पर्यंत तटबंदीचा १० ते १२ मीटर लांबीचा भाग बऱ्यापैकी नष्ट झाला होता. तोपर्यंत किल्ल्यावर ७ तोफा व ७०च्या आसपास तोफगोळे होते, असा उल्लेख आढळतो. त्या वेळी मुचकुंदीचे मुख खूपच खोल होते व साटवली या २० किलोमीटरवर असलेल्या खाडीकाठच्या गावापर्यंत भरतीचे पाणी जात होते, असेही उल्लेख आढळतात. आज नदीचे मुख व पात्र खूपच उथळ झाले आहे आणि भरतीबरोबर खाडीत खूप दूरवर जाणे कठीण झाले आहे, असे स्थानिकांचे निरीक्षण आहे.

नदीमुखापाशीच एका उंचवट्यावर राहून, एखाद्या सदैव जागरूक पहारेकऱ्यासारखे काम करणाऱ्या या गडाचे पुनरुज्जीवन करता आले तर, किनाऱ्यावरचे एक सुंदर दुर्ग शिल्प जपता येईल, यात शंका नाही!

## आंबोलगड

रेवस-रेडी या महाराष्ट्रातील सागरी महामार्गावर अनेक खाड्यांवर बांधण्यात आलेल्या पुलांमुळे आजपर्यंत दुर्लक्षित आणि अपरिचित अशी अनेक सुंदर ठिकाणे अभ्यासकांच्या आणि पर्यटकांच्या नजरेत येऊ लागली आहेत.

दुर्गमता हेच प्रमुख लक्षण लाभलेल्या अशा आकर्षक आणि नितांत सुंदर ठिकाणांपैकी एक म्हणजे आंबोलगड.

रत्नागिरी जिल्ह्यातील राजापूर तालुक्याच्या किनारपट्टीवर अति दुर्गम अशा उंचसखल डोंगररांगा व नदी, नाले आणि खाड्या दिसतात. राजापूर खाडीच्या जवळपास मुसाकाजी, जैतापूर, तुळसुंदे, माडबन आणि आंबोलगड अशी निसर्ग सौंदर्याचं वरदानच घेऊन आलेली अनेक ठिकाणं आहेत.

मुंबई-गोवा महामार्गावरून ही सर्व ठिकाणे चाळीस-पन्नास किलोमीटर पश्चिमेला आणि खूपच दुर्गम भागात असल्यामुळे आजपर्यंत दुर्लक्षित राहिली. मात्र आता ही सगळी ठिकाणं, रत्नागिरीच्या दक्षिणेला पूर्णगड खाडीवर झालेल्या पुलामुळे नजरेच्या टप्प्यात आली आहेत.

पूर्णगड खाडीपुलामुळे रत्नागिरीहून आंबोलगड या विलक्षण सुंदर ठिकाणी केवळ दीड-एक तासातच पोहोचता येते.

आंबोलगडचे स्थान असे विलक्षण आहे की, त्याचे संपूर्ण दर्शन फक्त एकाच

ठिकाणाहून होते. आंबोलगडाच्या दक्षिणेला पाच किलोमीटरवर असलेल्या मुसाकाजीच्या भूशिरावरून समोर उत्तर दिशेला दिसतो आंबोलगड. आंबोलगड व मुसाकाजी या दोन्ही भूशिरांची उंची २५ मीटर आणि दोन्हींच्यामध्ये पसरलेला आंबोलगडचा उपसागर. हे दृश्य इतके आकर्षक दिसते की, आंबोलगडावर जाण्याचा मोह टाळता येणंच अशक्य!

प्रत्यक्ष आंबोलगडाची वाट मात्र तितकी सुखद नाही. मुसाकाजीवरून निघालेली पक्की सडक एक-दीड किलोमीटरनंतरच संपते आणि कच्चा रस्ता सुरू होतो. किनाऱ्याकिनाऱ्याने जाणारी ही वाट जवळच किनारा आहे याचा जराही अंदाज लागू देत नाही. खाचखळग्यातून आणि लाल मातीच्या रस्त्यातून वाट काढीत आंबोलगडाच्या पायथ्याशी पोहोचावं, तर तिथला सुस्त निसर्ग आणि झोपाळू खेडेगाव पाहून फार काही बघायला मिळेल, असं वाटत नाही.

गावातून वेडावाकडा गेलेला रस्ता, शेवटी एका टेकाडाच्या पायथ्याशी पोहोचतो, आणि इथंच पर्यटकांपेक्षा निसर्गाच्या अभ्यासकाला आंबोलगडाच्या वेगळेपणाची जाणीव होते.

रस्त्याच्या उजव्या बाजूला जांभा दगडात खोदल्या गेलेल्या नैसर्गिक गुहा, त्यातून उंचच उंच वर वाढत जाणारी झाडं आणि त्यांची इतस्तत: पसरलेली मुळं अनपेक्षितपणे आपल्या नजरेचा ताबा घेतात. प्रचंड शिळा व पोखरलेला डोंगर, असं विलक्षण निसर्गशिल्प आंबोलगडाच्या या थरारक यात्रेत आपलं असं स्वागत करतं.

थोडं पुढे गेल्यावर एक लहानशी चढण चढून गेलं की, समोर दिसतं लांबवर पसरलेलं पठार. पठाराच्या टोकाशी दिसतो मंदिराचा कळस आणि मन आश्वस्त होतं.

आंबोलगडाचं एकूण क्षेत्र आहे जेमतेम एक हजार चौरस मीटर. पण एवढ्या लहानशा क्षेत्रात पसरलेल्या या प्रदेशाची रचना विलक्षण आकर्षक आहे. पठाराच्या समुद्राकडील बाजूला २० ते २५ मीटर उंच अशी समुद्रकड्याची भक्कम तटबंदी आहे. चहूबाजूंनी प्रचंड ताकदीने येऊन आदळणाऱ्या लाटांमुळे सर्वत्र समुद्रकड्यांची ही तटबंदी कोसळून गेलेली दिसते. कापून काढल्यासारखी दिसणारी ही तटबंदी हे निसर्गाचं एक रौद्र स्वरूप आहे.

कड्यांच्या पायथ्याशी पसरलेले सपाट प्रदेश हेही तितकेच झिजलेले, घासलेले, विदीर्ण झालेले! दोन ते तीन मीटर खोलीच्या भेगांनी आणि छिद्रांनी ठिकठिकाणी उद्ध्वस्त झालेले हे सागरी मंच आपल्याला लाटांच्या आघाताची थोडीशी कल्पना नक्कीच देऊ शकतात.

पठाराच्या पश्चिम कड्यावरून एक आखीवरेखीव वाट खालच्या सपाट प्रदेशापर्यंत

जाते. तिथेच कड्याच्या मध्यावर आहे एक आश्रम आणि पठारावर आहे गगनगिरी महाराजांचं मंदिर.

मंदिराच्या आणि आश्रमाच्या परिसरात माणसांची वर्दळ जवळजवळ नाहीच. त्यामुळे वातावरणात निरव शांतता आणि सर्व दिशांनी पठाराच्या कड्यावर येऊन आदळणाऱ्या लाटांचा घनगंभीर आवाज. कुठल्याही निसर्गप्रेमी माणसाला मोहून टाकण्याची विलक्षण जादू असलेला हा सगळा परिसर म्हणजे निसर्गाचं खरोखरंच एक अद्भुत लेणं आहे.

आंबोलगड पर्यटकांना जितका आनंद देतो तितकाच, किंबहुना त्याहीपेक्षा अधिक समाधान देतो ते भूशास्त्राच्या अभ्यासकाला. मुख्य किनारपट्टीला, आंबोलगडाचा भूशिरासारखा दिसणारा प्रदेश एका वाळूच्या रुंद संचयनाने जोडला गेला आहे. आज या वाळूच्या संचयन प्रदेशात वस्ती आणि झाडंझुडपं असली, तरी प्राचीन काळी हा समुद्राचा चिंचोळा भाग असावा आणि आंबोलगड हे किनारी बेट असावं. सागरपातळी गेल्या दीड-दोन हजार वर्षांत खाली गेल्यामुळे किनारी प्रदेशात वाळूचे संचयन झाले. त्यामुळे प्राचीन काळाचे हे बेट मुख्य किनाऱ्याला जोडले गेले असावे.

फारसा ऐतिहासिक वारसा नसलेला आंबोलगड १८१८मध्ये ब्रिटिश कर्नल इमलॉक यांनी पादाक्रांत केल्याचे उल्लेख आढळतात. १८६२ नंतर मात्र आंबोलगडावरील वस्ती, बुरूज आणि तट यांची झपाट्याने पडझड झाली.

आज आंबोलगडावर त्याचं ऐतिहासिक महत्त्वं सांगणारी एकही निशाणी शिल्लक नाही.

## निवती

भटकंतीची आवड असणाऱ्यांसाठी आणि वैभवशाली इतिहासात डोकावून पाहण्याची इच्छा असणाऱ्यांसाठी महाराष्ट्राच्या किनाऱ्यावर दुर्गम ठिकाणी, भग्न अवस्थेत अनेक गड आणि किल्ले आहेत. नकाशावर कुठे तरी लहानशा अक्षरांत दाखविलेली ही ठिकाणे, प्रत्यक्षात विलक्षण सुंदर आणि अस्पर्शित आहेत.

सिंधुदुर्ग जिल्ह्याच्या उत्तर किनाऱ्यावर असलेल्या निवती या छोटेखानी गावालगत समुद्रात घुसलेल्या एका भूशिरावर निवती याच नावाचा किल्ला आहे. एकाकी, उद्ध्वस्त आणि ऊन-वाऱ्याला तोंड देत आपले अस्तित्व टिकवून असणारा हा किल्ला खूपच वेगळा आणि म्हणूनच आवर्जून पाहण्यासारखा आहे.

आज या किल्ल्याकडे जायला मालवण आणि वेंगुर्ले यांच्या दरम्यान कालीं नदीवर झालेला किनारी मार्गावरील नवीन पूल खूपच सोईस्कर आहे. मालवणचा सिंधुदुर्ग बघून

मालवण शहरातून बाहेर पडल्यावर, उजव्या बाजूला नवीन पुलाकडे जाणाऱ्या रस्त्याने जावे, पंधरा-वीस किलोमीटरच्या मार्गक्रमणानंतर चिपी गावाच्या पठारावरून पाटगावात पोहोचावे. तिथल्या चौकातून एक रस्ता वेंगुर्ल्याकडे तर, दुसरा निवतीच्या दिशेने जातो.

निवती गावाकडे जाणारा हा रस्ता, जांभा दगडांच्या कातळावरून डाव्या बाजूला खोल दरीत वसलेल्या खेड्यांच्या साक्षीने एकदम डोंगर उतरू लागतो. कोरड्या ऋतूतच या रस्त्याची स्थिती चांगली असली तरी, पावसाळ्यात मात्र तुफानी पावसाला तोंड देता-देता या रस्त्यावर असलेल्या दगडधोंड्यांना चुकवीत टेकडीच्या पायथ्याशी असलेल्या निवती गावापर्यंत पोहोचता येते.

रस्ता संपतो तिथे एस.टी.चा थांबा आहे. इथून निवती किल्ल्याचा मागमूसही लागत नाही. समुद्राची गाज ऐकू येते; पण तोही कुठे दिसत नाही. क्षणभर वाटते की, आपण वाट चुकलोय. किनाऱ्याच्या खाणाखुणाही आसमंतात दिसत नाही.

रस्त्याजवळच वस्तीतली एक-दोन घरे दिसतात. काही लहान मुले इकडे-तिकडे हुंदडत असतात.

'निवती किल्ला कुठे आहे रे पोरांनो?' आपण विचारतो. विचारावेच लागते.

'थकडे असा. डोंगरार……' तो मुलगा उजवीकडे हात दाखवितो.

'कुठे?'

'थकडे. हैसून जावा. मगे दर्याच्या वांगडान जावा. दिसतलो.' तो मुलगा मार्ग सांगतो, जेव्हा कधी, सटीसामाशी एखादा चुकार पर्यटक येत असेल तेव्हा त्याला हे सांगावेच लागत असेल!

आपण त्या मुलाने सांगितल्याप्रमाणे डावीकडून, वस्तीतल्या घराजवळून वाट काढीत निघतो. पाच एक मिनिटांतच एका छोट्या वाळूच्या टेकडीच्या मागच्या बाजूला असलेला पाण्याचा एक उथळ प्रवाह दिसतो. तो ओलांडून टेकडी चढून आपण माथ्यावर येतो आणि समोरचा समुद्र चहूबाजूंनी रोंरावत तुमच्या सर्वांगात भिनून जातो.

समोरचे दृश्य केवळ स्वप्नवत. लखलखणारी वाळू, फुटणाऱ्या लाटांचे तांडव आणि पुळणीच्या डावीकडे एक रंगीबेरंगी, विलक्षण आकर्षक अशा खडकाचा समुद्रात घुसलेला सुळका. आपली पावले अनाहूतपणे त्या देखण्या खडकाच्या दिशेने पडत जातात. निवतीच्या पुळणीवरचा हा खडक साठ ते सत्तर कोटी वर्षांइतका जुना आहे. याला स्थानिक लोक 'जुनागड' म्हणतात.

पुळणीवर मासे वाळत घालणारी काही माणसे दिसतात. 'किल्यार जावचा असा?' आपली अडचण ओळखून कुणी तरी आपुलकीने विचारतं.

'होय. दिसत नाही किल्ला कुठे,' आपण म्हणतो.

'दिसात कसो? झाडपालो किती वाढलोहा त्यावर? व्हयत्या डोंगरार जावा, सापडतलो.' पुळणीच्या दुसऱ्या टोकाला असलेल्या डोंगराकडे जायच्या खुणा होतात आणि आपण तिकडे निघतो.

पुळण संपता-संपता तिथल्याच डोंगरउतारावरच्या झोपड्यांतून दोन लहान मुली धावत खाली येतात.

'किल्यार जावचा मा? चला, आमी येताव,' असे म्हणून त्या आपला होकार गृहीत धरून डोंगर चढू लागतात. अरुंद वाटेवरून म्हणजे एक छोट्याशा ओढ्याच्या मार्गातून आपणही त्यांच्या मागे डोंगर चढू लागतो. दोन्ही बाजूला वाढलेली झाडे आणि वारंवार हात टेकवण्यासाठीच जणू जिथे तिथे पसरलेले दगड यांचा आधार घेत, घसरून खाली न पडण्याची काळजी घेत, वर चढताना, वाटेतल्या गप्पांवरून कळते की, त्या दोन मुली जेव्हा कोणी किल्ला बघायला येते तेव्हा त्यांना असेच किल्ल्याकडे नेतात. येणारे किल्ला बघून झाल्यावर राजीखुशीने काहीतरी हातावर ठेवतात. अशी वेळ वर्षातून फारच कमी वेळा येते. पावसात तर, कोणी फिरकतच नाही.

डोंगराचा माथा गाठताच नजर वेधून घेते ती गर्द झाडी आणि त्या झाडीतून डोकावणारी किल्ल्याची भग्न तटबंदी. तुटलेल्या तटबंदीतून आत जाणारा रस्ता एका पटांगणवजा मोकळ्या जागेत जातो. त्याच्या डाव्या बाजूला असलेल्या तुटक्या तटबंदीवर चढून आजूबाजूचा समुद्र न्याहाळायचा मोह आवरणे केवळ अशक्य असते. अरुंद, तुटलेल्या, निमुळत्या तटावर तोल सांभाळत आणि जोरदार वाऱ्याला तोंड देत उभे राहून पाहताना समोर जे दृश्य दिसते ते विलक्षण सुंदर असते. खूप दूरवर 'जुनागड' आपले अस्तित्व आजूबाजूच्या पांढऱ्या शुभ्र वाळूवर आणि निळ्याशार समुद्रावर ठसवीत उभा असतो.

तटावरून खाली येऊन समुद्राला डाव्या अंगाला ठेवून पुढे चालत गेल्यावर दिसते ते 'भोगवे' गावाच्या पुळणीचे दैवदुर्लभ दृश्य. प्रचंड वेगाने किनाऱ्यावर येऊन फुटणाऱ्या लाटा, उंचच उंच उडणाऱ्या जलकणात न्हाऊन निघणारा खडक न् खडक आणि पुळणीवरची हेलकावणारी माडाची झाडे आपली नजर बांधून ठेवतात. टॉलेमीने निवती किल्ल्याचा 'नीमा' असा उल्लेख केल्याचे दिसते. निवती हे बंदर व्यापारी दृष्टीने कधीही महत्त्वाचे ठिकाण नसावे. किल्ल्याची उंची ५० मीटरपेक्षा थोडी जास्त असून, १८१० पासूनच किल्ल्याची दुर्दशा होऊ लागल्याचे उल्लेख आढळतात.

आज शिल्लक असलेल्या उद्ध्वस्त अवशेषांवरून पूर्वीच्या किल्ल्याच्या रचनेची कल्पना करणे अशक्य आहे; मात्र त्याचे एका उंच भूशिरावरचे अरुंद लहानशा खाडीच्या टोकाशी असलेले स्थान भूराजनैतिकदृष्ट्या महत्त्वाचे होते, हे नक्कीच जाणवते.

# तेरेखोल

सिंधुदुर्ग जिल्ह्याच्या दक्षिण सीमेवरून तेरेखोल नदी वाहते. नदीच्या पलीकडे गोवा राज्य. तेरेखोल नदीच्या मुखाजवळचा प्रदेश म्हणजे शिरोडा, आरोंदा, केरी, तेरेखोल या गावांचा प्रदेश. हा परिसरच अतिशय रमणीय.

सावंतवाडी तालुक्यातील सातार्डा या गावातून खाडीच्या काठाने जाणाऱ्या रस्त्यावरून पश्चिमेकडे गेल्यावर किंवा गोव्याच्या हद्दीत प्रवेश करून केरी गावाच्या दिशेने जातानाही या खाडीच्या सौंदर्याचा आस्वाद घेता येतो.

खाडीच्या मुखापासून पंचवीस किलोमीटरपर्यंत बांदा या गावापर्यंत भरतीचे पाणी आत येत असले तरी आरोंदा या पाच किलोमीटर आत असलेल्या गावापर्यंतच मोठी जहाजे येऊ शकतात. बांदा हे, तेरेखोल खाडीच्या उजव्या किनाऱ्यावरचे प्राचीन गाव. इसवीसन १४८९ पासून या गावाने अनेक स्थित्यंतरे पाहिली. अनेक मशिदी, तलाव, कबरी हे त्या स्थित्यंतरांचे साक्षीदार अजूनही विदीर्ण अवस्थेत इतस्तत: विखुरलेले आढळतात. दगडी बांधकामात बांधलेले तलाव मोठ्या संख्येने आहेत. चौकोनी तळ्यांच्या तळभागाकडे उतरत जाणाऱ्या सुंदर दगडी पायऱ्या आणि तळ्याच्याभोवती आखीवरेखीव बांधलेल्या छोटेखानी कोठ्या अजूनही त्यांचा आकर्षकपणा राखून आहेत.

खाडीचा समुद्राकडचा भाग विशेषकरून आरोंदा आणि तेरेखोल येथील परिसर म्हणजे निसर्गसौंदर्याचा खजिनाच, खाडीत ठिकठिकाणी पसरलेले वाळूचे प्रचंड दांडे, त्यावरची पाचूच्या हारासारखी पसरलेली झाडांची रांग, भरती आणि ओहोटीच्या दरम्यान पाण्याखाली जाणारी आणि पुन्हा वर डोकावणारी छोटी-छोटी बेटं हे सारंच एकवार पाहून यावं असं!

खाडीच्या डाव्या किनाऱ्यावर आहे केरी हे गाव. इथूनही हा परिसर अतिशय नयनरम्य दिसतो. खाडीच्या तोंडाशीच एका उंचवट्यावर बसलेला तेरेखोलचा किल्ला आहे.

तेरेखोलच्या खाडीचे हे निसर्गसौंदर्य अजूनही अबाधित आहे ते केवळ या प्रदेशाच्या दुर्गमपणामुळेच. अजूनही या भागात पर्यटकांची फारशी वर्दळ नाही. पावसाळ्यांत या भागाची दुर्गमता वाढते. तेव्हा प्रवासाची थोडी फार दगदग सहन करून निदान पावसाळा वगळून तरी या प्रदेशाच्या सौंदर्याचा आस्वाद प्रत्येकानं घ्यायलाच हवा.

# सिंधुदुर्ग

आपल्या पन्नास वर्षांच्या कारकिर्दीत श्री छत्रपती शिवाजी महाराजांनी अनेक पर्वत माथ्यांना आणि सागरी बेटांना भक्कम तटबंद्या बांधून त्यांना महत्त्व प्राप्त करून दिले.

शिवाजी राजांसारखा दूरदर्शी योद्धा झाला नसता तर यातल्या कितीतरी डोंगरांची, बेटांची नांवे फक्त नकाशावरच राहिली असती. जगापुढे ती कदाचित कधीच आली नसती.

शिवाजी राजांनी स्वत: असे काही किल्ले बांधून घेतले. त्यांच्या ताब्यातील एकूण ३६० किल्ल्यांपैकी इतर किल्ले त्यांनी इतरांकडून जिंकून घेतलेले होते. स्वत: राजांनी बांधलेले किल्ले हे विजापूरकरांनी बांधलेल्या किल्ल्यांपेक्षा खूपच चांगल्या दर्जाचे होते, असे मत अनेक वेळा व्यक्त केले जाते. पण या संदर्भात हे विसरून चालणार नाही की, दुर्ग आणि गडांची अवघड जागा हीच त्यांची प्रमुख संरक्षक भिंत असावी असा शिवाजी राजांचा कटाक्ष होता.

बुरुजावरील आणि तटबंदीतील कलाकुसरीपेक्षा त्यांची शत्रूला जवळपास फिरकू न देण्याची ताकद ही अधिक महत्त्वाची अशा अती व्यवहारी विचाराने बांधलेले हे किल्ले कलाकौशल्यानेयुक्त अशा किल्ल्यांपेक्षा कमी प्रतीचे वाटावे हे खरोखरच मोठे दुर्दैव आहे.

मालवणचा सिंधुदुर्ग हा पूर्णपणे शिवाजी राजांनीच घडवलेला एक जलदुर्ग.

वर वर्णन केलेल्या विचारधारेचा मागोवा घेता असे आढळेल की, या जलदुर्गाच्या जागेची निवड, त्याच्या आजूबाजूस असलेले नैसर्गिक संरक्षण आणि तटबंदी करून आत फौजफाटा ठेवण्यासारखी परिस्थिती यादृष्टीने शिवाजीराजांनी केलेली ही स्थाननिश्चिती अगदी अचूक अशीच होती.

१७ व्या शतकात मालवण बंदर हे व्यापार उद्योगाचे महत्त्वाचे केंद्र होते. मालवणच्या उत्तरेस असलेली गड नदीची खाडी किमान ५-१० किमीपर्यंत गलबतांची ये-जा होऊ शकेल इतकी खोल होती. आज हे पात्र गाळाने खूपच भरलेले आहे.

परकीयांच्या विशेषत: पोर्तुगिजांच्या आणि ब्रिटिशांच्या व्यापारावर लक्ष ठेवण्यासाठी खाडीच्या मुखाशीच एखादा जलदुर्ग असणे आवश्यक होते.

मालवणच्या पश्चिमेस २-३ किमी वर असलेल्या प्रमुख ३ बेटांपैकी त्यामानाने मोठे असे कुरटे बेट निवडून त्यावर सिंधुदुर्गाची पायाभरणी शिवाजीराजांनी २५ नोव्हेंबर १६६४मध्ये केली. गोविंद विश्वनाथ प्रभूच्या देखरेखीखाली पुढील ३ वर्षात दुर्ग बांधून पूर्ण झाला.

सिंधुदुर्गाच्या आजूबाजूस अनेक छोटी-मोठी बेटे आहेत. मुख्य किल्ल्याच्या आजूबाजूच्या या बेटांचा, माच्याची ठिकाणे, टेहळणीची ठिकाणे यांसारख्या गोष्टींबरोबरच जहाजे व युद्धनौका बांधणे यासाठीही शिवाजी राजांनी उपयोग करून घेतल्याचे उल्लेख आहेत. पदमगड किंवा पांडवगड हे त्याचे उत्तम उदाहरण आहे.

पदमगड हे प्रामुख्याने प्रवाळ बेट असून सध्या तेथे किल्ल्याच्या अस्तित्वाचे चिन्ह

अभावानेच आढळते. शिवकालात याच किल्ल्यावर गलबते, होड्या बनवल्या जात असत, या किल्ल्यावरून सिंधुदुर्गावर जाणारी एक चोरवाट होती अशीही एक वदंता आहे.

खुद्द सिंधुदुर्गाची आजची अवस्था मोठी दयनीय आहे. जिथे पूर्वी अनेक लहान-मोठ्या इमारती होत्या तिथे आज फक्त थोड्या झोपड्या आहेत. बाहेरच्या तटबंदीला अनेक ठिकाणी खिंडारे पडली असून भरतीचे वेळी समुद्राचे पाणी त्यातून किल्ल्यात प्रवेश करते.

दुर्गाचा संपूर्ण घेरा जवळजवळ ३ किमी लांबीचा आहे. घेरा किंवा कोट मुद्दामच दंतुर बनविलेला आहे. त्यामुळे किल्ल्याच्या आतून आजूबाजूच्या समुद्रावर उत्तम टेहळणी करता येते. तटबंदीच्या भिंती साधारणपणे १० मीटर उंचीच्या आहेत. काही ठिकाणी त्या याहीपेक्षा कमी उंचीच्या आहेत. तटबंदीची जाडी ४ मीटर असून संपूर्ण घेच्यावर असे ५२ बुरूज आहेत.

किल्ल्याची तटबंदी दुहेरी आहे. पश्चिमेकडची बाहेरची तटबंदी खूपच ढासळलेली आहे. बाहेरची तटबंदी आतल्या तटबंदीपेक्षा अधिक दंतुर आहे. अर्धवर्तुळाकृती बुरुजांवर तोफा ठेवण्याच्या जागा असून तटबंदीवर चढण्यासाठी भिंतीत पायऱ्या करून जिने बनवले आहेत. असे जवळजवळ ४० जिने आहेत, त्यातील बरेचसे पडलेल्या अवस्थेत आहेत.

जलदुर्गाचे प्रवेशद्वार ईशान्येस असून ते सहजासहजी शत्रूस दिसू नये अशा रीतीने बांधलेले आहे. दोन बाजूच्या बुरुजांनी हे प्रवेशद्वार इतके सुरेख झाकले गेले आहे की, दुर्गाच्या अगदी जवळ जाईपर्यंत ते लक्षातच येत नाही. शिवाजीराजांनी लहानमोठा तपशीलही बारकाईने लक्षात घेऊन दुर्ग बांधल्याचे जागोजागी जाणवते.

प्रवेशद्वारापाशीच मारुतीचे देऊळ आहे. याशिवाय किल्ल्यात भवानी, महादेव, महापुरुष आणि शिवाजी यांची देवळे आहेत; शिवाजीराजांचे देऊळ हे या जलदुर्गाचे वैशिष्ट्य आहे. १५ मीटर लांब आणि ८ मीटर रुंद असे हे देऊळ छत्रपती राजारामांच्या कारकिर्दीत बांधलेले आहे. देवळातील शिवाजीराजांची प्रतिमा रूढ प्रतिमांपेक्षा खूपच वेगळी आहे. राजांच्या हाताचे ठसे हे या किल्ल्याचे आणि एक वैशिष्ट्य.

मालवणच्या उत्तरेस असलेल्या छोट्या खाडीवर नियंत्रण ठेवण्यासाठी राजकोट व गड नदीच्या मुखावर नियंत्रण ठेवण्यासाठी सर्जेकोट यांसारखे किल्ले बांधून राजांनी परकीयांच्या व्यापारास व पर्यायाने त्यांच्या देशद्रोही कारवायांस विलक्षण ताकदीने कह्यांत आणले.

असे म्हटले जाते की, वारंवार प्रयत्न करूनही जंजिऱ्यातील सिद्दीला नामोहरम

करू न शकल्यामुळे राजांनी स्वत:चे सागरी वर्चस्व वाढविण्यासाठी सिंधुदुर्गाची बांधणी केली.

शिवाजीराजांच्या मृत्यूबरोबरच किल्ल्याची बरीच शान कमी झाली. ब्रिटिशांच्या कारकिर्दीत या जलदुर्गाची खूप नासधूस झाली. विध्वंस झाला आणि स्वातंत्र्योत्तर काळात आपण महाराष्ट्राचा हा मानबिंदू भणाणणाऱ्या वाऱ्याच्या आणि खवळलेल्या लाटांच्या स्वाधीन करून मोकळे झालो.

स्वातंत्र्यानंतर या किल्ल्यावर थोडी डागडुजी वेळीच केली गेली असती तर पूर्वीच्या वैभवाची, स्वाभिमानाची आणि शौर्याची काही चिन्हे तरी दृष्टीस पडली असती. आज या जलदुर्गवर राज्य आहे ते भग्न इमारतींचे, प्रचंड खडकांचे आणि आत घुसून उत्तुंग शौर्याचे बुरुज उद्ध्वस्त करू पाहाणाऱ्या लाटांचे!

## विजयदुर्ग

वाघोटण खाडीच्या तोंडापाशी असलेला विजयदुर्गचा किल्ला हासुद्धा एक जलदुर्गच आहे. समुद्र पातळी खाली गेल्यामुळे, एका अरुंद चिंचोळ्या जमिनीच्या तुकड्याने मुख्य भूमीशी जोडला गेलेला. तिहेरी तटबंदी असलेला हा विलक्षण सुंदर किल्ला, समुद्रात घुसलेल्या एका विस्तीर्ण खडकावरच बांधलेला आहे.

याचा मुख्य दरवाजा पूर्वाभिमुख असून तो सहजासहजी दिसून येत नाही. किल्ल्याच्या तीन तटांपैकी पहिल्या व दुसऱ्या तटाच्या दरम्यान एक खडक असून पूर्वी त्यात पाणी असावे. किल्ल्याला एकून २७ बुरुज आहेत.

मी माझ्या पीएच.डी. संशोधनाच्या काळात माझे काका मधुकर कार्लेकर उर्फ अप्पा यांच्याबरोबर या किल्ल्यात गेलो होतो. आमचे मूळ घर देवगड तालुक्यातले मोंड गांव. मोंडहून त्या वेळी विजयदुर्गला जायला दिवसात एकच गाडी होती. तीही तरळे गावातून येणारी. आमच्या गावातून विजयदुर्ग जेमतेम २५ किमी अंतरावर पण तिथे जाऊन यायचे म्हणजे सगळा दिवस जाई.

१९७८च्या मे महिन्यात अप्पांबरोबर विजयदुर्ग किल्ला बघायला जायचे ठरले. आमच्याबरोबर घरातली आणखी दोन तीन बच्चे कंपनी होती. मोंडहून सकाळीच निघून आम्ही ९ वाजेपर्यंत विजयदुर्गात पोहोचलो. त्या वेळी खचाखच भरलेल्या गाडीतून बाहेरचं फारसं काही बघता आलं नव्हतं. पण त्यानंतर विजयदुर्गच्या त्या सगळ्या परिसराने भारावून जाऊन अनेकवेळा तिथे जाऊन आलो.

अप्पांनी माझ्यापेक्षा दुप्पट उत्साहाने मला तो किल्ला फिरून दाखवला. भुयारी मार्ग, उद्ध्वस्त दारू कोठारे, विखुरलेल्या तोफा आणि तोफगोळे हे सगळं आमच्या

दृष्टीने प्रचंड आनंददायी होतं.

किल्ल्याच्या खाडीच्या बाजूला एक भुयारी मार्ग आहे. त्या भुयारी मार्गात जिथपर्यंत जाता येईल तेवढ जावं अशा विचाराने मी आणि अप्पा भुयारात शिरलो. बच्चे कंपनीला बाहेरचं थांबवलं. भुयारात सगळीकडे गोल गोल तोफगोळे पडलेले होते. आम्ही त्यातून मार्ग काढीत पुढे जात होतो. एका तोफगोळ्यावर मी एक पाय ठेवला आणि तेवढ्यात तो गोळा हलू लागला. मी पटकन खाली बघितलं. गोळ्याभोवती एक पिवळा धमक साप वेटोळं घालून होता. अप्पांनीही ते पाहिलं.

''चला बाहेर पडा. नाहीतर विजयदुर्ग यात्रा महागात पडेल–'' ते म्हणाले.

बाहेर पडण्याशिवाय पर्यायच नव्हता. भुयारही पुढे बुजलेलं होतं. किल्ल्यातल्या भग्न इमारती, बुरूज, चुना तयार करण्याची घाणी आणि भली मोठी गोड्या पाण्याची विहीर या किल्ल्याच्या सौंदर्यात भर घालणाऱ्या गोष्टी आहेत.

किल्ल्यातून बाहेर पडलो आणि अप्पांच्या मार्गदर्शनाखाली जवळचे रामेश्वर मंदिरही पाहिले. तिथल्या जांभ्या दगडातल्या पायऱ्या पहाता पहाता अप्पांनी 'देवगड-विजयदुर्ग पट्ट्यात सापडणारा जांभा' यावर मला खूपच अमूल्य माहिती दिली. या माहितीचा मला प्रबंध लिहिताना खूपच फायदा झाला. अप्पांची कोकणातल्या जांभा खडकाबद्दलची जी निरीक्षणे मी प्रबंधात लिहिली होती त्याचेही माझे जर्मन परीक्षक झायफूर यांनी खूप कौतुक केले होते.

त्या भेटीनंतर मी अनेक वेळा विजयदुर्ग परिसरात भटकलो. माझी पत्नी प्रभा हिचं आजोळ विजयदुर्गजवळच असलेल्या हुर्शी-गडदेवाडी इथल्या करंदीकरांकडचं. त्यामुळे तिच्या वसंतमामा आणि बाबू मामांकडे राहून, मार्मींचा प्रेमळ आग्रह सांभाळून, मी त्या भागात मनसोक्त हिंडलो. वसंतमामांनी मला, ''जवळच्या 'बाँबे पॉईंट' चौपाटीला जरूर भेट द्या. तुम्हाला नक्की आवडेल'' असं सांगितल्यामुळे तिथंही गेलो.

त्या भागाला बाँबे पॉईंट का म्हणतात, ते शेवटपर्यंत कळलं नाही. पण त्या पुळणीवर मला अश्मिभूत पुळणीची एक लांबचलांब रांग तिच्या मूळ स्वरूपात वनस्पतीच्या दाट आवरणाखाली शिल्लक असलेली आढळली. माझ्या संशोधनातील निष्कर्षांकरिता त्याचा मला खूपच फायदा झाला.

देवगड-विजयदुर्गच्या सड्यावर अप्पांबरोबर मी बऱ्याच वेळ फिरलो. पोखरबावचा गणपती आणि तिथली जांभ्या दगडात गुहा तयार होण्याची क्रिया मला त्यामुळेच सविस्तर अभ्यासता आली. कुणकेश्वरचा नयनरम्य किनारा, तिथले समुद्रकडे, वाळूच्या टेकड्या, किनारी मंच अशी सुंदर सागरशिल्पे पाहिली आणि अभ्यासली.

## २२

# कोकण किनाऱ्याचा भूसामरिक वारसा

कोकण किनाऱ्याच्या भूसामरिक (जिओस्ट्रॅटेजिक) व भूराजनितिक (जिओपोलिटीकल) वैशिष्ट्यांची व त्यांच्या सुप्त शक्तिची नेमकी जाण हा प्रदेश प्रत्यक्ष फिरून पाहिल्यावरच येते. कोकण किनाऱ्याचे युद्धनीतीमधले अनन्यसाधारण महत्त्व ओळखून किनाऱ्यावर अनेक सागरी किल्ल्यांची बांधणी केली गेली आणि बऱ्याचशा किल्ल्यांची डागडुजी करून त्यांचा किनारपट्टीवर नजर ठेवण्यासाठी शिवाजीमहाराजांनीही उपयोग केला. सिंधुदुर्ग आणि जंजिरासारख्या किल्ल्यांची आवश्यकता व त्यांचे महत्त्व त्यांच्या दूरदृष्टीने केव्हाच हेरले होते.

आजच्या अतीप्रगत युद्धतंत्रातही, किनारपट्टीच्या या दंतुरपणाचे अनन्यसाधारण महत्त्व आहे. किनारपट्टीवरच्या आर्थिकदृष्ट्या संपन्न वस्त्या आणि गावे, त्याभोवतालचा डोंगराळ, दुर्गम प्रदेश, प्रत्येक वस्तीला लाभलेलं समुद्र सान्निध्य, खाड्या आणि नद्यांसारखे उत्तम वाहतूक मार्ग या संदर्भात असलेले कोकण किनाऱ्याचे भूसामरीक महत्त्व फार मोठे आहे. आजूबाजूच्या विस्तीर्ण प्रदेशावर नजर ठेवण्याची या डोंगर टेकड्यात असलेली प्रचंड क्षमता, लपून राहण्यासाठी उपलब्ध असलेल्या असंख्य जागा, आणि केवळ स्थानिकालाच माहिती असलेल्या डोंगराळ, दुर्गम किनारी प्रदेशातल्या अनेकविध वाटा आणि रस्ते यात शत्रूला रोखून धरण्याची विलक्षण ताकद आहे. जी शिवाजीराजांना निश्चितच जाणवली होती.

आज निसर्गाची हीच ताकद, देशविघातक कारवाया आणि बेकायदेशीर व्यवहार करण्यासाठी वापरली जात आहे यापेक्षा दुर्दैव ते कोणते?

कोकण किनारपट्टीचे भूसामरीकदृष्च्या नेमके मूल्यमापन आणि निसर्गदत्त घटकांच्या साहाय्याने केलेले संरक्षणात्मक नियोजन ही आजच्या काळाची गरज आहे. त्याकडे दुर्लक्ष करून आपला फार काळ टिकाव लागणार नाही, असे संकेत हरघडी मिळत आहेत.

पूर्वीच्या काळीसुद्धा किनाऱ्याच्या दंतुर स्वरूपामुळे भूशिरे, खाड्या आणि आनुषंगिक दुर्गमतेमुळे बेकायदेशीर कृत्ये होतच होती पण त्यावर राजांची कडी नजर होती आणि म्हणून अशा गुन्ह्यांची पाळेमुळे खोलवर रुजली नाहीत. आज किनाऱ्यावर पुरेशी गस्त नसल्यामुळे आणि किनाऱ्याचे महत्त्वच सरकार दरबारी लक्षात येत नसल्यामुळे देशविघातक कृत्ये वाढीस लागली आहेत. तटरक्षक दलांची उदासीनता, काही स्थानिक माणसांचा तात्पुरत्या फायद्यासाठी बेकायदेशीर कृत्ये करणाऱ्यांना मिळणारा पाठिंबा, राजकारण्यांची लुडबुड यामुळे हा किनारा अधिकाधिक धोकादायक बनू पाहतोय.

आज कोकण किनारपट्टीवर अनेक ठिकाणे अशी आहेत की जी गैरकृत्यांबद्दलच प्रसिद्ध आहेत. ती कोणती आहेत ते ही अनेकांना माहीती आहे. पण नेमक्या याच ठिकाणी संरक्षणाच्या तरतुदी गायब आहेत.

गेल्या तीन चारशे वर्षांतील पर्यावरणीय बदलांमुळे किनारपट्ट्यांचे स्वरूपही बदलत आहे. खाड्या गाळाने भरून गेल्यात. वाहतुकीसाठी पूर्वींसारखा त्यांचा वापर करणे आता शक्य नाही. किनाऱ्यावरील गांवे आर्थिकदृष्ट्या थोडीफार संपन्न होतायेत. किनारी मार्गामुळे आणि पर्यटन व्यवसायामुळे दुर्गम ठिकाणे, किल्ले, गढ्या, दुर्ग अशा ठिकाणी वर्दळ वाढली आहे. पण तरीही किनाऱ्यांची असुरक्षिततताही तितकीच वाढली आहे.

कोकण किनाऱ्यावरचे सगळे किल्ले हे कुठल्या ना कुठल्या नैसर्गिकरीत्या सुरक्षित आणि उपयुक्त अशा ठिकाणी आहेत. समुद्र, खाड्या आणि आजूबाजूच्या विस्तीर्ण प्रदेशांवर आजही त्यांचे उत्तम नियंत्रण राहू शकते. सन १३०० ते १६००मध्ये मुस्लीम आणि पोर्तुगीज राज्यकर्त्यांनी बांधलेल्या अनेक किल्ल्यांची १७ व्या शतकाच्या मध्यात शिवाजीमहाराजांनी पुनर्बांधणी केली. कुलाबा, रेवदंडा, कोर्लई, जंजिरा यासारखे अनेक किल्ले आज अतिशय वाईट अवस्थेत आहेत. शिवाजीराजांनी ज्या उद्देशाने ह्या किल्ल्यांची पुनर्बांधणी केली, त्याचं आज कोणालाही महत्त्व वाटत नाही अशी परिस्थिती आहे. देशविघातक कृत्ये करणाऱ्यांसाठी त्यामुळेच अशा जागा अगदी सुरक्षित झाल्या आहेत.

रत्नागिरी जिल्ह्यात तर अनेक किनारी गावे त्यांच्या दुर्गमतेमुळे एकटी पडली आहेत आणि म्हणूनच ती बेकायदेशीर कृत्ये करणाऱ्यांच्या फायद्याची ठरत आहेत.

अशा किनारी प्रदेशात जशी जागरूकता हवी, अहोरात्र गस्त हवी ती इथे कधीच नसते. आंबोलगडपासून विजयदुर्गपर्यंतच्या पट्ट्यात आंबोलगड, यशवंतगड, तुळसुंदे, माडबन अशी ठिकाणे जगाशी संपर्क नसल्यासारखी जीवन कंठीत आहेत. ती आजूबाजूच्या लोकांना फारच कमी माहिती आहेत.

कोकणातील तथाकथित सुधारणा ही या दुर्गम किनाऱ्यापासून ३०/४० किमी दूर मुंबई-गोवा हमरस्त्यालगत जास्त आहे. किनाऱ्यावरचे जंजिरा (हर्णे), गोपाळगड

(अंजनवेल), जयगड, पूर्णगड असे किल्ले फक्त अत्यल्प पर्यटक आणि निरुद्देश भटकंती करणाऱ्या अगदी थोड्या लोकांनाच माहिती आहेत.

अशी ठिकाणे हेरून, किनारपट्टीवर लक्ष ठेवण्यासाठी त्यांचा उपयोग करणे आणि अवैध कृत्ये नष्ट करण्यासाठी, कायमस्वरूपी गस्तीची ठिकाणे बनवणे आवश्यक आहे.

शिवाजीमहाराजांनी कोकण किनाऱ्यावरच्या ज्या किल्ले आणि गडांची पुनर्बांधणी केली ती पाहिली तरी आजच्या परिस्थितीत कोणती ठिकाणे भूराजनैतिक किंवा भूसामरीकदृष्ट्या सुरक्षित करणे आवश्यक आहे त्याचा अंदाज येतो. यात प्रामुख्याने अलिबाग जवळची खांदेरी उंदेरी बेटे, अलिबागचा किल्ला, हर्णेजवळचा सुवर्णदुर्ग, विजयदुर्ग, सिंधुदुर्ग, रेडीचा यशवंतगड अशा अनेक महत्त्वाच्या ठिकाणांचा समावेश करून त्यांचे भूसामरीक महत्त्व वाढवणे आवश्यक आहे.

<h1 style="text-align:center">२३</h1>

<h1 style="text-align:center">कोटाकिनाबालू : मलेशिया</h1>

२००७च्या जुलैमध्ये उत्तर बोर्निओच्या म्हणजे आत्ताच्या मलेशियाच्या साबाह प्रांतातील कोटाकिनाबालू या दक्षिण चीन समुद्राची किनारपट्टी लाभलेल्या अतिशय स्वच्छ आणि सुंदर समुद्रकिनाऱ्यावरील शहराला भेट देण्याचा योग आला. कोटाकिनाबालू येथे सिंगापूर युनिव्हर्सिटीतर्फे भूरूपशास्त्र या विषयातील एक आंतरराष्ट्रीय परिषद आयोजित करण्यात आली होती. परिषद कोटाकिनाबालू या ठिकाणी असल्यामुळे तिथले वास्तव्य अर्थातच जास्त होते. पण त्या निमित्ताने मलेशियातील कौलालंपूर (कुआला लंपूर) शहरही पाहणे झाले. सिंगापूरच्या किनाऱ्याचेही मनोहारी दर्शन झाले. तिथल्या सेंटोसा बेटाचा दिमाख अगदी जवळून पाहता आला. 'संतोष' या संस्कृत शब्दावरून दिले गेलेले हे नाव आहे.

इथले सगळे समुद्रकिनारे आपआपल्या परीने खूप वेगळे आणि सुंदर आहेत. विषुववृत्ताच्या अगदी जवळ म्हणजे केवळ एक अंश १५ मिनिटे उत्तर अक्षवृत्तावर स्थान असलेल्या इथल्या पुळणी, आकाराने लहान आहेत आणि या सगळ्या पुळणी कृत्रिम आहेत. इंडोनेशिया आणि मलेशियातून आणलेल्या वाळूनी किनाऱ्याचे भाग पुनर्प्रापित करून (Reclamation) या पुळणी तयार केलेल्या आहेत.

कोटाकिनाबालूच्या किनाऱ्यावरील सगळ्यात आकर्षक असा भाग म्हणजे 'टुंकू अब्दुल रहमान' राष्ट्रीय उद्यान. पन्नास चौ. किमीच्या सागरी प्रदेशातील ५ प्रमुख बेटांचा समावेश असलेले हे सागरी उद्यान. किनाऱ्यापासून दूर समुद्रात ३ ते ८ किमी अंतरावरच आहे.

या प्रदेशाचा भूशास्त्रीय इतिहासही मोठा गमतीशीर आहे. हिमयुगातील कालखंडात ही सगळी बेटे बोर्निओच्या मुख्य भूमीवरील क्रॉकर पर्वत रांगेचाच एक भाग होती. मात्र दहा लक्ष वर्षांपूर्वी बर्फ वितळून समुद्र सपाटीत झालेल्या वाढीमुळे, पर्वत रांगेची भूशिरे पाण्यात बुडाली आणि गया, सापी, मनुकन, सामुटीक आणि सुलुग ही आत्ताची बेटे

तयार झाली.

मुख्य भूमीवर आढळणाऱ्या वालुकाश्मातच इथल्या सगळ्या बेटांवर तयार झालेल्या सागरी गुहा, समुद्रकडे, सागरी मंच आणि अशी अनेक भूरूपे आढळतात. मलेशियाचे पहिले पंतप्रधान 'टुंकू अब्दुल रहमान' यांचे नाव या राष्ट्रीय उद्यानाला देण्यात आले आहे. या भागातल्या सगळ्याच सागरी बेटांवर वलीकरण झालेला वालुकाश्म खडक आणि इतर गाळाचे खडक आढळून येतात.

इथल्या पाच बेटांपैकी मनुकन बेटावर भरपूर हिंडता आले. इथलं मुख्य आकर्षण म्हणजे किनाऱ्याजवळ दिसणारा प्रवाळ खडक. आपल्याकडच्या लक्षद्वीप बेटाप्रमाणेच किनाऱ्यावर या प्रवाळ खडकांचे अनेक तुकडे पसरलेले दिसतात. या बेटावर दाट जंगलही आहे. जंगलातून जाणारे लहान लहान रस्तेही (ट्रेल्स) खूप छान आहेत. या रस्त्यांवरून चालताना डावीकडे सतत किनारा आपली पाठराखण करीत असतो.

घनदाट, उंचचउंच वृक्ष आणि वेलींनी भरून गेलेले या बेटावरचे जंगल म्हणजे खऱ्या अर्थाने सदाहरित जंगल आहे. या जंगलातल्या ट्रेलवरून जाताना एका वेगळ्याच आनंदाची अनुभूती मिळाली. सगळीकडे जाणवणारी निरव शांतता आणि सोबतीने पाठराखण करीत येणाऱ्या समुद्राचा धीरगंभीर आवाज. सगळं वातावरण भारून गेल्यासारखं. टेकडीच्या वरच्या दिशेनं जाताना एखादा पांथस्थ प्रवासी दिसायचा तेवढाच. त्यामुळे परत येईपर्यंत मन थोडं धास्तावलेलंच. पण डोंगर माथ्यापर्यंत त्या एकाकी रस्त्यानं जाऊन, वरून आजूबाजूचा अथांग समुद्र पाहण्याची इच्छा स्वस्थ बसू देत नव्हती. त्या अनावर इच्छेपोटी मी वरपर्यंत गेलोच. सोबत माझी पत्नी प्रभा होतीच.

माथ्यावर पोहोचल्यावर मात्र सगळा थकवा क्षणार्धात संपून गेला. आजूबाजूच्या निळ्याशार अथांग समुद्राचं ते दर्शन केवळ अवर्णनीय! निसर्गाचा तो सौंदर्य खजिना निरखत, आम्ही भान हरपून बराच वेळ तिथं उभे होतो.

मलेशियाचा सगळाच समुद्रकिनारा विमानातून त्या भूमीवर उतरत असताना, असाच मनस्वी सुंदर दिसतो.

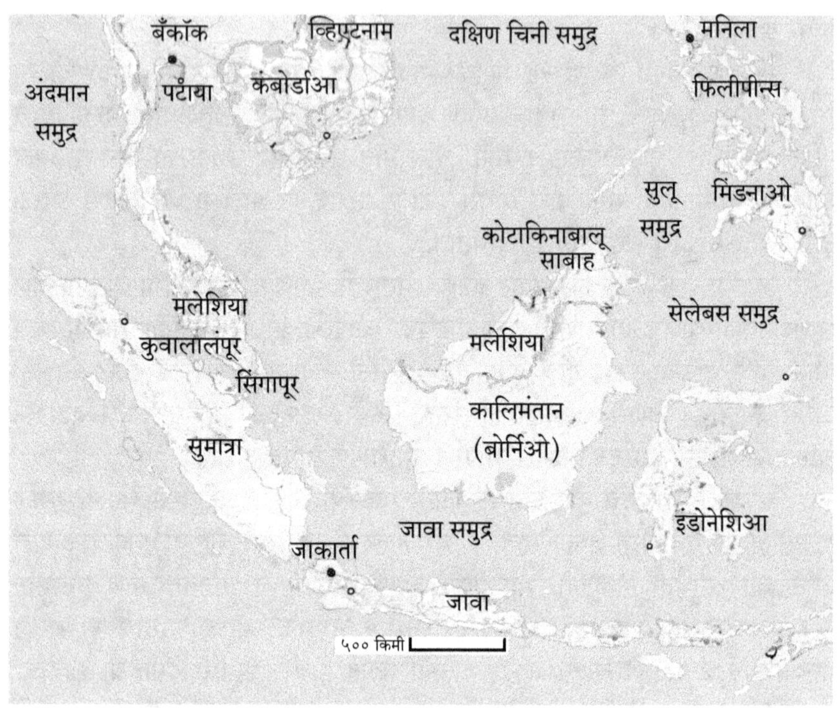


कोटाकिनाबालूचे आग्नेय आशियातील स्थान

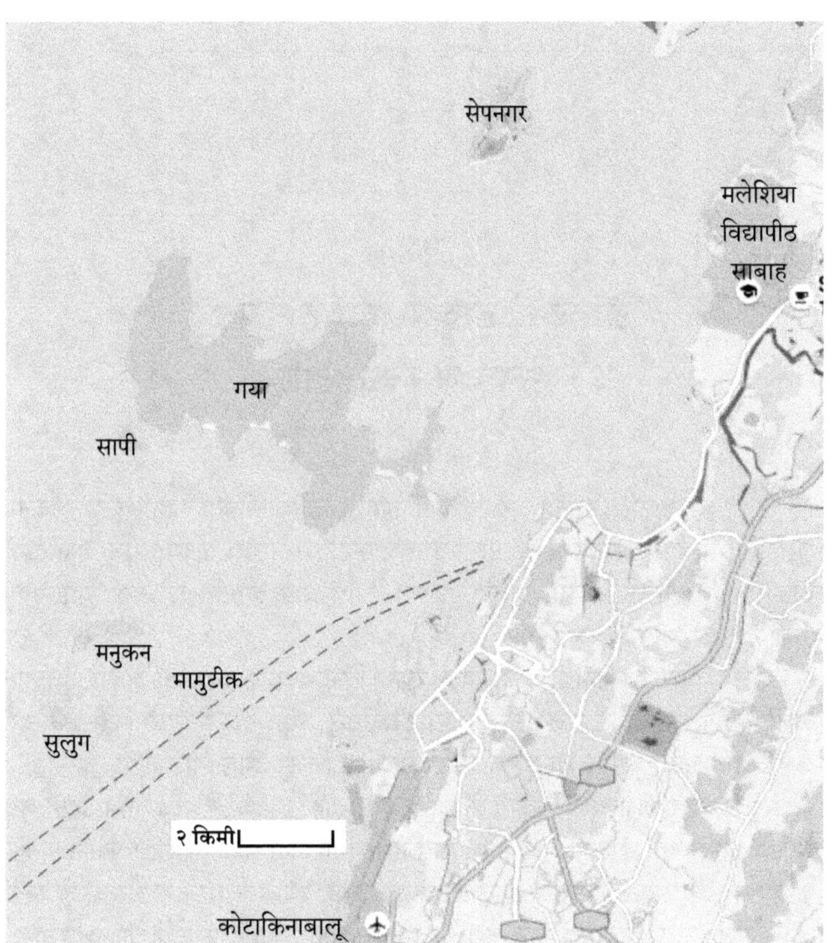


टुंकू अब्दुल रहमान राष्ट्रीय उद्यान

## २४

# ब्राइटन, डोव्हर, लॉक नेस :
# इंग्लंड व स्कॉटलंड

२०१०मध्ये माझा मुलगा अभिजित हा काही काळ कंपनीच्या कामासाठी लंडनला गेला होता. तो तिथं असताना मी, पत्नी प्रभा व मुलगी अनुराधा यांच्याबरोबर इंग्लंड व स्कॉटलंड येथे जाऊन आलो. लंडन मधल्या कॅनरी वार्फ भागात ह्या एका बंगल्यात आम्ही राहिलो होतो.

इंग्लंड आणि स्कॉटलंडच्या दौऱ्यात तिथला किनारा बघण्याचा योग आला. इथल्या पुळणी आणि समुद्रकडच्यांची तऱ्हाच मोठी न्यारी आहे. आपल्यासारखी इथल्या पुळणीवरची वाळू, बारीक वाळू नाही. सगळी भरड वाळू, दगड-गोट्यांनी युक्त.

लंडनच्या दक्षिणेला ७० किमी वर असलेला 'ब्राइटन बीच' हे याच उत्तम उदाहरण. ९ किमी लांबीच्या सगळ्या पुळणीवर जाड्याभरड्या वाळूचाच पसारा आढळून येतो. आग्नेय इंग्लंडचा सगळा किनारा हा चुनखडीयुक्त आहे. त्याचे विघटन होऊन वाळू बनत नाही. 'फ्लिंट' या दगडगोट्यातच त्याचे विभाजन होते. काही फ्लिंटचे वाळूत रूपांतर झाले, तर ती वाळू पुळणीच्या समुद्राकडील बाजूवर साठल्याचे सगळीकडे दिसते. पुळणीच्या वरच्या भागात मात्र सगळीकडे दगडगोट्यांचे संचयन आढळते. इथे 'ब्लॅक रॉक'च्या पूर्वेस असलेला चुनखडकातला समुद्रकडा आणि त्यात आढळणारी प्राचीन समुद्रपातळीशी निगडित असलेली उत्थापित पुळण, हा विलक्षण सुंदर आविष्कार पहायला मिळतो.

आग्नेय इंग्लंडमधलं, केंट काऊंटीमध्ये लंडनपासून ९० किमी अंतरावर असलेलं 'डोव्हर' हे असंच एक विलक्षण सुंदर ठिकाण. इंग्लिश किनाऱ्यावरच्या या ठिकाणासमोर पलीकडे आहे, फ्रान्सचा किनारा. या किनाऱ्यावरचे पुराजीवशास्त्रीय पुरावे; डोव्हर हे ब्रिटनमध्ये प्रवेश करण्याचे व ब्रिटनमधून बाहेर पडण्याचे इतिहासकालीन स्थळ होते, याचीच पुष्टी करतात. अश्मयुगीन कालखंडापासूनच इथे वस्ती असावी, असेही पुरावे

इथे सापडतात. डोव्हरच्या किनाऱ्याजवळ असलेला चुनखडकातला समुद्रकडा ११०
मीटर उंच आहे. इंग्लिश चॅनेलच्या युरोपकडील भागाकडून झालेल्या सर्व ऐतिहासिक
आक्रमणांना थोपवून धरण्याचे काम, या भरभक्कम समुद्रकड्याने केल्याचे उल्लेख
आढळतात. डोव्हरची चुनखडकातली कड्याची ही १५ किमी लांबीची भिंत, निसर्गाचा
एक अतिशय सुंदर असा आविष्कार आहे.

क्रिटेशिअस कालखंडात म्हणजे सुमारे ६.५ कोटी वर्षांपूर्वी समुद्रतळावर साठलेल्या
चुन्याच्या गाळातले भूशैवालांचे अवशेष या समुद्रकड्यावर आढळतात. फ्लिंट, गारगोटी
आणि चुनखडक यांच्या अवसाद कणांनी शंभर मीटर उंचीचा हा कडा बनला आहे. पूर्वी
याची उंची निश्चितच जास्त असावी. आज दरवर्षी १ सेमी या वेगाने त्याचे विदारण
चालूच आहे. २००१मध्ये आणि २०१२मध्ये या कड्याच्या समुद्रवर्ती बाजूवरून
मोठमोठ्या चुनखडकाच्या शिळा खाली घसरल्या होत्या. या कड्याच्या बाजूवर अनेक
पक्षांची घरटीही आढळतात.

अशा तऱ्हेचे समुद्रकडे आपल्या कोकण किनाऱ्यावर नाहीतच. त्यामुळे डोव्हरचे
चुन्याचे समुद्रकडे पाहून मन अगदी तृप्त होऊन गेले. शिवाय इथला भूशास्त्रीय इतिहास
मला थोडाफार अवगत असल्यामुळे, त्या आनंदात आणखीच भर पडली.

इंग्लंडच्या दौऱ्यात 'स्टोनहिंज' आणि 'द बाथ' यांबरोबरच इतर अनेक किल्ले
आणि थेम्स नदीचा मनमुराद आनंदही घेता आला. याच दौऱ्यात स्कॉटलंडचा विलक्षण
सुंदर निसर्ग आणि हिमनद्यांनी तयार केलेली भुरूपं पाहता आली. ग्लासगोच्या उत्तरेला,
इन्व्हरनेसच्या नैऋत्येला ३७ किमीवर स्कॉटीश हायलंडमधलं 'लॉश नेस' हे जगप्रसिद्ध
ठिकाण आहे. ५६ चौ. किमी क्षेत्र असलेले आणि २३० मीटर खोल असलेले, गोड्या
पाण्याचे हे सरोवर म्हणजे निसर्गाचा एक अतिविलक्षण असा आविष्कार आहे. समुद्र
सपाटीपासून या सरोवराच्या पाण्याची पातळी १६ मीटर वर आहे.

'लॉश नेस मॉन्स्टर' या राक्षसी जलचर प्राण्याचे या सरोवरात अनेकांना दर्शन
झाले आहे असे म्हणतात. खरं तर या कारणासाठीच, या सरोवराला भरपूर प्रसिद्धी
आणि एक गूढ ठिकाण म्हणून मान्यता मिळाली आहे. या सरोवराला इथले लोक प्रेमाने
'नेसी' असं म्हणतात.

'लॉश नेस' हे खरं म्हणजे, एकमेकांना जोडल्या गेलेल्या अनेक सरोवरांपैकी एक
सरोवर आहे. अतिशय निळसर रंगाच्या या सरोवराच्या पाण्याची दृश्यता मात्र तिथल्या
चिखलयुक्त पाण्यामुळे खूपच कमी झाली आहे.

इन्व्हरनेस पासून फोर्ट विलीयमपर्यंतच्या भागात पसरलेल्या 'ग्रेट ग्लेन फॉल्ट'वरचं
हे सर्वांत मोठं जलाशय म्हणून प्रसिद्ध आहे. ते इतकं सुंदर आणि आकर्षक आहे की,

किती ही वेळा त्याच्या किनाऱ्यावर बसून राहिलं, तरी मनाचं समाधान होत नाही.

या सरोवरच्या नैर्ऋत्य टोकापाशी आहे, 'फोर्ट ऑगस्ट्स.' या टोकाजवळच या सरोवरातलं एकमेव बेट दिसतं ते म्हणजे 'चेरी आयलंड.' ज्या 'ग्रेट ग्लेन फॉस्ट'वर हे सरोवर आहे, तो हिमनद्यांनी केलेल्या झिजेमुळे तयार झालेला एक मृदू खडकांचा विस्तीर्ण प्रदेशच आहे.

ग्लासगोच्या वायव्येला २३ किमीवर 'हायलंड बाउंड्री फॉस्ट'ला कापून जाणारं ग्रेट ब्रिटनमधलं मोठं सरोवर म्हणजे 'लॉक लॉमाँड.' यात लहान-मोठ्या आकाराची अकरा मोठी बेटं आणि २० अगदी लहान लहान बेटं आहेत.

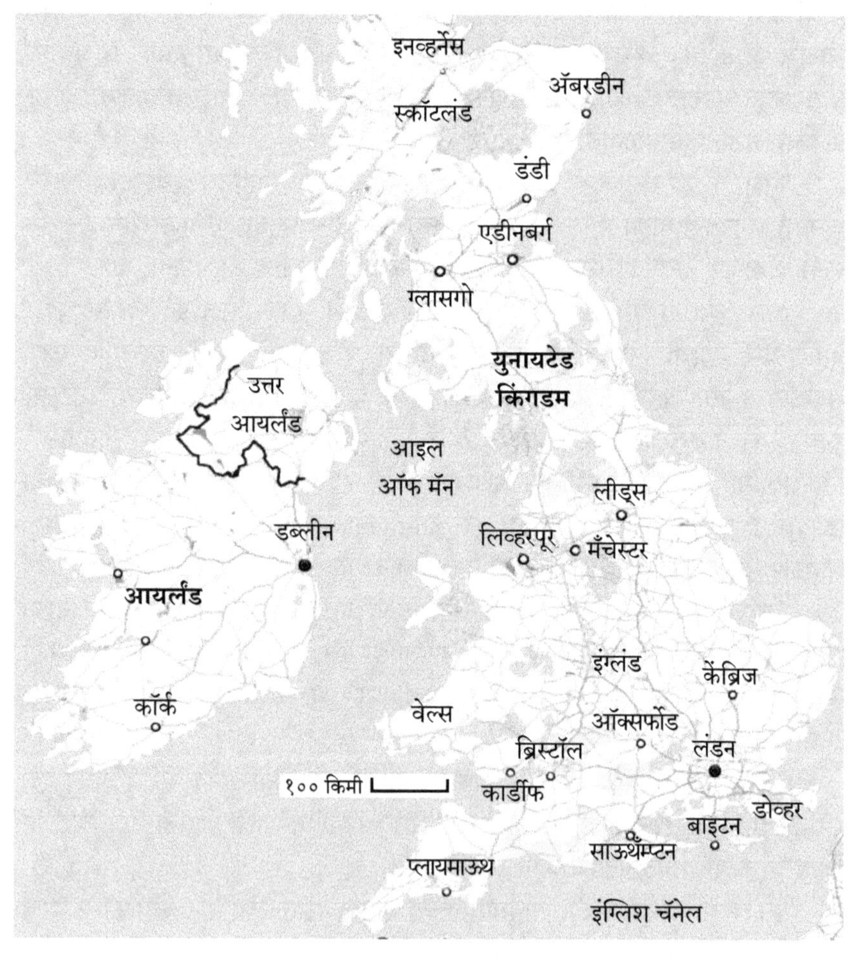


युनायटेड किंगडम

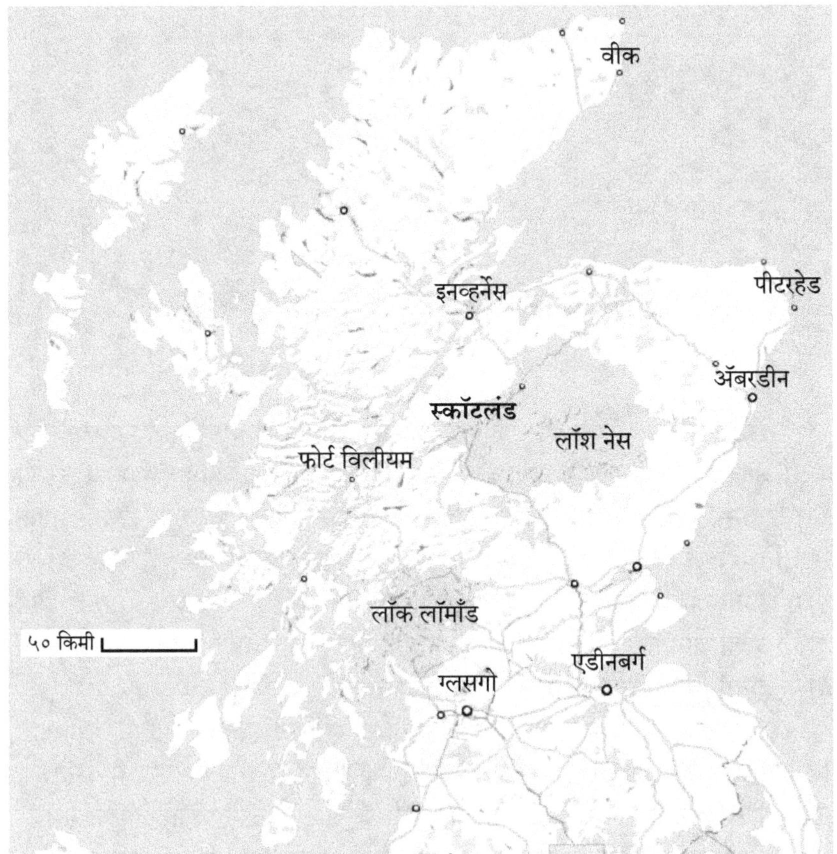



## स्कॉटलंड

हे गोड्या पाण्याचं विस्तीर्ण सरोवर मध्य स्कॉटलंडचा मैदानी प्रदेश आणि 'हायलँड्स' हा डोंगराळ भाग यातील सीमारेषेवरच तयार झालंय. ३९ किमी लांबीच्या आणि सरासरी ३७ मीटर खोली असलेल्या या जलाशयाचा पसारा ७० चौ. किमी परिसरात पसरलेला दिसतो.

स्कॉटलंडमधली ही दोन्ही ठिकाणं पर्यटनासाठी प्रसिद्ध असलेली ठिकाणं आहेत. पर्यटकांसाठी सर्व तऱ्हेच्या सुविधा; ठिकाणांबद्दलची भरपूर माहिती देणारे तक्ते, पुस्तिका; येण्या-जाण्याच्या मार्गांची, वाहनांची माहिती आणि मुख्य म्हणजे सगळीकडे काळजीपूर्वक ठेवलेली स्वच्छता, यामुळे स्कॉटलंडमधला सगळा निसर्ग स्वच्छंदपणे फिरून पाहता येतो. त्याचा आस्वाद घेता येतो.

## २५

# न्यूकॅसल ते जार्विस बे : ऑस्ट्रेलिया

नोव्हेंबर २०१३मध्ये ऑस्ट्रेलियात अभय देसवंडीकर याच्याकडे जायचा योग जुळून आला. त्याचं पीएच.डी.च्या वेळचं संशोधन चालू होतं, तेव्हा १९९३मध्ये आम्ही श्रीवर्धनपासून दिघीपर्यंतचा कोकणचा किनारा अक्षरश: पिंजून काढला होता. अनेक वेळा तिथं जाऊन आणि श्रीवर्धनच्या दिलीप पळधे यांच्याकडे मुक्काम करून आम्ही जुन्या किनारपट्टीचे असंख्य पुरावे गोळा केले होते. त्यानंतर पुन्हा अभयबरोबर सर्वथैव वेगळी अशी जगातली एक अतिसुंदर किनारपट्टी पाहण्याचा आणि अभ्यासण्याचा योग आला होता! अभय आमची आतुरतेनं वाट पाहत होता.

मी, माझी पत्नी प्रभा आणि मुलगी अनुराधा अशी तिघंही या निमित्ताने अभयकडे गेलो होतो. अभय, त्याची पत्नी ज्योती आणि लहान मुलगा यश यांचा अतिशय आपुलकीचा पाहुणचार आणि ऑस्ट्रेलियाच्या नॉर्थ-साऊथ-वेस्ट प्रांतातले सुंदर समुद्र-किनारे, यांमुळे पंचवीस दिवसांचा तो कालखंड अजूनही मनात रेंगाळतोच आहे! सिडनीपासून ५० किमी नैर्ऋत्येला असलेल्या इंगलबर्न या ठिकाणी आम्ही अभयबरोबर त्याच्या घरीच राहिलो होतो.

आम्ही तिथं जाण्यापूर्वीच अभयने कुठे कुठे जायचं आणि नेमकं काय बघायचं याची जुळवाजुळव करून ठेवली होती. समुद्र किनाऱ्याबद्दलची आमची दोघांचीही आवड 'मनस्वी' अशीच होती. ऑस्ट्रेलियाच्या अतिविशाल किनाऱ्याचा न्यूकॅसल ते जर्विसबे इतका ३५० किमीचा भागच मी पाहू शकलो; पण त्यामुळे आपल्याकडचे किनारे व ऑस्ट्रेलियातील किनारे यांची तुलना करू शकलो. तिथली माणसं आपल्या देशाचा हा अमूल्य निसर्गखजिना सांभाळण्यासाठी किती मनापासून प्रयत्न करतात, याचाही अनुभव घेऊ शकलो.

पर्यटन हा ऑस्ट्रेलियाचा प्रमुख व्यवसाय आहे आणि किनारी पर्यटनावर, जगभरातून येणाऱ्या सर्व पर्यटकांवर, त्यांच्यासाठीच्या सर्व सुख-सुविधांवर आणि मुख्य म्हणजे

किनारपट्टीचे सौंदर्य अबाधित ठेवण्यावर त्यांचं कटाक्षाने लक्ष आहे. आम्हाला ते अनेक वेळा जाणवलं आणि नकळतपणे माझ्या मनात भारतातले किनारे, त्यांची दयनीय अवस्था, त्यांची सर्व थरांतून होणारी अनास्था, या सर्व गोष्टींची तुलना होतच राहिली.

मला ऑस्ट्रेलियाच्या या किनारी प्रदेशात दिसणाऱ्या पांढऱ्याशुभ्र वाळूच्या पुळणी, उंचचउंच समुद्रकडे, विस्तीर्ण वाळूच्या टेकड्या, सागरतट मंच आणि आपल्याबरोबर हात धरून चालणारा अथांग निळाशार प्रशांत महासागर यांनी अगदी वेड लावलं होतं.

मी आल्यामुळे अभयने वीस-पंचवीस दिवस रजाच घेतली होती. रोज त्याच्या गाडीने किनाऱ्यावरच्या वेगवेगळ्या ठिकाणांना भेटी देऊन आणि तिथल्या निसर्गसौंदर्याचा आनंद घेऊन, आम्ही अगदी तृप्त होऊन गेलो होतो.

ऑस्ट्रेलियातलं हवामान तसं फारच लहरी. आम्हाला त्याचाही पुरेपूर अनुभव आला. मात्र, त्यामुळे आमचा कुठलाही ठरलेला कार्यक्रम आणि प्रवास रद्द झाला नाही कारण तिथल्या हवामान खात्यानं वर्तविलेला पुढच्या सात दिवसांतला हवामानाचा अंदाज. हा अंदाज इतका अचूक असू शकतो, हे मी तिथंच पाहिलं! बाहेर जायला हवामान अनुकूल नसे, तेव्हा अभयबरोबर तो राहत असलेल्या 'इंगलबर्न'च्या जवळपासच मग भटकंती व्हायची. अशाच एका दिवशी 'सिडनी आकाशवाणी'वरच्या मराठी कार्यक्रमासाठी अभयने माझी एक मुलाखतही घेतली. त्या कार्यक्रमातही भारतातील किनारे व ऑस्ट्रेलियातील किनारे यांची तुलना अपरिहार्यपणे झालीच.

'न्यू कॅसल' हे आमच्या ऑस्ट्रेलियाच्या किनारा भ्रमंतीवरचं अगदी उत्तरेकडचं पहिलं ठिकाण. प्रथम दर्शनीच इथली लांबचलांब पुळण आणि त्यावरच्या उंचचउंच वाळूच्या टेकड्या आपलं लक्ष वेधून घेतात.

न्यू कॅसल किनारपट्टीच्या उत्तरेकडे आहे 'नोबी बीच' आणि नोबी दीपगृह. हडसन नदीच्या मुखाकडच्या खाडीसदृश भागाच्या, समुद्राकडच्या भागातला 'नोबी बीच' नैसर्गिक नाही. एका धूपरोधक भिंतीच्या रचनेनंतर, त्याच्यापुढे वाळूचे संचयन होऊन आणि न्यू कॅसल बंदराच्या रेक्लमेशन किंवा पुनर्प्रापणानंतर तयार झालेली, ही विलक्षण सुंदर अशी वाळूची पुळण आहे. भूशास्त्रीय काळात ही खडकांनी बनलेली किनारपट्टी होती. आज मात्र पुळण, वाळूच्या टेकड्या यांनी नोबीच्या भूशिराला विलक्षण सौंदर्य प्राप्त झाले आहे.

या पुळणीच्या दक्षिणेला 'स्क्रॅचली'चा छोटेखानी किल्ला आणि 'न्यू कॅसल ओशन बाथ' ही आकर्षणे आहेतच.

न्यू कॅसल किनाऱ्याचा भूशास्त्रीय इतिहास २५ कोटी वर्षं जुना आहे. त्या वेळी ऑस्ट्रेलिया खंड हे गोंडवन या महाभूमिखंडाचा भाग होते आणि आत्ताचा हंटरचा भाग

दक्षिण ध्रुवाजवळ होता. अनेक मोठ्या नद्यांनी चिखलयुक्त गाळ असलेला विस्तृत संचयन प्रदेश व वेटलँड्स तयार केल्या होत्या. आत्ताच्या किनाऱ्यापासून दूर समुद्रतळावर, अनेक ज्वालामुखींच्या उद्रेकांतून बाहेर पडलेल्या राखेचे थर सगळ्या प्रदेशावर साठले होते.

नद्यांतून हा सगळा गाळ दक्षिणेकडे वाहत गेला. नद्यांची वळणे, सरोवरे, लॅगून्स या सगळ्यांत हा प्रचंड गाळ साठला. त्याची जाडी ४०० मीटर इतकी असावी, असा शास्त्रज्ञांचा अंदाज आहे. सिडनी शहराभोवतालच्या 'सिडनी बेसिन'मध्ये हा सगळा गाळ साठून गेल्याचे पुरावे आजही आढळतात.

९ कोटी वर्षांपूर्वी ऑस्ट्रेलिया 'गोंडवन' या महाभूखंडापासून अलग झाले. टस्मान समुद्राची निर्मिती झाली. 'सिडनी बेसिन' भूगर्भीय हालचालींमुळे वर उचलले गेले. त्यानंतर झालेली झीज व गाळाचे अनाच्छादन यामुळे 'न्यू कॅसल ते सिडनीपर्यंतचा बराचसा भूभाग उघडा पडला आणि आत्ता दिसणारी मनोहारी किनारपट्टी दिसू लागली.

गेल्या २० लक्ष वर्षांत या किनाऱ्यावर समुद्रपातळी अनेक वेळा खाली-वर झाली आहे. या सगळ्या हालचालींचे पुरावे, त्यांच्या प्रचंड विस्तारासह आणि उंचीसह; या किनाऱ्यावर अक्षरश: विखुरलेले आहेत.

माझ्या ऑस्ट्रेलियाच्या भेटीत हे सगळे पुरावे; पुळणी, समुद्रकडे, गुहा आणि प्राचीन जीवाश्म यांच्या स्वरूपात मी मनसोक्त अनुभवले. या किनाऱ्याचा भूशास्त्रीय इतिहास माहीत असल्यामुळे, माझ्या दृष्टीने प्रत्येक ठिकाणचा अनुभव केवळ रोमांचक आणि अद्भुत होता. खरं तर मी अजूनही ऑस्ट्रेलियाच्या त्या वेडं करणाऱ्या, हुरहूर लावणाऱ्या समुद्रकिनाऱ्याच्या आर्जवातून बाहेर पडलोच नाहीये.

न्यू कॅसल किनाऱ्यावरून दक्षिणेकडे येताना एकमेकांशी जोडल्या गेलेल्या तीन लॅगून्सनी तयार झालेला, विस्तृत असा पाणथळ प्रदेश (Wetland) लक्ष वेधून घेतो.

मुनमोरा, बज्वोई आणि टुगेरा अशा तीन सरोवरांनी हा पाणथळ प्रदेश बनलाय. ७७ चौ. किमी क्षेत्र व्यापणाऱ्या या सरोवरांची सरासरी खोली २ मीटरच्या जवळपासच आहे. तीनही सरोवरातलं पाणी 'द एन्ट्रंस' या ठिकाणी एका अरुंद मार्गातून समुद्राला जाऊन मिळते. समुद्रातील भरतीचा या पाणथळीवर फारसा प्रभाव जाणवत नाही. ह्या भागात वाळू साठून, तो खूप उथळ झाल्याचेही दिसून येते. काही वेळा तर समोरच्या प्रशांत महासागराशी असलेला हा पाणथळींचा संपर्क मार्ग पूर्णपणे भरून गेल्यामुळे, पाणखळी समुद्रापासून तोडली जाते.

पाणथळींना लागूनच असलेल्या रस्त्यावरून प्रवास करताना दिसणारे वाढलेले, सी - ग्रासचे आवरण आणि त्यावर विहार करणाऱ्या विविध पक्षांचे थवे, हे अतिशय

आकर्षक आणि रम्य दृश्य दिसते.

'द एन्ट्रंस'च्या दक्षिणेला टेरीगल हे असंच एक विलक्षण सुंदर ठिकाण लागतं. टेरीगल किनाऱ्यावरचं मुख्य आकर्षण म्हणजे 'स्किलीऑन' नावाचं तुटलेलं आणि आजूबाजूच्या सपाट प्रदेशातून एकदम दिमाखात डोकं वर काढत असल्यासारखं दिसणारं भूशिर.

अवाबकल या आदिम जमाती याला 'कुराविबा' असं म्हणत असत. या भूशिराच्या माथ्यावर जाणंही तस सोपं. आम्ही अगदी विनासायास वर गेलो आणि वरून पूर्वेकडे दिसणारा अथांग, अमर्याद, निळाशार समुद्र बघून मन अगदी तृप्त होऊन गेलं. तिथूनच दक्षिण दिशेकडच्या 'अवोका बीच' आणि उत्तरेकडच्या 'थुंबूल पॉईंट'चे दर्शन झाले.

या स्किलीऑन भूशिराचा भूशास्त्रीय इतिहास मोठा विलक्षण आहे. 'ट्रायासिक' या २३ कोटी वर्षांपूर्वी अस्तित्वात असलेल्या भूशास्त्रीय कालखंडातलं हे भूशिर. त्या वेळी हा प्रदेश एखाद्या त्रिभुज प्रदेशाचा किंवा नदीच्या पूर मैदानाचा भाग असावा.

स्किलीऑन भूशिराच्या उघड्या पडलेल्या उंचच उंच कड्यात त्याच्या निर्मितीचा सगळा इतिहास अश्मीभूत झालाय. लाखो वर्षे एकावर एक साठत गेलेला गाळ, त्यावरचा वालुकाश्म खडकाचा थर, जागोजागी विदारीत झालेले थर आणि समुद्र लाटांच्या माऱ्यामुळे छिन्नविच्छिन्न झालेला पृष्ठभाग; असे एक मोहक व आकर्षक प्रस्तरशिल्प पाहताक्षणीच मनात घट्ट रुतून बसते!

या पाषाणशिल्पाच्या तळभागाजवळ प्राचीन मातीचे कमीतकमी १३ थर दिसून येतात. त्याच्याशी निगडित असे घट्ट सिलीकायुक्त वालुकाश्माचे वेडेवाकडे पट्टेही दिसून येतात. यात लोहधातूचे पट्टेही आढळतात. भूशास्त्रीय रचनांचा अभ्यास करणाऱ्यांसाठी तर स्किलीऑनचे हे भूशिर म्हणजे एक खजिनाच आहे.

प्राचीन मातीच्या थरात ज्या अरुंद, उभ्या पाइपसारख्या रचना दिसतात, त्या झाडांची मुळे व खोडे यांनी व्यापलेल्या जागा असाव्यात. समुद्रपातळीची हालचाल व किनाऱ्यावरील जमिनीचे उत्थापन, यांमुळे प्राचीन नदीच्या पूर मैदानाचा हा भाग असा विलक्षण रूपात इथे ठाण मांडून बसलाय आणि आपल्या पाषाण सौंदर्यामुळे पहाणाऱ्याचं मन मोहून टाकतोय.

सिडनीच्या उत्तरेला ८७ किमी अंतरावर असलेल्या टेरीगलच्या किनाऱ्यावर स्किलीऑन भूशिरासारखेच बीच, लॅगून असे इतरही मोहक आविष्कार बघायला मिळतात. टेरीगल बीच ही चार किमी लांबीची पुळण आहे. त्याच्या उत्तर टोकाला 'बांबेराल पॉईंट' म्हणतात. 'बांबेराल लॅगूननेचर रिजर्व' हे न्यू साऊथ वेल्स प्रांतातील एक सर्वोत्तम लॅगून आहे.

टेरीगलकडून सिडनीच्या दिशेने जाताना त्यानंतर 'मॉनली' हा वाळूच्या पुळणीचा लांबच लांब असा पट्टा लागतो. अतिशय सुंदर आणि आकर्षक असा हा पुळणीचा प्रदेश कुणाचेही लक्ष वेधून घेणारा आहे.

सिडनीच्या दक्षिणेला ८२ किमी वर असाच एक सुंदर किनारी प्रदेश आहे. त्याला 'वुलनगाँग'चा किनारा म्हणतात. पश्चिमेकडे घनदाट वर्षावनांनी समृद्ध अशा वालुकाश्मातील इलवारा कड्याने या किनाऱ्याची जमिनीकडची बाजू बंदिस्त केली आहे. स्थानिक आदिवासी भाषेत वुलनगाँग म्हणजे 'दक्षिणेकडचा समुद्र.'

इलवारा हा वालुकाश्म खडकांनी तयार झालेला प्राचीन समुद्रकडा आहे. त्याची उंची १५० ते ७५० मीटर अशी उत्तर-दक्षिण दिशेने कमी-जास्त होताना आढळते. या समुद्रकड्यावर अनेक ठिकाणी कोळशाचे थर दिसून येतात. समुद्रकड्याच्या अस्थिर भूगर्भीय रचनेमुळे त्यावर वारंवार मोठाले दगड कोसळण्याच्या घटना घडत. त्यामुळे समुद्रकड्याला लागून असलेला रस्ता वाहतुकीसाठी बंद होई. त्यामुळे उत्तरेकडच्या लॉरेन्स हारग्रेव्ह ड्राईव्हच्या काही भागात २००५मध्ये 'सी क्लिफ ब्रिज' नावाचा नवीन पूल बांधण्यात आला.

हा 'सी क्लिफ ब्रिज' पाहणे आणि त्यावरून चालत जाणे, हा एक विलक्षण अनुभव आहे. पुलाखाली सागरी लाटांच्या सततच्या तडाख्याने जीर्ण-शीर्ण होत चाललेला सागरी मंच आहे. पुलावरून सिडनीच्या दिशेने जाताना उजव्या बाजूला इलवारा कड्याचा तुटलेला भाग दिसतो. त्यावर वालुकाश्माचे विविध रंगाचे थर उघडे पडलेले स्पष्टपणे दिसतात. या खडकांत या भागाचा सगळा भूशास्त्रीय इतिहासच अश्मिभूत झालाय. या रस्त्यावरून आणखी पुढे गेल्यावर प्रचंड मोठे असे 'लेक इलवारा' नावाचे सुंदर लॅगून दिसते. प्रशांत महासागर व हे लॅगून यामध्ये एक लांबचलांब असा वाळूचा दांडा तयार झालेला दिसतो.

वुलनगाँग किनाऱ्याच्या दक्षिण बाजूला आपल्या कोकणात दिसतात तशा; पण स्वच्छ, सुंदर अशा अनेक लहान-मोठ्या खाड्या समुद्राला जाऊन मिळताना दिसतात.

या किनाऱ्यावर अर्थातच अनेक लहान-मोठ्या वाळूच्या पुळणीही दिसतात. दोन पुळणींच्या दरम्यान दिसणारी भूशिरं, हा किनारा बघताना आपल्याला कोकण किनाऱ्याचीच आठवण करून देतात.

न्यू साऊथ वेल्सच्या किनाऱ्यावर ह्या भूशिरांच्या दरम्यानचा भाग कृत्रिम बंदरे तयार करण्यासाठी खूप चांगल्या प्रकारे वापरला गेलाय. पोर्ट केंब्ला, शेलहार्बर, कियामा ही सगळी बंदरं अशाच प्रकारची. बुलनगाँगच्या दक्षिणेला ५० किमी वर असलेल्या कियामा इथलं आघातछिद्र (Blow Hole) हे तर ऑस्ट्रेलियातलं जगप्रसिद्ध असं पर्यटन

स्थळ. इथे खडकात तयार झालेल्या आघात नलिकेतून भरतीच्या वेळी २५ मीटर उंच पाणी उसळते व आजूबाजूचा सगळा प्रदेश या पाण्यात पूर्ण भिजून जातो. आपल्याकडे हेदवीला आढळणाऱ्या 'बामण घळी'सारखाच हा प्रकार. मात्र 'बामण घळ' या आघात छिद्रापेक्षा अनेक पटींनी जास्त मोठे असलेल्या ह्या आघात छिद्रातून पाणी प्रचंड वेगाने आणि आवाजाने खूप उंच उडते. हेदवीची 'बामण घळ' हा खरं तर आंतर्मार्ग (Geo) आहे. आघात छिद्रासारखी भूशास्त्रीय रचना इथे तयार झालेली नाही.

१७९७मध्ये जॉर्ज बास या संशोधकाला कियामा येथील या विलक्षण सुंदर आघात छिद्राचा शोध, तो जेव्हा या किनाऱ्यावर संशोधन करीत होता, तेव्हा लागला, आज इलवारा प्रांतातलं हे प्रसिद्ध असं पर्यटन स्थळ आहे. २८ कोटी वर्षे जुन्या पर्मिअन या भूशास्त्रीय कालखंडात तयार झालेल्या लॅटाइट या अग्निज भित्तीखडकावर हे भूरूप तयार झाले आहे. या भित्तीखडकावर एक लांबचलांब समुद्र गुहा, समुद्र लाटांच्या माऱ्यामुळे तयार झाली. कालांतराने या गुहेचा छताचा भाग खाली कोसळला.

आज या लांबच लांब अरुंद गुहेच्या कोसळलेल्या अंतर्मार्गातून भरतीचे पाणी प्रचंड वेगाने गुहेच्या जमिनीकडच्या भागात घुसते व उंच उसळी मारून कारंज्यासारखे वर उडते. या वेळी होणारा आवाज इतका मोठा असतो की, आपण क्षणभर घाबरून आघात छिद्रापासून दूर पळतो.

आघात छिद्राच्या आजूबाजूला लॅटाइट या अग्निज खडकाचाच पसारा दिसतो. हा खडक पाण्याखालचा (Submarine lava flow) लाव्हाचा थर असावा असे अनेक भूशास्त्रज्ञांना वाटते.

कियामाहून आणखी दक्षिणेकडे साधारणपणे ७० किमी अंतरावर न्यू साऊथ वेल्सच्या  किनाऱ्यावरचा आणखी एक विलक्षण सुंदर आविष्कार पहायला मिळतो. याला 'जर्विस बे' असे म्हटले जाते.

शंभर चौरस किमीचा पसारा असलेल्या 'जर्विस बे' या उपसागराच्या किनाऱ्यावरील वाळू; ही जगातली सर्वाधिक सुंदर, पांढरी, स्वच्छ वाळू असल्याचे मानण्यात येते. 'जर्विस बे'च्या दक्षिण बाजूला हॉम्स बीच, ग्रीन पॅच, कल्लाला बीच, कल्लाला बे, हस्कीसन ससेक्स इनलेट, कॉनजोला आणि उल्लाडुल्ला अशी एकापेक्षा एक सुंदर अशी ठिकाणं आहेत.

'जर्विस बे' हे खरं म्हणजे, १५ हजार वर्षांपूर्वी अस्तित्वात असलेल्या नदीचं बुजलेलं पात्र आहे. शेवटच्या हिमयुगाच्या अखेरीस वाढलेल्या समुद्रपातळीमुळे हे पात्र पाण्याखाली गेलं. आजच्या 'जर्विस बे'चं स्वरूप हे त्याच्या ४००० वर्षांपूर्वी, १२० मीटरने उंचावलेल्या सागर पातळीचा परिपाक आहे. 'बे'च्या दक्षिणेकडचा द्वीपकल्पीय

भाग हा रोधक वाळूच्या टेकड्या तयार झाल्यामुळे बनला आहे.

'जर्विस बे' उपसागराचा सगळा प्रदेश २३ ते २८ कोटी वर्षं जुन्या, वालुकाश्म खडकांमुळे बनला आहे. या 'बे'च्या आजूबाजूच्या भागात, इथे मोठमोठ्या त्सुनामी लाटा येऊन गेल्या असाव्यात, असे दाखविणारे अनेक पुरावे आजही आढळतात. 'जर्विस बे'च्या किनाऱ्यावर कमी उंचीच्या अनेक वाळूच्या टेकड्या आणि लहान-मोठ्या पुळणी पसरलेल्या दिसून येतात. हा सगळा परिसर आपल्याला एका वेगळ्याच विश्वात घेऊन जातो.

'ससेक्स इनलेट' हा साडेसहा किमी लांबीचा भरती-ओहोटी प्रवाह, कॉनजोलाची पुळण, हॉम्स बीचवरचा पांढऱ्याशुभ्र वाळूचा पसारा, शोलहेवनची भूशिरं आणि उल्लाडुल्लाच्या किनाऱ्यावरील अश्मिभूत ठसे; ही सगळीच वेड लावणारी सागरशिल्पं बघून या किनाऱ्याबद्दलचं आकर्षण निश्चितच वाढतं, यात शंका नाही.

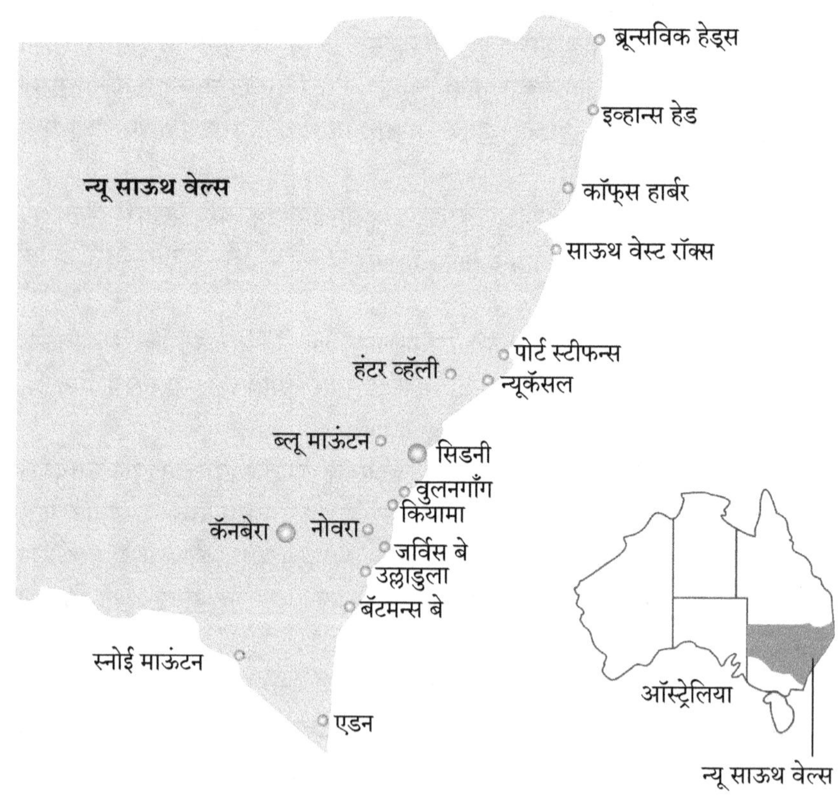


ऑस्ट्रेलिच्या न्यू साऊथ वेल्सचा किनारा

न्यूकॅसल
कार्डीफ
रेडहेड
नॉर्थ बेलमाँट
वँगीवँगी
लेक मॅक्वायर
स्वानसी हेड्स
केव्हस बीच
कॅथरीन हील बे
५ किमी

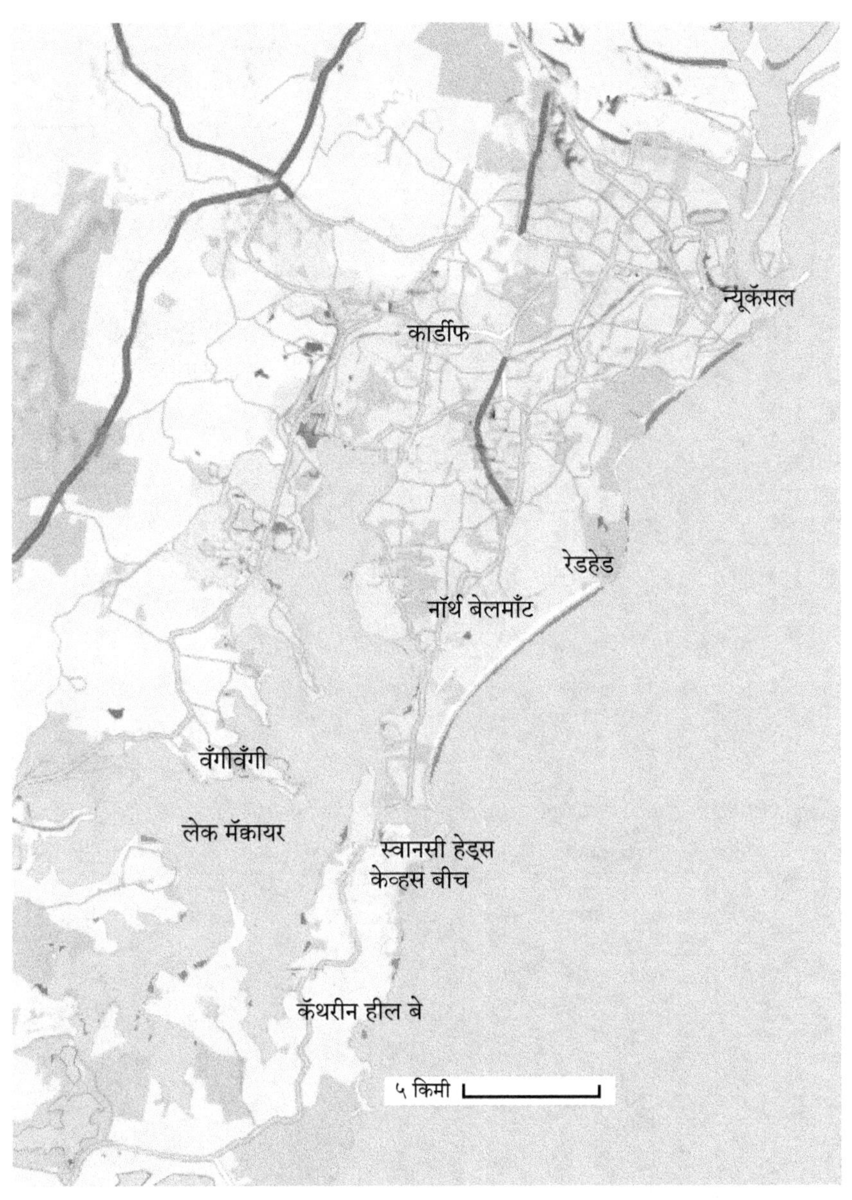

न्यूकॅसल

टोरंटो
नॉर्थ बेलमाँट
वँगी वँगी
लेक मॅक़ायर
स्वानसी हेड्स
केव्हजू बीच
मरेजू बीच
मॅनरींग पार्क
कॅथरीन हील बे
लेक हेवन
गोरोकन
नॉर्थ हेड
टुगेरा लेक
द एंट्रंस
लाँग जेटी
५ किमी

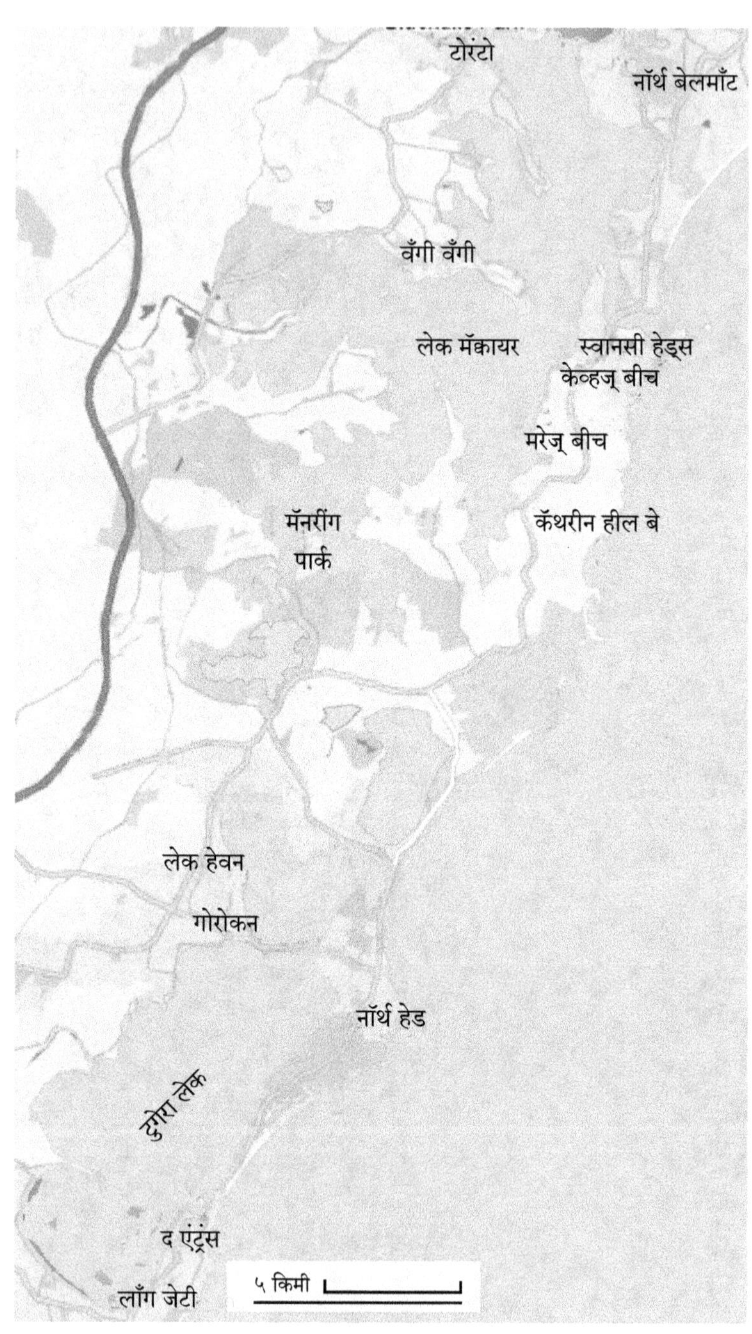

**टुगेरा लेक**

नॉर्थ हेड
तुग्गेरा लेक
द एंट्रंस
लाँग जेटी
बाटू बें
पाम ग्रोव्ह
वांबेराल
गॉसफोर्ड
टेरीगल
ॲव्होका बीच
उमीना बीच
बॉक्स हेड
पर्ल बीच
५ किमी
पाम बीच
व्हेल बीच
ॲवलॉन बीच

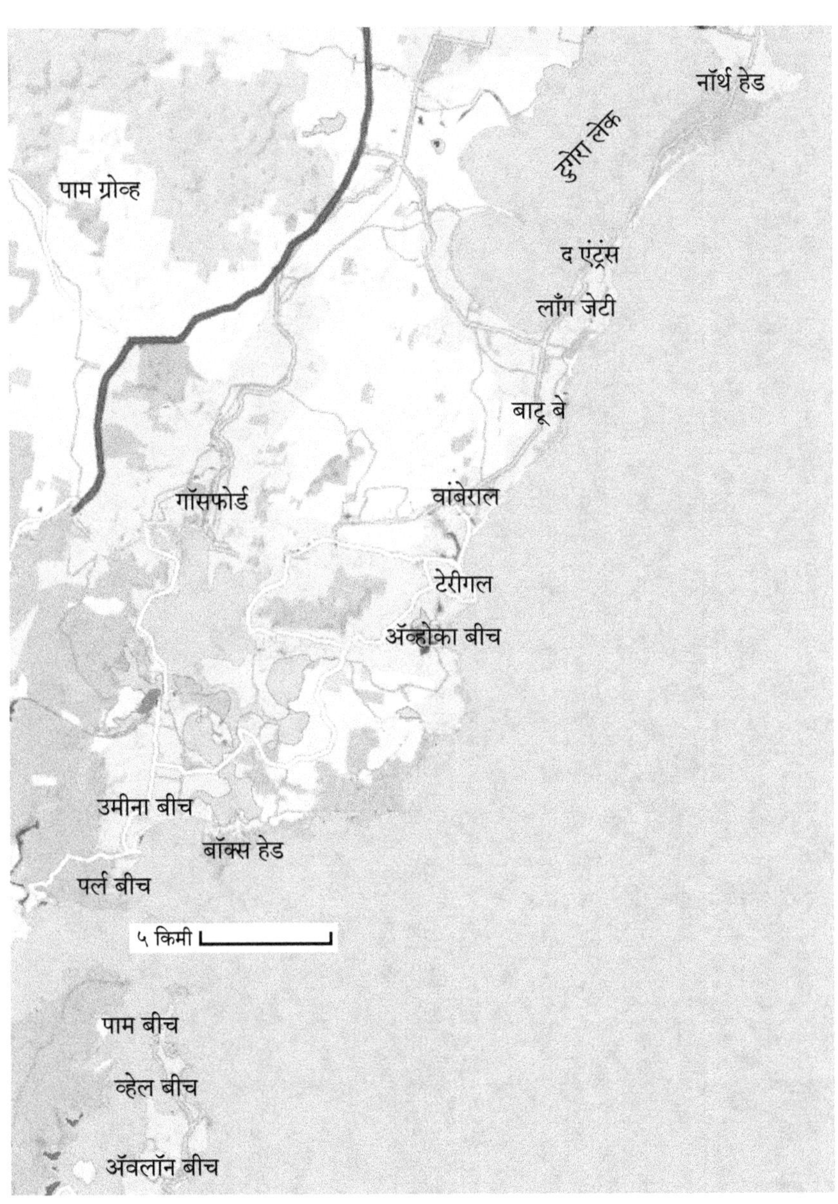

द एंट्रंस

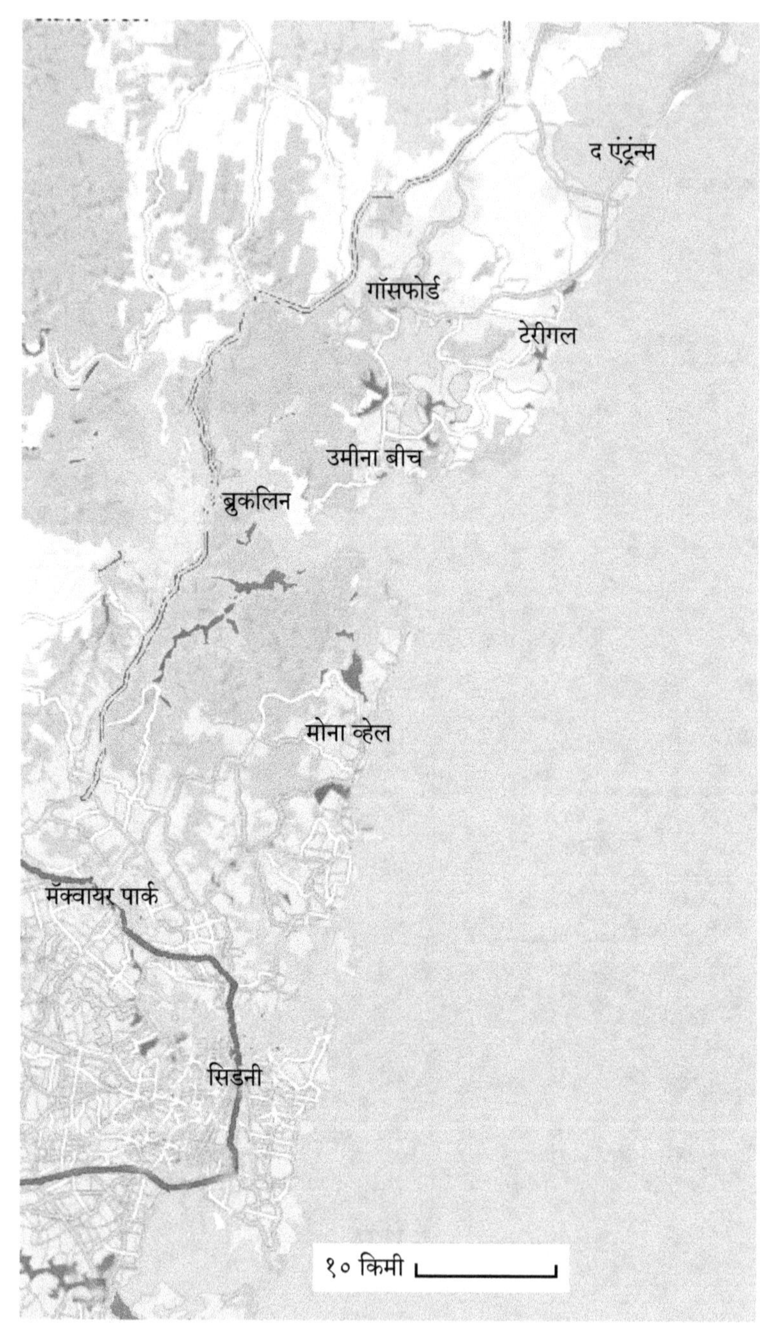


टेरीगल

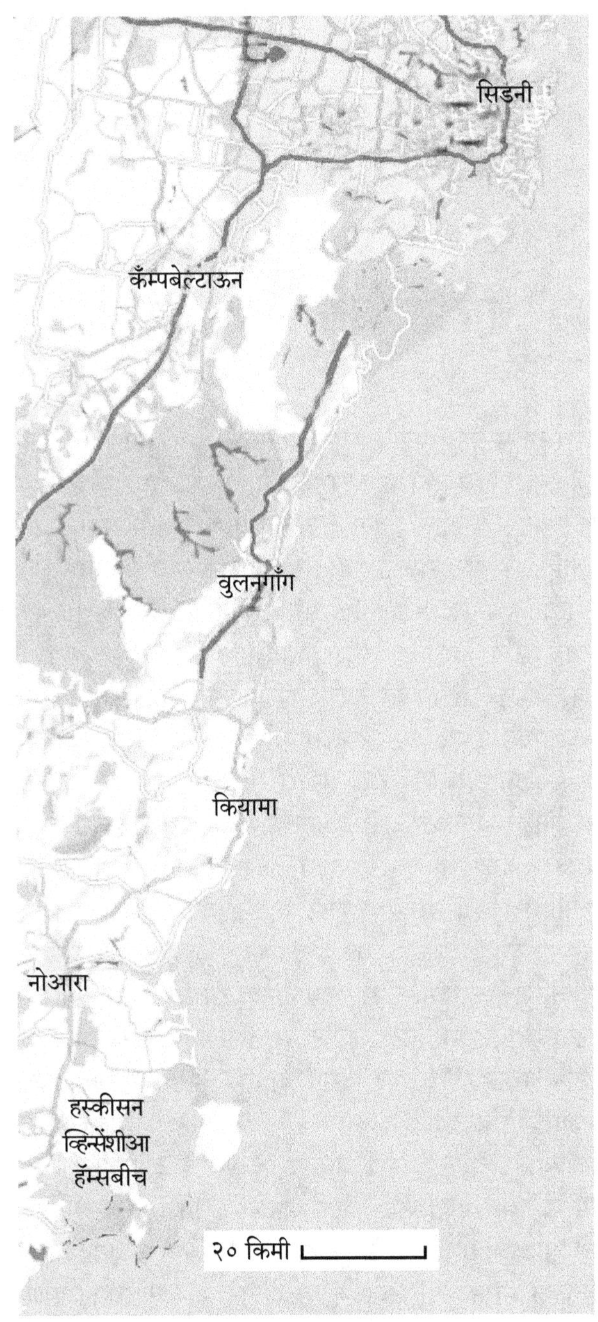


वुलनगाँग, कियामा

# २६

# 'गोंडवन'ची विलक्षण सफर

न्यू साऊथ वेल्स प्रांतात शोलहेवन भागातील ३५ अंश दक्षिण अक्षवृत्त आणि १५० अंश पूर्व रेखावृत्ताजवळच्या उल्लाडुल्ला शहराजवळ हा 'गोंडवन फॉसिल वॉक' म्हणजे गोंडवन या भूशास्त्रीय प्रदेशातील जीवावशेष भ्रमणमार्ग आहे. भूशास्त्रीय काळातल्या काही विशिष्ट सागरी जिवांचे व वनस्पतींचे अश्मिभूत जीवावशेष या भागातल्या सागरतट मंचावर आढळतात. भरपूर भूशास्त्रीय व शैक्षिणक क्षमता असलेला हा वॉक अनेक दृष्टींनी आगळावेगळा आहे. इथं आढळणाऱ्या जीवावशेषांच्या टिकाऊपणाची (Preservation) प्रत आणि विपुलता आश्चर्यकारक अशीच आहे. पर्मियन या भूशास्त्रीय कालखंडात पूर्व ऑस्ट्रेलियाचा भाग अंटार्क्टिक वृत्ताच्या जवळ होता. त्या वेळचे म्हणजे २७ कोटी वर्षांपूर्वीचे सागरी अपृष्ठवंशीय जिवांचे अवशेष इथल्या किनाऱ्यावर अश्मिभूत अवस्थेत आढळतात. हे सगळे जीवावशेष प्राचीन वांद्रावाडियन सिल्टस्टोन खडकात अश्मिभूत झाले आहेत.

सिडनीच्या दक्षिणेला ससेक्स इनलेटच्या पुढं बेरारा, कानजोला, मिल्टन आणि उल्लाडुल्ला किनाऱ्यापर्यंत प्राचीन गोंडवन भूखंडावर हे अवशेष दिसून येतात. या भागात असलेल्या सागरतट मंचावर; सिल्टस्टोन खडकाच्या आडव्या थरात; पर्मिअन काळातल्या पेक्टन शेल, स्पायरीफर, प्रोडक्टिड आणि सी लिली या प्राण्यांचे भरपूर जीवावशेष अश्मिभूत होऊन सर्वत्र विखुरलेले दिसून येतात. अनेक वर्ष संशोधकांच्या आणि पर्यटकांच्या नजरेतून निसटलेलं हे वैभव २००९ पासून फॉसिल वॉकच्या स्वरूपात जगासमोर आणण्यात आलं. हे सर्व जीवावशेष २५ ते ३० कोटी वर्षांपूर्वी पृथ्वीवर होऊन गेलेल्या पर्मिअन भूशास्त्रीय कालखंडातल्या, पाच अंश सेल्सिअसपेक्षा कमी तापमान असलेल्या थंड पाण्यातले असून त्यात भरपूर वैविध्य आढळतं.

आजपर्यंत या भागात सी लिलिज्, सी फॅन्स, हॉर्न कोरल्स आणि दुर्मिळ अशा ब्रान्चिंग कोरल्सचे जीवावशेष सापडले आहेत. या फॉसिल वॉकवर फिरताना जीव

अश्मिभूत होण्याची आणि त्यांच्या शरीराचे ठसे बनण्याची क्रिया याबद्दल जशी कल्पना येते; तशीच थोडीफार कल्पना प्राचीन हवामान, समुद्रपातळी, गोंडवन प्रदेशातील हिमप्रक्रिया आणि ६० अंश व ३३० अंशांत असलेल्या खडकांतल्या जोडांच्या दिशा व आणि त्यांचं किनाऱ्याशी असलेलं साधर्म्य आणि आजच्या किनाऱ्याची ठेवण याबद्दलही येते. २० ते २५ कोटी वर्षांपूर्वी पृथ्वीवर एकच मोठं महाखंड होतं. त्यानंतर साडेचौदा कोटी वर्षांपूर्वी उत्तरेकडं लौरेशिया व दक्षिणेकडं गोंडवन असे त्याचे दोन भाग झाले. गोंडवन भूखंडात आजची दक्षिण अमेरिका, आफ्रिका, अरेबिया, भारत, ऑस्ट्रेलिया आणि अंटार्क्टिक यांचा समावेश होता. २७ कोटी वर्षांपूर्वी पर्मिअन काळात गोंडवनाभोवतालच्या समुद्राची पातळी वाढलेली होती. त्याच्या पूर्व सीमेवर अनेक सागरी जीव गाळ संचयनामुळं अश्मिभूत होऊन, सागरतळावर साचू लागले होते. गाळाच्या संचयनातून ८०० मीटर जाडीचे गाळाचे खडक बनले. भूशास्त्रज्ञ याला 'शोलहेवन ग्रुप ऑफ रॉक्स' असं म्हणतात. या खडकांत आढळणारे जीवावशेष जगातले सर्वांत उत्तम प्रकारे टिकून राहिलेले अवशेष मानण्यात येतात.

२७ कोटी वर्षांपूर्वी इथल्या उथळ समुद्रतळावर साठलेला गाळ अतिशय बारीक अवसादकणांनी बनलेला असावा. जिथं आज हे जीवावशेष सापडतात; तिथं त्या काळात संथ, शांत पाणी असलेले उपसागर असावेत. गाळाच्या प्रचंड थराखाली अचानक गाडले गेल्यामुळं जीवांची शरीरं कुजून गेली असावीत. हळूहळू कठीण अशी बाह्य त्वचा विरघळून जाऊन प्राण्यांच्या शरीरांचे ठसे सिल्टस्टोन खडकावर अश्मिभूत झाले असावेत. पर्मिअन कालखंडात ९५ टक्के समुद्री जीव आणि ७० टक्के भूजन्य जीव नष्ट झाले असावेत. सागरपातळीतल्या बदलांमुळं एवढ्या मोठ्या प्रमाणावर जीवांचा संहार झाल्याचा, हा एकमेव भूशास्त्रीय कालखंड मानण्यात येतो.

आज ज्या सागरी जिवांचे अश्मिभूत अवशेष या 'वॉक'वर सापडतात, ते सगळे जीव चिखल व सिल्टयुक्त अवसादांनी बनलेल्या सागतळावर, त्या वेळी २० मीटर खोलीवर असावेत. आज ज्या सागरतट मंचावर सिल्टस्टोनमध्ये हे जीवावशेष आढळतात, ते मंचं फरशीच्या तुकड्यासारख्या चौकोनी आकारात तुटलेल्या खडकांसारखे दिसतात. सगळ्या गोंडवन किनाऱ्यावर कमी-अधिक फरकानं, तटीय मंचावर हाच आकृतिबंध दिसून येतो. गेल्या दोन कोटी वर्षांतच हे आकृतिबंध तयार झाले असावेत, असाही भूशास्त्रज्ञांचा कयास आहे. सहा कोटी वर्षांपूर्वी ऑस्ट्रेलियाच्या पूर्व किनाऱ्याचं मोठ्या प्रमाणावर उत्थापन (Uplifting) झालं आणि किनाऱ्यावर वालुकाश्माचे उंच कडे आणि डोंगराळ भाग तयार झाले. टास्मानियाचा समुद्र तयार झाला. न्यूझीलंड मुख्य भूमीपासून तुटला.

तेव्हापासून या सगळ्या किनाऱ्याची मोठ्या प्रमाणावर झीज सुरू आहे. किनाऱ्यावरच्या अपक्षरण क्रियेतून सिडनी हार्बर, जर्विस बे आणि उल्लाडुल्ला हार्बर यांना आजचा आकार प्राप्त झाला. त्यानंतर किनाऱ्यावर लाटांनी केलेल्या झिजेमुळं सागरतट मंच उघडे पडले. सिल्टस्टोन खडकांची जाडी कमी झाली. या 'फॉसिल वॉक'वर केवळ ओहोटीच्या वेळीच सहजपणे फिरता येतं. ओहोटीच्या वेळीही या मंचांवरून चालताना खूप काळजी घ्यावी लागते. खडक खूपच बुळबुळीत झालेले असतात. या 'वॉक'वर सर्व प्रकारच्या जीवावशेषांची छायाचित्रं घेता येतात; पण एकही जीवावशेष किनाऱ्यावरून उचलण्याला इथं कायद्याने बंदी आहे. गोंडवन प्रदेशातल्या भारताची गोंडवन खंडापासून फुटून उत्तरेकडं हालचाल १२ कोटी वर्षांपूर्वी सुरू झाली. पर्मिअन कालखंडातल्या जिवांचे अश्मिभूत अवशेष शिवालिक हिमालयाच्या रांगांतही आढळल्याच्या नोंदी आहेत. या अवशेषांवरून भूखंड वहन संकल्पनेसाठी पुष्टी मिळते; म्हणूनच त्यांचं भूशास्त्रातलं महत्त्व अनन्यसाधारण असंच आहे.

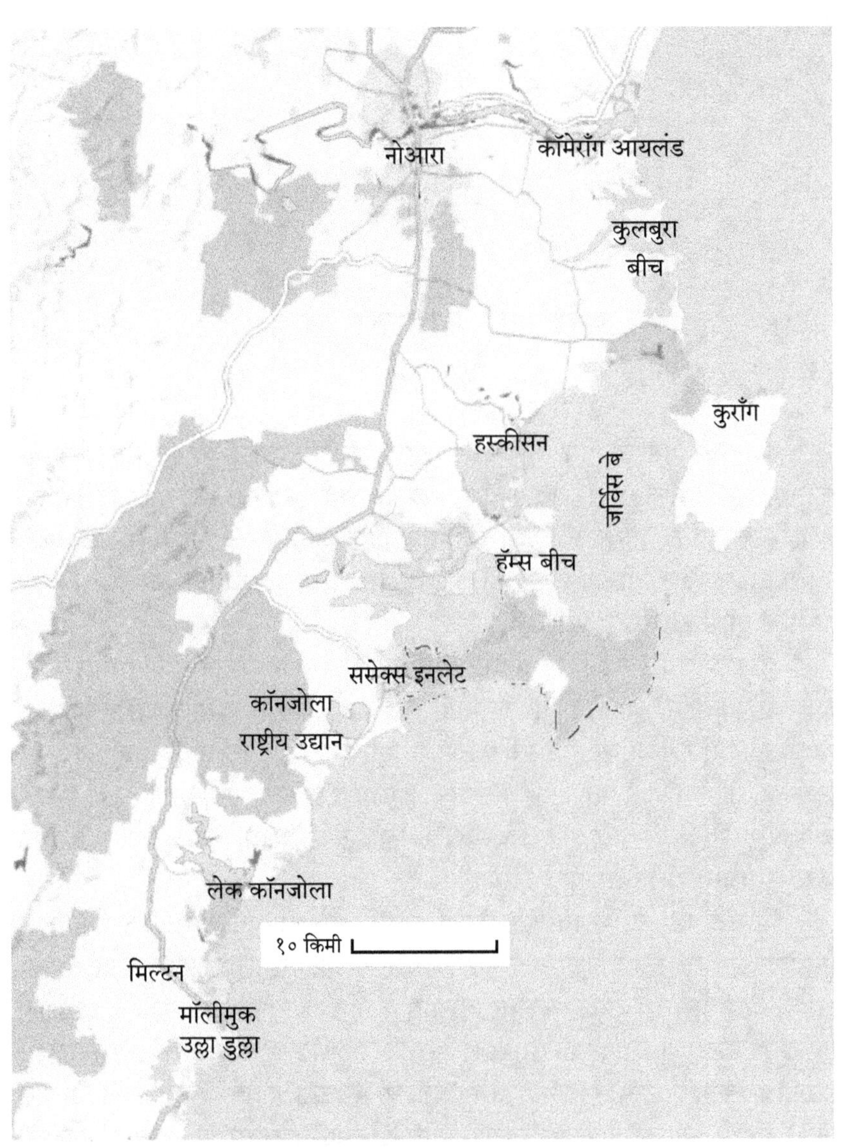


लेक कॉनजोला, उल्लाडुल्ला

# २७

# शोधाची 'सांगता' नाही!

समुद्रावर मनस्वी प्रेम केलं की तोसुद्धा त्याची सगळी रहस्य तुमच्यासमोर दिलखुलासपणे मोकळी करतो. सुनील गायकवाडच्या एम.फिल.आणि पीएच.डी.च्या संशोधनाच्या वेळी आम्ही रत्नागिरीच्या मिर्या बंदराच्या परिसराचा अभ्यास केला तेव्हा आणि अनिता अवस्थीच्या पीएच.डी.च्या वेळी दाभोळ बंदराचा अभ्यास केला तेव्हा तर मला याची खात्रीच पटली.

रत्नागिरीजवळच्या मिर्या बंदराचा एक बारमाही बंदर म्हणून विकास करण्याची योजना कार्यवाहीत आली होती. बारमाही बंदर बांधण्याच्या महत्त्वाकांक्षी योजनेपायी इथला किनारा म्हणजे वाळूचा प्रचंड ढिगारा बनला आहे. साठलेल्या वाळूमुळे समुद्र इतका दूर गेलाय की ते पाहून पाहणाऱ्याच्या डोळ्यात पाणीच यावं! एप्रिल २०१६मध्ये जेव्हा पुन्हा या किनाऱ्यावर गेलो तेव्हा तर इथल्या पुतणीची आणि वाळूच्या टेकड्यांची प्रचंड नासधूस चालू असल्याचे दिसले!

मिरकरवाडा परिसरात बांधलेल्या लहान-मोठ्या धक्क्यांमुळे व भिंर्तीमुळे समुद्रावरील प्रवाहांच्या दिशा बदलून या परिसरात गाळाचं प्रचंड संचयन झालं होतं. आम्ही या समस्येचा अगदी सविस्तर अभ्यास केला. भाटी मिऱ्या गावाजवळ वाढलेलं समुद्राचं आक्रमण, पांढऱ्या समुद्रावर दरवर्षी दक्षिणेकडे सरकणारे झिजेचे प्रदेश, मिरकरवाड्यात वाळू साठून उथळ होणारं बंदर या सगळ्यांचा वैज्ञानिक पद्धतीने अभ्यास करून आम्ही असं म्हटलं की वेळीच उपाययोजना केल्या नाहीत तर भविष्यात शक्तिशाली ड्रेजर लावूनही इथली वाळू उपसता येणार नाही! निसर्ग तसेच संकेत देत होता आणि २००४च्या सुमारास नेमकं तसंच झालं, मिरकरवाड्यातली वाळू उपसायला आलेला ड्रेजर त्याच वाळूच्या प्रचंड ढिगात अक्षरश: अडकून पडला!

दाभोळच्या खाडीमुखापाशी, समुद्रतळावर असलेल्या वाळूच्या विस्तीर्ण बेटाचा विस्तार वाढून ते खाडीमुखाशी जास्त जवळ सरकेल व तिथून नौकानयन करणं अवघड

होईल, असा प्राथमिक निष्कर्ष आम्ही काढला होता. त्यासाठी दाभोळ खाडीमुखाच्या तळ प्रदेशाचे १९६९ पासून १९९१पर्यंतचे अनेक नकाशे आम्ही अभ्यासले होते. ह्यातून मिळणाऱ्या माहितीचे सांख्यिकी पृथक्करण करून भविष्यातले काही अंदाजही व्यक्त केले होते आणि निसर्ग विशेषत: समुद्र इतका शिस्तबद्ध वागत असतो की तुमचे अभ्यास करून केलेले अंदाज कधीच चुकत नाहीत. आमचाही अंदाज चुकला नव्हता.

तसं म्हटलं तर, अशा तऱ्हेचे अनुभव मला अनेकवेळा आले. वेंगुर्ल्याच्या किनारपट्टीवर असलेल्या अरुंद, उथळ पण अतिशय सुंदर पुळणींच्या भविष्यात होणाऱ्या झिजेचे काही निश्चित असे आकृतिबंध लक्ष्मी ढवळीकर यांच्याबरोबर काम करताना आम्ही मांडले होते. तेरेखोलच्या खाडीत असलेल्या व दरवर्षी वाढणाऱ्या वाळूच्या बेटांच्या विकासातील भविष्यकालीन प्रवृत्ती, मंजीरा रॉय हिच्याबरोबर संशोधन करताना नक्की केल्या होत्या. किनाऱ्यावरील बदलांची ही भाकितं, किनाऱ्याच्याच शास्त्रीय अभ्यासातून केली होती. ती चुकली नाहीत.

माझा हा समुद्रशोध अजूनही चालूच आहे. इतकी भटकंती करून, वणवण करून, मला समुद्र अजूनही पूर्णपणे कळलेला नाही. खरं म्हणजे मला तो पूर्णपणे कधीच कळू नये, अशीही माझी एक सुप्त इच्छा आहे. त्याच्या त्या अनाकलनियतेतच त्याच्याबद्दलची माझी आसक्ति दडलेली आहे. ती तशीच राहावी असं सारखं वाटतं.

कोकणचा किनारा बघितल्यावर भारतातला आणि जगातला इतर कुठलाही किनारा तितकाच सुंदर वाटतो. तो समजायलाही मग सोपा वाटतो. जगातल्या किनाऱ्यांच्या सर्व छटा कोकणात आहेत आणि अजूनही कितीतरी विलक्षण सुंदर अशा पुळणी व समुद्रकडे या किनाऱ्यावर त्यांना शोधून काढण्याची वाट बघत आहेत.

समुद्रशोधाच्या या सगळ्या आठवणी माझ्या मनाच्या द्वारात अतिथीसारख्या केव्हाही येऊन उभ्या राहतात आणि मी त्यात तासन् तास रमून जातो. त्यातूनच नवीन मोहिमांसाठी प्रेरणाही मिळते.

आज कोकण किनाऱ्यावर जाणं खूप सोपं झालेलं आहे. सगळीकडे चांगले रस्ते आहेत. निवासाच्या चांगल्या सोयीही आहेत. माणसांची वर्दळ काही ठराविक ठिकाणी तरी खूपच वाढली आहे. अशा ठिकाणी समुद्र आता पूर्वीइतका गूढ राहिलेला नाही. आजूबाजूच्या वाढत्या गोंधळामुळे तोही थोडा धीट झालाय. पूर्वीपेक्षा जास्त धिटाईने किनाऱ्यावर आक्रमण करू लागलाय. शेवटी त्याच्याही सहनशक्तिला मर्यादा आहेच ना! निमूटपणे माणसाचा हस्तक्षेप त्यानं तरी का म्हणून खपवून घ्यावा?

आज, २०१६मध्ये जेव्हा आपल्या किनाऱ्यावरच्या पुळणी, समुद्रकडे, खाड्या, खारफुटीची जंगलं यांची झालेली दुरवस्था आणि नासधूस बघतो, तेव्हा मन खूप उदास

होऊन जातं. निसर्गाच्या या विलक्षण सुंदर आविष्काराच्या रक्षणाची बांधिलकी कुणीच मानायला तयार नाही. याची जाणीव होऊन तर हे दु:ख आणखीनच वाढतं.

जिथं माणसं अजून पोहोचली नाहीत अशा दुर्गम, निर्जन ठिकाणी मात्र हा समुद्र अजूनही पूर्वीइतकाच आर्जवी आणि आकर्षक आहे. स्वच्छ, सुंदर, लखलखत्या पांढऱ्या शुभ्र वाळूच्या पुळणी आपल्या किनाऱ्यावर मिरवतोय. तीव्र उताराच्या, ताशीव, रेखीव समुद्रकड्यांचं आव्हान देतोय. भणाणून सोडणाऱ्या वाऱ्यासंगे, सर्वत्र शीळ घालीत हिंडतोय. पावसाळ्यात रौद्र रूप धारण करून आसमंतात आपली जरब आणि रुबाब पसरवतोय!

त्याचं आकर्षण अजूनही संपलेलं नाही. माझाही समुद्रशोध अजून चालूच आहे. बरंच काही बघितलं असलं तरी खूप काही बघायचं राहून गेलंय असं वाटतंय. प्रत्येक समुद्र भेटीत, काहीतरी नवीन हाती लागतंच आहे.

ही सागरासक्ती एवढ्यात संपेल असं वाटत नाही. अजूनही हा समुद्र मला पूर्वीइतक्याच ताकदीने खुणावतोय आणि मी पुन्हा एकदा, म्हणजे उद्याच पुनश्च निघालोय केळशी, आंजर्ले आणि कोळथऱ्याला!

# लेखक परिचय

## डॉ. श्रीकांत नारायण कार्लेकर (M.Sc., Ph.D.)

- जन्मगाव - खारेपाटण
- बी. एस्सी. पर्यंतचे सर्व शिक्षण रत्नागिरी व सिंधुदुर्ग जिल्ह्यात.
- एम. एस्सी. व पीएच.डी.चे शिक्षण व संशोधन पुणे विद्यापीठातून
- १९७४पासून २०१३पर्यंत पुण्याच्या सर परशुरामभाऊ महाविद्यालय पदवी व पदव्युत्तर पातळीवर अध्यापन आणि एम्.फिल. / पीएच.डी. संशोधनासाठी मार्गदर्शक आणि विभाग प्रमुख. त्यानंतर टिळक महाराष्ट्र विद्यापीठात भूशास्त्र विषयासाठी अधिष्ठाता.
- २००१-२००२मध्ये पुणे विद्यापीठात प्राध्यापक.
- साठपेक्षा जास्त संशोधन निबंध प्रसिद्ध.
- अनेक संशोधन प्रकल्पात सहभाग व मुख्य संशोधक.
- १९७० मध्ये डेहराडूनच्या दूरसंवेदन संस्थेत फोटोग्रॅमेट्री या विषयात प्रशिक्षण.
- सागरशास्त्र, भूरुपशास्त्र व दूरसंवेदन हे जास्त आवडीचे व मुख्य संशोधनाचे विषय.
- प्रसिद्ध ललीत वाङ्मय :
  - अनुभव (कथासंग्रह)
  - अतृप्त (गूढ कथासंग्रह)
  - तो नसता तर (अनुवादीत)
  - कातरवेळ (गूढ कथासंग्रह)
  - षड्यंत्र (लघु कादंबरी)
  - चक्रव्यूह (लघु कादंबरी)
  - अभिशाप (लघु कादंबरी)
- अनेक क्रमिक पुस्तके व वैज्ञानिक लेख
- email : k_shree3@rediffmail.com

# भूगोल विषयावरील
## डॉ. श्रीकांत कार्लेकर यांची इतर उपयुक्त पुस्तके

| | | |
|---|---|---|
| भौगोलिक माहिती प्रणाली (GIS) | डॉ. श्रीकांत कार्लेकर | १७०/- |
| दूर संवेदन आणि भौगोलिक माहिती प्रणाली | डॉ. श्रीकांत कार्लेकर | ३००/- |
| Terms and Concepts in Geomorphology Oceanography and Climatology | Dr. Shrikant Karlekar | ५९५/- |
| Statistical Analysis of Geographical Data (Rev. Edi. 2013) | Dr. Shrikant Karlekar | २५०/- |
| समुद्रशोध | डॉ. श्रीकांत कार्लेकर | १७५/- |
| महाराष्ट्राचा भूगोल (सुधा.आवृत्ती २०१३) | डॉ. श्रीकांत कार्लेकर | २००/- |
| दूर संवेदन (नवीन आवृत्ती) | डॉ. श्रीकांत कार्लेकर | १७५/- |
| Coastal Process and Landforms | Dr. Shrikant Karlekar | ३००/- |
| हवामानशास्त्र आणि सागरविज्ञान | डॉ. श्रीकांत कार्लेकर | १५०/- |
| प्रात्यक्षिक भूगोल | डॉ. श्रीकांत कार्लेकर | १००/- |
| पर्यावरण समस्या निराकरण व क्षेत्र अभ्यास | डॉ. श्रीकांत कार्लेकर | १५०/- |
| भूगोल (UPSC / MPSC / NET / SET) | डॉ. श्रीकांत कार्लेकर | ४००/- |
| भूगोलशास्त्रातील संख्याशास्त्रीय पद्धती | डॉ. श्रीकांत कार्लेकर | १५०/- |
| भूगोलशास्त्रातील संशोधन पद्धती | डॉ. कार्लेकर, डॉ. काळे | १७०/- |
| डायमंड भूगोल पर्यावरणशास्त्रकोश | डॉ. कार्लेकर, प्रा. बोर्जेस | १८००/- |
| प्राकृतिक भूगोलाची मूलतत्त्वे | डॉ. कार्लेकर, प्रा. भागवत | १२५/- |